కస్తూరి

కథాపర్వం

సంపాదకత్వం

డా॥ మాధవి మిరప ఎం.ఏ, పి.హెచ్.డి

పద్మజ పామిరెడ్డి ఎం.సి.ఎ, ఎం. టెక్.

సాయి లక్ష్మి ముందూరు ఎం.ఎస్సి, ఎం.ఏ, బీ.ఎడ్.

డా॥ బి.నాగ శేషు ఎం.ఏ, పి.హెచ్డీ

Kasturi Vijayam

All rights reserved

KASTURI KATHAPARVAM

First Edition: NOV 2022

ISBN (Paperback) 978-81-957840-2-8
ISBN (E-Book) 978-81-957840-3-5

Copyright ©. Kasturi Vijayam

Published By
Kasturi Vijayam,
3-50, Main Road,
Dokiparru Village -521322
Krishna Dist., Andhra Pradesh, India.

+91 95150 54998.
Email: kasturivijayam@gmail.com

విభిన్న దృక్పథ భావాలను కలగలిపి రాసిన ఇరవై ఒక్క కథకులకు,

నలుగురి సంపాదకత్వ కృషికి, అశేష పాఠకులకి

కస్తూరి కథాపర్వం

"అంకితం"

మనసులో మాట

'కస్తూరి కథాపర్వం' పేరుతో కస్తూరి విజయం వారు ఒక కథల సంకలనాన్ని ప్రచురించే తరుణంలో, వివిధ కథకుల ద్వారా వైవిధ్యమైన ఇతివృత్తాలతో కూడిన 21 కథలను ఎంపిక చేసుకుని, పుస్తకంగా తీసుకురావడం ఆనందదాయకం. ఇందులోని కథలన్నీ చాలా ఆర్ద్రతగా, నూతన విషయాలను ప్రతిబింబించేలా ఉన్నాయి. అంతకుమించి కథ ప్రారంభంలో వేసిన బొమ్మలు చాలా ఆకట్టుకుంటున్నాయి. ఈ మధ్య కాలంలో ఇంత చక్కటి బొమ్మలతో కూడిన కథల పుస్తకం వస్తుండడం ఈ పుస్తకమే అని నా అభిప్రాయం.

కస్తూరి విజయం వారు దేశాంతరాల ఆవల ఉన్నా కూడా, తెలుగు సాహిత్యానికి దగ్గరగా ఉంటూ, ఎక్కడా కూడా సాహిత్య, భాష మూలాలను మర్చిపోకుండా, నిత్యం సాహిత్యం కోసం కృషి చేయడం హర్షించ దగ్గ విషయం. అంతేకాకుండా వీరు వేస్తున్న

నూతన అడుగులు డిజిటల్ పబ్లిషింగ్ రంగంలో చాలా అడ్వాన్స్డ్ గా ఉంటున్నాయి. ఈ కథలన్నీ ఆడియో రూపంలో వస్తే చాలా బాగుంటుంది. ఆ పనిని కస్తూరి విజయం వారు చేస్తున్నారు. 'మా చెట్టు నీడ', 'ఇరుగు పొరుగు', 'ఎవరెస్ట్ ఇన్ మైండ్', 'కస్తూరి కథాపర్వం' వంటి పుస్తకాలను డిజిటల్ గా పరికించి చూస్తే విభిన్న కోణం కనపడుతుంది.

'కస్తూరి కథాపర్వం' కథల పుస్తకానికి నన్ను కూడా సంపాదక మండలిలో చేర్చినందుకు వారికి హృదయపూర్వక ధన్యవాదాలు తెలియజేస్తున్నాను. కస్తూరి విజయం వారి కార్యక్రమాల రూపకర్త పామిరెడ్డి సుధీర్ రెడ్డి గారైనా, అందుకు కావాల్సిన వ్యవహారాలన్నిటినీ క్షేత్రస్థాయిలో శ్రీమతి పద్మజ పామిరెడ్డి గారు నిర్వహిస్తుంటారు . వారికి, వారి టీంకు హార్దిక శుభాకాంక్షలు తెలియజేస్తున్నాను.

ఈ పుస్తకంలోని కథలన్నీ పాఠకులకు చేరాలని, చేరేలా ఉన్నాయని నేను విశ్వసిస్తున్నాను. ఇంత బృహత్ కార్యక్రమానికి ముందుకు వచ్చిన **కస్తూరి విజయం** వారికి మరొకసారి నా మనఃపూర్వక శుభాకాంక్షలు తెలియజేస్తున్నాను.

డా. బి. నాగశేషు

Table of Contents

హృదయ సంస్కారానికి తావునిచ్చే కథాపర్వం

సరికొత్త ప్రయోగం కస్తూరి కథాపర్వం. పాఠకుల్ని విస్మయుల్ని చేసే కథల సమాహారం. సరికొత్త అనుభూతికి లోను చేసే సంవిధానం ఓ ప్రత్యేక ఆకర్షణ. ఎంచుకున్న వస్తువును కళాత్మకంగా కథనం చేయడంలో కొందరు కథకులు చూపిన కౌశలం విస్మయానికి లోను చేస్తుంది. కొన్ని కథల్లోని ప్రతీకాత్మకత ఆకట్టుకుంటుంది. చెప్పదలచుకున్న విషయాన్ని నేరుగా చెబితే అది వ్యాసం అవుతుందే తప్ప కథ కాదు. కథలో ఇంద్రజాలం ఉండాలి. ఊహకందని మలుపులు, సంఘటనలు, నిర్మాణంలో కొత్తదనం ఉన్నపుడే కథలు చదివిస్తాయి. ఆలోచింపజేస్తాయి. కథలకు కేంద్రం సమాజమే. సామాజిక జీవితంలోని అనేక దొంతరలు ఇతివృత్తాలనిస్తాయి. అయితే సమాజ విశ్లేషణ, కార్యాకారణ సంబంధాల చర్చ కథ కాబోదు. ఈ విశ్లేషణ, చర్చోపచర్చలు కథనంలో అంతర్భాగంగా ఇమిడివుండవచ్చు. కానీ విశ్లేషణలు, చర్చలే అధికమయితే అది కథ కాక, వ్యాసం కాక విచిత్రంగా తయారవుతుంది. ఈ అవగాహన ఈ కథలు రాసిన వారికి ఉన్నది. కనుక ఎవరికి తోచిన పద్ధతిలో వారు తమదైన కథన రీతిని అనుసరించి కథలని సృజించారు. ఏం చెప్పాలన్నదే కాక ఎలా చెప్పాలన్నదానికి కొందరు తగిన ప్రాముఖ్యం ఇచ్చారు.

ఈ తరహా కథల్లో చెప్పుకోదగిన కథ **'నిశ్శబ్దగానం'**. ఈ కథలో వృద్ధుడు ఒక ప్రధాన పాత్రగా కనిపించినప్పటికీ అతని కన్నా అతని పరిసరాల్లోని కొండ, వాగు, సెలయేరు, చెట్టు, గాలి, నది ఎక్కువ మాట్లాడుతుంటాయి. అతని గురించి లోకం పోకడల గురించి, మనుషుల స్వార్థం గురించి చెబుతాయి. ఈ కథ ఎక్కడా ఆధునిక జీవితంలోని సంక్లిష్టతల గురించి నేరుగా వ్యాఖ్యానించకుండానే మనిషి దురవస్థ, నాగరికత నేర్చిన మనుషుల అశాంతిని చెబుతుంది. అభివృద్ధి పేరిట ప్రకృతి విధ్వంసానికి పాల్పడే మానవ విషాదాన్ని గురించి వ్యాఖ్యానిస్తుంది. ప్రకృతికి దగ్గరగా జీవించడంలోని శాంతినీ, సౌఖ్యాన్నీ విస్మరించిన అభివృద్ధి తాలూకు వికృతపోకడల మీద బలమైన అధిక్షేపం 'నిశ్శబ్దగానం'. కొండ, గాలి, చెట్టు, వాగు వంటి వాటిని సైతం పాత్రలుగా చేసి కథని నడిపించిన సంవిధానం మెచ్చదగింది.

'చుట్టూ చెంగావి చీర' లోనూ ఇలాంటి ప్రతీకాత్మక పాత్రలే ఉండటం విశేషం. పట్టుచీర, కాటన్ చీరల మధ్య సంభాషణలతో నడిచిన ఈ కథ మనుషుల దర్పం, అభిజాత్యం వెనుక ఉన్న డొల్లతనాన్ని తెలియజెబుతుంది. ఘనంగా జరిగే పెళ్ళి వేడుకలో పట్టుచీరల రెపరెపల మధ్య కాటన్ చీర అమాయకంగా ఓ మూలన తన మానాన తను ఉంటుంది. ఓ పట్టుచీర తన చెంతకు వచ్చి దర్పం ప్రదర్శించబోవడంతో కథ మలుపు తిరుగుతుంది. ''మాకో డిగ్నిటి ఉంది. ఎక్కడికి పడితే అక్కడికి, ప్రతి అడ్డమైన చోటికి మేం మీకులాగా గాలికి తిరగం. మాకుండే గౌరవం మీకెక్కడిది?'' అని తీవ్ర స్వరంతో, అహంభావంతో నోరుజారిన పట్టుచీరకు కాటన్‌చీర ఇచ్చే సమాధానం ఆసక్తికరం.''మీకు సుఖం ఉంది గానీ సంతోషమెక్కడుందండీ... పూల మొక్కల మధ్య తిరగలేరు. చేలగట్ల మీద నడవలేరు. తనివితీరా నాలుగు వాన చినుకులలో తడవలేరు. మేము రంగుల వసంతాలడగలం. నదులలో పుణ్యస్నానాలు చేయగలం.

అన్నం వార్చిన గంజి నీళ్ళలో ముచ్చటగా మూడు మునకలేసి ఆరుబయట నీరెండలో చల్లగాలికి ఒళ్ళారబెట్టుకుంటాం. అది మా జన్మజన్మల అదృష్టం. ఆ భాగ్యం మీకుందా'' అంటూ పట్టుచీరల దుమ్ము దులిపిన కాటన్ చీర మాటలకు జవాబు చెప్పలేక పట్టుచీరలు తలదించుకుంటాయి. ఇక్కడ చీరలు కేవలం ప్రతీకలు. శ్రమైక జీవనంతో గడిపే సామాన్య మహిళలకు కాటన్ చీరలు ప్రతీకలయితే, ఇంటి పట్టునే ఉండి దొరసాన్లకు, ధనిక మహిళలకు పట్టుచీరలు ప్రతీకలు. ఈ ప్రతీకలతో సామాజిక వ్యత్యాసాలను, డాబుసరి, అభిజాత్యం, అహంభావం మాటున దాగిన డొల్లతనాన్ని, నిస్సార హీనతని ప్రతిఫలించడమే ఈ కథలోని అంతస్సారం.

ఎదుటివారి స్థితిని అర్థం చేసుకొని వారికి సహాయపడుతూనే తమకు తాము దూరంగా మసిలే ఉత్తములు కూడా ఉంటారని **'కన్యాశుల్కం'** చదివితే బోధపడుతుంది. ఈ కథలోని కరుణాకర్ భార్య చనిపోవడంతో ఒంటరివాడవుతాడు. వ్యాపారవేత్తగా నిత్యమూ నిరంతరమూ బిజీగా ఉన్నప్పటికీ రాత్రి ఏకాంతాలు అతణ్ణి అన్యమనస్కతకు లోను చేస్తుంటాయి. భార్య జ్ఞాపకాలతో బతికే అతను మరో పెళ్ళి చేసుకోడానికి ఇచ్ఛగించడు. కానీ మిత్రుడు చంద్రబోస్ పెళ్ళి చేసుకోడం అనివార్యమైన పరిస్థితుల్ని సృష్టిస్తాడు. ఎదుటి అమ్మాయి కూడా అందుకు మనస్ఫూర్తిగానే ఒప్పుకుంటుందని తెలుస్తుంది. అయినప్పటికీ ఆమెకీ, తనకీ పాతికేళ్ళ వయసు అని తేడా గ్రహించి, పెళ్ళి ఏర్పాట్లు జరుగుతుండగా దూరంగా వెళ్ళిపోతాడు. అయితే ఆ అమ్మాయి కుటుంబానికి తన చక్కటి ఇల్లు రాసి ఇస్తాడు. ఈ కాలాన కరుణాకర్ లాంటి వాళ్ళు కూడా అక్కడక్కడ ఉండకపోరు. లేకున్నా ఉండాలని చెప్పడమే కథకుని ఉద్దేశం.

అత్తా కోడళ్ళ మధ్య వైరుధ్యాల్ని చాకచక్యంతో పరిష్కరించిన ఓ భర్త **'మసిపాతలో మాణిక్యం'** కనిపిస్తాడు. తల్లిని ప్రేమించే భర్తని నొప్పించడం ఎంత అర్థరహితమో చివరకు తెలుసుకున్న కోడలులో వచ్చిన పరివర్తనని హృద్యంగా చెప్పిందీ కథ.

అలాగే మానవ సంబంధాల ప్రాముఖ్యాన్ని, అమ్మమ్మల, బామ్మల, తాతయ్యల అవసరాన్ని తెలియజెప్పిన కథ **'మన మనిషి'**. చుట్టాల రాకపోకలు మనుషుల మధ్య సంబంధాలు పటిష్టం చేస్తాయని, మనుషుల్ని కలిపి వుంచే బంధాలుగా బంధుత్వాలు ఉపయోగపడతాయని గుర్తు చేస్తుంది 'మన మనిషి' కథ. ఈ కథలో చెప్పినట్టు ''మాట్లాడేందుకు మనుషులు దొరకని ఈ రోజుల్లో, మాట సాయానిక్కూడా ముందుకు రాని మనుషులే ఎక్కువగా వున్న ఈ కాలంలో, ఓ మనిషి మన ఇంటికి వస్తే బాగుండు, రెండు రోజులైనా వుంటే బాగుండు అనుకుంటున్నారంటే, ఆ మనిషి ఎంత గొప్ప మనిషి! అలాంటి వాళ్ళు దొరుకుతారా, ముందు ముందు మచ్చుకైనా కనబడతారా'' అన్నది సందేహమే. కానీ ఇలాంటి మనుషులు ఉండాలన్న ఆకాంక్షని బలంగా ప్రతిపాదించడం ఈ కథలోని మేలిమి సుగుణం.

ఈ సమాజం అనేకానేక వైరుధ్యాలమయం. ముఖ్యంగా ఆడవాళ్ళ బతుకు గమనం మరింత సంక్లిష్టం. తెలిసీ తెలియని వయసులో ఉన్న ఆడపిల్లలను లోబరుచుకొని అనుభవించాలనే దృష్టికోణం హేయం. ఇలాంటి పదిహేడేళ్ళ అబ్బాయి (అతడు కార్పోరేటర్ కొడుకు), పదహారేళ్ళ అమ్మాయిని లోబరుచుకోడానికి తియ్యనైన మాటలెన్నో చెబుతాడు. ఏకాంతంగా కలిసి ఎంజాయ్ చేద్దామంటాడు. అతని మాటలన్నీ రికార్డు చేసి అతని తల్లిదండ్రులకు వినిపించగా తలదించుకుంటారు. ఆ అమ్మాయి సాహసాన్ని

మెచ్చుకొని తమ కొడుకును సరిదిద్దుకోడానికి ప్రయత్నిస్తారు వాళ్ళు. సంభాషణాశైలిలో చిత్రితమైన **'సాహసం శ్వాసగా సాగిపో'** కథ ఇది. సంయమనంతో, తెలివితో సమస్యల్ని పరిష్కరించుకునే అమ్మాయిలకు ప్రతినిధి ఈ కథలోని రమ్య పాత్ర.

ఆర్థికపరమైన సవాళ్ళు, సమస్యలు ఉన్నప్పటికీ పరస్పరం అర్థం చేసుకొని సర్దుబాటుతో ముందుకు వెళ్ళే అన్నదమ్ములు **'బతుకు పోరాటం మనసు ఆరాటం'** కథలో చూస్తాం. వ్యవస్థలో లోటుపాట్లు ఉన్నాయన్నది నిజం. అయినప్పటికీ ఉన్నంతలో పరిష్కారాలు వెదుక్కుంటూ జీవితాన్ని సాగించే వైయుక్తిక యత్నం మేలన్న దృక్పథాన్ని అందించే కథ ఇది.

అయితే వ్యవస్థాగత దోషాల పట్ల మౌనంగా ఉండక్కర్లేదు. తమకు తోచిన పద్ధతిలో, తమదైన రీతిలో ఎదుర్కోడానికి ప్రయత్నించడం, దోషాల్ని సరిదిద్దేందుకు ఉపక్రమించడం మంచిదనే వివేకాన్ని అందించే కథ **'సత్యం'**. ఒక బ్యాంకులో సామాన్య రైతుల పేరిట రుణాలు తీసుకొని అటు బ్యాంకు వారిని, ఇటు రైతులను మోసం చేసే బ్యాంకు మేనేజరు, మోతుబరి రైతుల్ని గమనిస్తాడు అటెండర్ సత్యం. సమయోచితంగా వ్యవహరించి వారి ఆట కట్టించడానికి ప్రయత్నించి సఫలమవుతాడు. ఎక్కడికక్కడ సాక్ష్యాలు సేకరించి తన పేరు బయటకు రాకుండానే అసలు దొంగల్ని పట్టించే సత్యానిది తెర వెనుక పాత్ర. నిజాల వైపు, మంచి వైపు నిలబడాలన్న అతన తపన, నిజాయితీనే అన్యాయాల్ని ప్రతిఘటించే స్ఫూర్తిని ఇచ్చింది. వ్యవస్థతో పోరాడటమే కాక, వ్యక్తులతో తలపడటానికి సత్యం వంటి వ్యక్తులు ఈ సమాజానికి అవసరం.

వ్యవస్థతో తలపడటం ప్రతి సారి సాధ్యం కాకపోవచ్చు. అయితే తమ మూలాల్ని మరచిపోకుండా ముందుకు సాగే మనుషుల జీవనసరళి, ఆలోచానీరీతి ఎలా ఉంటుందో **'వానాగింది'** కథ తెలియజేస్తుంది. పోలవరం ప్రాజెక్టు ముంపు గ్రామాల్లోని పరిస్థితి, పునరావాస పథకాల డొల్లతనం, ఒకనాటి విప్లవపోరాటాలు నీరుగారిపోయిన తీరు, అడవిని నమ్ముకొన్న మనుషులు పట్నం బాట పట్టినపుడు నెలకొన్న ఘర్షణని హృద్యంగా చిత్రించింది 'వానాగింది' కథ. కథనం ఆసక్తికరంగా నడిచింది. అభివృద్ధి పేరిట నగరాల్లో, పట్టణాల్లో నెలకొనే సరికొత్త వికృత పోకడలు మనుషుల్ని ఎటూ కాకుండా చేస్తున్నాయనే వాస్తవాన్ని తెలియజేస్తుందీ కథ.

అభివృద్ధి రథచక్రాల మీద నలిగిపోయే మనుషులు డిప్రెషన్‌కు లోనయి, తమకు తాము దూరమై, ఎవరికీ కాకుండా బతుకు రుజాగ్రస్థమై కాలం గడిపే వ్యథార్త జీవుల సంవేదనని **'నాగేశు...'** కథ వివరిస్తుంది. ఈ కథలో అనేక పొరలు, విభిన్న దొంతరలు, అంతరాంతరాల్లోని చీకటి వెలుగులు, నిరాశా నిస్పృహలు బలంగా చిత్రితమయ్యాయి.

విభిన్న ఇతివృత్తాలతో సాగిన కస్తూరి కథాపర్వం వైవిధ్యంగా ఉండి పాఠకుల్ని ఆలోచింపజేస్తుంది. పాఠకుల్లో హృదయ సంస్కారానికి తావునిస్తుంది. జీవితం సరళరేఖ కాదు, అందుకని వక్రరేఖ అని కూడా తీర్మానించలేము. మనుషులంతా మంచివాళ్ళనో, చెడ్డవాళ్ళనో నిర్ణయించలేము. మంచీచెడు ఒకచోట కనిపిస్తుంటాయి. వ్యవస్థలో దోషాలున్నాయి. కొన్ని సుగుణాలూ ఉన్నాయి. వ్యవస్థలో మార్పులు వచ్చాకనే వ్యక్తుల్లో మార్పులు వస్తాయనే ఆలోచన సరికాదు. వ్యక్తులు మారుతూ వ్యవస్థలో మార్పు కోసం

ప్రయత్నించడం అవసరమనే అంశాన్ని అన్యాపదేశంగా నొక్కిచెబుతుందీ సంకలనం. అయితే కథలన్నిటీ చదివించేగుణం వుంది. హాస్యం, వ్యంగ్యం, అధిక్షేపం కలగలసి సీరియస్ విషయాలని కూడా అలవోకగా చెప్పే కథనరీతి కొన్ని కథల్లో కనిపిస్తుంది. కథని సరికొత్తగా చెప్పడానికి రచయితలు ప్రయత్నించారు. వైవిధ్యమైన కంఠస్వరాలు వీటిలో దాగున్నాయి. కథా పఠనం పట్ల ఆసక్తిని ఇనుమడిరపజేసే కథలే అధికం. అందుకే

ఈ కస్తూరి కథాపర్వాన్ని తెలుగు సాహిత్య ప్రపంచంలోకి సాదరంగా స్వాగతం చెబుదాం. ఈ సంకలనకర్తల ప్రయత్నం అభినందనీయం.

మీ
గుడిపాటి
పాలపిట్ట బుక్స్

చుట్టూ చెంగావి చీర

❖ శ్రీ గజ్జెల దుర్గారావు

అదొక ఇనుప బీరువా... చీకటి గుహలాంటి దాని అరలలో పదుల సంఖ్యలో పట్టుచీరలు నిద్రాణంగా పడున్నాయి. అర్ధరాత్రి కావస్తుంది. మధ్య అరలో ఓ మూల సరిగా మడతలు వెయ్యని పట్టుచీర వెక్కి వెక్కి ఏడుస్తుంది. దానికి ఆత్మహత్య చేసుకోవాలనే కోరిక నిమిష నిమిషానికి పెరిగి ఒక పోతుంది. మనకెందుకులే అని చుట్టూ దొంతరులుగా ఉన్న చీరలు నిద్రపోయినట్లు నిశ్శబ్దాన్ని నటిస్తున్నాయి..... బాధ్యత గల ఒక పాత పట్టుచీర మేలుకొంది. ఏడుస్తున్న పట్టుచీరను ఏమి జరిగిందని అడిగింది....

అసలు ఏం జరిగిందో తెలుసుకోవడానికి ఓ ఆరేడు గంటలు వెనక్కి వెళదాము.

అక్కడో ధనవంతుల పెళ్లి జరుగుతుంది అత్యంత వైభవంగా. రంగు రంగుల విద్యుత్ దీపపు కాంతులలో మరింతగా మెరిసిపోతున్నారు వచ్చిన వారంతా. పలకరింపులూ, దెప్పిపొడుపులూ, మన్నింపులూ, మర్యాదలతో ఆహ్లాదకరంగా ఉందా ప్రాంగణం.

హంగూ ఆర్భాటం అణువణువునా ప్రతిబింబిస్తున్నాయి. కోట్లకు పడగెత్తిన వారి సూట్లు ఇంగ్లీషులలో పలకరించుకుంటుంటే చుడీదార్లు, జీన్స్ ఫాంట్లు ముసిముసిగా నవ్వుకుంటూ ఒకరినొకరు

దొంగ చూపులు చూసుకుంటున్నాయి. కొన్ని బుజ్జి గౌనులు గెంతులు వేసుకుంటూ ఐస్ క్రీములు చుట్టూ తిరుగుతుంటే వాటిని పట్టుకోవడానికి రేమాండ్స్ ఫాంట్లు పరుగెడుతున్నాయి.

బయట సన్నగా చిరుజల్లులు పడుతున్నాయి. అంతలో ఆ హాలుకి ఓ పాతికడుగుల దూరంలో ఒక ఆటో ఆగింది. దాని నుండి దిగిందో ఖరీదు తక్కువ కాటన్ చీర. నెమలి నీలపు అంచుతో కళకళలాడుతుందా చెంగావి చీర. తెల్లని చిన్న చిన్న పూలను ఒళ్ళంతా పరచుకుని సాయంకాలపు తెల్ల చామంతి పూలతోటలా మనోహరంగా ఉందా మనసు కలనేత. ఒయ్యారాల కలబోత. దాని కుచ్చిళ్ళు చల్లని చిరుగాలితో దోస్తీ కట్టి కాస్త మెత్తబడుతుండగా హాలులోకి ప్రవేశించింది.

అక్కడక్కడా కొన్ని పట్టుపంచెలు, లాల్చీ పైజామాలు పాత జ్ఞాపకాలను నెమరు వేసుకోవడం మొదలుపెట్టడంతో పాత వాసన గిట్టని పూల చొక్కాలు గుంపుగా ఒక దగ్గర కూర్చుని తుళ్ళి తుళ్ళి పడుతున్నాయి. సెల్ఫీలలో అందంగా కనపడడానికి తెగ ఆరాట పడుతున్నాయి.

ముఖ్య అతిధిగా వచ్చిన ఖద్దరు చొక్కా ముందు నడుస్తుండగా వెనుక రెండు నీలం రంగు సఫారీలు గంభీరంగా అనుసరిస్తున్నాయి.

విలాసవంతమైన తమ జీవన ప్రమాణాలను ప్రదర్శనకు పెట్టినట్లుగా ఉంది అక్కడి వాతావరణం.

మంగళవాయిద్యాలు తమ శృతిని సవరించుకుంటున్నాయి. వాతాపిగణపతిం భజే... అంటూ సన్నాయి గొంతెత్తింది. పెళ్లి తంతు ప్రారంభమైంది.

బంగారు బొమ్మ రావేమే ..... సన్నాయి వధువుకి స్వాగతం చెబుతుంది.

పట్టుచీరలన్నీ ఓ దగ్గర చేరి ముచ్చట్లలో మునిగితేలుతున్నాయి. పెళ్లి పీటల మీద కూర్చున్న పట్టుచీరను చూసి కొన్ని మురిసిపోతున్నాయి. కొన్ని విమర్శిస్తున్నాయి. కొన్ని తమతో పోల్చుకుంటున్నాయి.

ఈ సందడినంతా చూస్తూ దూరంగా ఒద్దికగా కూర్చొంది కాటన్ చీర. కొద్దిసేపటికి కాటన్ చీర పక్కన చేరిందో పట్టుచీర. బంగారు జరీ ధగధగలతో ఊదా వర్ణపు కాంతులీనుతూ మెరిసిపోతున్నాదా కనికట్టు చీర.

కాటన్ చీరను ఎగాదిగా చూసి మంగళగిరా....!? అని అడిగింది. లేదండి.... చీరాల. నమ్రతగా బదులిచ్చింది కాటన్ చీర. ఎవరి తాలూకా......? అడిగింది పట్టుచీర.

పెళ్లి కూతురు ఇంట్లో పనిచేస్తుంది మా అమ్మ. మరి మీరు.....? ఎదురు ప్రశ్న వేసింది కాటన్ చీర.

పెళ్ళికొడుకు మేనత్త తాలూకా... అవునూ! ఈ మధ్య శుభకార్యాలలో ఎక్కడా కనపడట్లేదు. మీరు పెళ్లిళ్లక్కూడా వస్తున్నారా ఇంకా!? ఆశ్చర్యం నటిస్తూ వెటకారంగా నవ్వుతూ అడిగింది పట్టుచీర.

మనసు చివుక్కుమంది కాటన్ చీరకి. అయినా నవ్వుతూ దానిదేముందండీ రాకూడదని లేదుగా! మేం ఎక్కడికైనా వెళతామని బదులిచ్చింది.

సరేలే గానీ.... అదేంటి అప్పుడే నలిగిపోయావ్!? ఇస్త్రీ అయినా చేయించలేదా నిన్ను మీ అమ్మ?..... వేళాకోళ మాడింది పట్టుచీర.

చురుక్కున చూసి, అంతలోనే సర్దుకుని చేసిందేనండీ.....అయినా మేం ఎంత నలిగితే అంత అందం కదండీ అంది కాటన్ చీర.

దాని చేతిలోని మడత నలగని తెల్లని పిల్ల ఖర్చీఫ్ కిసుక్కున నవ్వింది.

పట్టుచీరకి అహం దెబ్బతింది.

అదిగో! పెళ్లి పట్టుచీర మా కంచిదే ..... చాలా బాగుంది కదూ!

మొత్తం మంటపానికే కళొచ్చింది. ఏదైనా మేము చాలా ప్రత్యేకం. ఎవరు పడితే వాళ్ళు కొనలేరు మమ్మల్ని. నువ్వెప్పుడైనా దగ్గరగా అయినా చూశావా?

అంటూ మిడిసిపడి పోతూ అడిగింది పట్టుచీర కాటన్ చీరను.

చాలా బాగుందండీ....చూడక పోవడమేంటండీ,ఎంత ఖరీదువైనా మూటలు కట్టాలంటే మేమే కావాలి కదండీ.... వినయంగా బదులిచ్చింది కాటన్ చీర.

అవునులే! మీరు మూటలు కట్టడానికే పనికొస్తారు అంటూ వెకిలిగా నవ్వింది పట్టుచీర.

మనసు గాయపడిన కాటన్ చీర చిన్న చిరునవ్వు నవ్వి ఊరుకుంది. పెళ్లి జరుగుతూ ఉంది. మంత్రోచ్ఛారణతో సంప్రదాయ బద్ధంగా.

"కాస్త పెర్ఫ్యూమ్ అయినా పూసుకోవలసింది. చెమట వాసన ,రాదూ...?" అంది పట్టుచీర పొగరుగా కాటన్ చీర వైపు చూస్తూ.

అక్కడ నుండి వెళ్లిపోదామనుకుంది కాటన్ చీర. అయినా ఎందుకు వెళ్ళాలి? అని మనసులోనే అనుకుని , తమాయించుకుని మమ్మల్ని ఎప్పటికప్పుడు ఉతికేస్తారు కదండీ.... మీరంటే ఎప్పుడో గాని ఉతుకుపడరు కదా! మీకు అవసరం పెర్ఫ్యూమ్. మాకు అవసరం లేదండీ.... అంది ఎక్కడా తగ్గకుండా, ధైర్యంగా.

కాల్చి వాత పెట్టినంత పనయింది పట్టు చీరకి.

శృతిని, తాళాన్ని మరచిపోయి భజంత్రీలు హోరెత్తాయి. జీలకర్ర- బెల్లం తతంగం ప్రారంభమయింది. పట్టుచీరలు, ఖరీదైన షిఫాన్ చీరలు, ఖద్దరు చొక్కాలు, షేర్వాణీలు, సూట్లు, బ్లేజర్లు వరసకట్టాయి అక్షింతలు వేయడానికి. వాటికీ దారినిస్తూ వెనక్కి వెనక్కి జరుగుతున్నాయి నేత చీరలు, ఇస్త్రీ లేని చొక్కాలు, పల్లెటూళ్ళ నుండి వచ్చిన ఒకటి రెండు లుంగీ పంచెలు. గబగబా అక్షింతలు వేసి ఫోటోగ్రాఫర్ వైపు కూడా చూడకుండా వెనక్కి వచ్చేసింది కాటన్ చీర.

భోజనాల సందడి మొదలయింది. వస్త్ర సముదాయమంతా కుర్చీలను ఆక్రమించింది తరతమ బేధం లేకుండా. రకరకాల పిండివంటలు,స్వీట్లు, పచ్చళ్ళు , వేపుళ్ళు, బిరియానీలు ఘుమఘుమలాడుతున్నాయి. కొన్ని సెగలు కక్కుతున్నాయి. కొన్ని వగలు బోతున్నాయి. ప్లేట్లలో సగం సగం మిగిలిపోయిన పదార్థాలు తినకుండా వదిలేసి వెళ్ళిపోతున్న వారిని శాపనార్థాలు పెడుతున్నాయి.

కాటన్ చీర పక్కనే కూర్చుంది పట్టుచీర. మెతుకులు మీద పడకుండా... కూరలు అంటకుండా... నీరు నూనె తగలకుండా భయం భయంగా దూరం దూరంగా... జరుగుతూ, కదులుతూనే ఉంది భోజనం పూర్తయ్యే వరకు.

భోజనాలు ముగిసాయి.

"ఇలాంటి భోజనం ఎపుడైనా చూశావా?... అడిగింది పట్టుచీర. చూడ్డానికే ముందండీ.... తినగలగాలి గానీ..... పాపం మీ యజమాని సరిగా తిన్నట్లు లేరు ఎక్కడ మీరు
పాడవుతారోనని...."అంది కాటన్ చీర.

అవునూ నిజమే! నిజాయితీగా ఒప్పుకుంది పట్టుచీర. విరామం లేకుండా పాటలు పాడుతూనే ఉంది సన్నాయి. భోజనం పూర్తవగానే ఖద్దరు చొక్కా సఫారీలతో సహా సెలవు తీసుకుంది.

కుచ్చుల గౌను ఐస్ క్రీమ్ మరకలు తుడుచుకుంటుంది. జీన్స్ ఫాంట్లు ఏ. సి చల్లదనానికి మరింతగా ముడుచుకుపోయి ఒంటికి హత్తుకుంటున్నాయి. లాల్చీపైన ఉత్తరీయం మడతలు విదుల్చుకుని పెద్దాయన చేతులు తుడుస్తుంది.

ఎన్నేళ్లయింది మీరు బయటకొచ్చి? దారిలో నడుస్తూ పట్టుచీరని అడిగింది కాటన్ చీర కాస్త చనువుగా.

మా యజమానికి నా లాంటివి చాలా ఉన్నాయి.

పోచంపల్లి, ధర్మవరం, ఉప్పాడ, మదనపల్లి.... మొత్తం ఓ అరవై పైనే ఉంటాయి. నేను బయట కొచ్చి మూడేళ్లయి ఉంటుంది అటు ఇటుగా అంటూ బదులిచ్చింది పట్టు చీర కించిత్ గర్వంగా.

మూడేళ్లే !..... అంటే మరో మూడేళ్ళ వరకు మీరు బయటకు రారన్న మాట ! ఈ లోగా మేం చాలా ప్రపంచాన్ని చూసేస్తాం అంది కాటన్ చీర దిలాసాగా.

పట్టుచీరకీ ఉక్రోషం పుట్టుకొచ్చింది.

అయితే ఏంటి మీరు చూసే ప్రపంచం? మాకో డిగ్నిటీ ఉంది. ఎక్కడికి పడితే అక్కడికి, ప్రతి అడ్డమైన చోటికి మేం మీకులాగా గాలికి తిరగం. మాకుండే గౌరవం మీకెక్కడిది?అంది తీవ్ర స్వరంతో.

ఆ అరుపులు విన్న చీరలన్నీ తలతిప్పి చూశాయి. ఒక వెండి జరీ బెనారస్ కల్పించుకుని వదిలేయ్ వే దానితో మనకేంటి? ఇలాంటి వాళ్ళని ఎక్కడుంచాలో అక్కడుంచాలి. లేదంటే మనల్ని సంతోషంగా ఉండనివ్వరు అంది పట్టుచీరను బుజ్జగిస్తూ.

కాటన్ చీరకి ఆత్మాభిమానం దెబ్బతింది.

మీకు సుఖం ఉంది గానీ సంతోషమెక్కడుందండీ......

పూలమొక్కల మధ్య తిరగలేరు. చేలగట్ల మీద నడవలేరు. తనివితీరా నాలుగు వాన చినుకులలో తడవలేరు. మేము రంగుల వసంతాలడగలం. నదులలో పుణ్యస్నానాలు చేయగలం. అన్నం వార్చిన గంజి నీళ్లలో ముచ్చటగా మూడు మునకలేసి ఆరుబయట నీరెండలో చల్లగాలికి ఒళ్ళార బెట్టుకుంటాం. అది మా జన్మజన్మల అదృష్టం. ఆ భాగ్యం
మీకుందా? అంటూ చుట్టూ చేరిన పట్టుచీరల దుమ్ము దులిపింది.

ఆ దెబ్బకి బెనారస్ అక్కడినుండి సర్దుకుని అటు తిరిగింది. మిగిలినవి ఏదో పనున్నట్లు అక్కడి నుండి నెమ్మదిగా తమ చూపులు తిప్పుకున్నాయి.

"ఏంటే! ఎక్కువ మాట్లాడుతున్నావ్ ? నువ్వెంత నీ బతుకెంత? మా జరీ అంచులో వందో వంతు ఖరీదు చెయ్యవు. అసలు నిన్ను ఇక్కడికి ఎవరి రానిచ్చారు? నీతో ఇంతసేపు మాట్లాడ్డమే ఎక్కువ." అంటూ విరుచుకుపడింది పట్టుచీర.

కళ్లనీళ్లు తిరిగాయి కాటన్ చీరకి.

"ఏం విలువ?" ఎండకి చల్లదనాన్ని, చలికి వెచ్చదనాన్ని ఇవ్వడమే తెలుసు మాకు. పిల్లల చేతులు తుడుస్తాం. భర్తలకు పానుపులవుతాం,పాతబడితే పసిబిడ్డలకు ఊయలలవుతాం. చింకిపోయిన చివరి దశలో మసి గుడ్డలై యజమానుల ఋణం తీర్చుకుంటాం. అదే మా విలువ . అదే మా బతుకు. మీకు లాగా మార్పిడి బతుకు కాదూ మాది. అది ఆవేశంగా.

ఏయ్! మాటలు జాగ్రత్త. మూలాలు మర్చిపోయి మాట్లాడుతున్నావు. అంటూ కళ్ళెర్ర జేసింది పట్టుచీర.

మర్చిపోలేదండి! ప్రేమ,సేవ,త్యాగం మా మూలాలు. అసలు మీ పుట్టుక వెనుక వెయ్యి పురుగుల ప్రాణత్యాగం ఉందని మీకు తెలుసా?....

అదిగో! ఆ తలంబ్రాలు చీరను చుడండి. అది మా జాతిదే. ఒళ్ళంతా పసుపు కుంకుమలు పూసుకుని ఎంత సగర్వంగా కూర్చుందో! కళ్లారా చూడండి,చూడగల్గితే.

యేళ్ళ తరబడి బీరువా చీకటి గదులలో మగ్గి మగ్గి ముక్కి పోవడమే కదా మీ విలువ ... మీ మర్యాద.

ఏమనుకోకపోతే ఒక్క మాట ..... మీదొక బతుకాండీ! అంది కాటన్ చీర ఉద్వేగంగా.

పక్కనే ఉన్న పిల్ల ఖర్చీఫ్ ఈలవేసి చప్పట్లు కొట్టింది.

పెద్దవాళ్ళతో ఎందుకమ్మా గొడవ? ఊరుకో! అంటూ కాటన్ చీరను సముదాయించడానికి ప్రయత్నించింది అక్కడే ఉండి అంతా గమనిస్తున్నాఒక నేత చీర.

నువ్వూరుకో పెద్దమ్మ ! ఆవిడ ఎంత అవమానకరంగా మాట్లాడిందో తెలుసా మన గురించి? అక్కా నువ్వు సరైన సమాధానమే చెప్పావ్. తగ్గాల్సిన అవసరమే లేదు అంటూ దూసుకొచ్చింది ఖర్చీఫ్.

ఎటూ చెప్పలేని బెంగాలీ కాటన్ లు, జార్జెట్లు మనకెందుకులే అని తలతిప్పుకున్నాయి.

పట్టుచీరకి నోట మాటరాలేదు. సిగ్గుతో తలదించుకుంది.

నా మాటలతో మిమ్మల్ని బాధపెట్టి ఉంటే మన్నించండి. మీరంటే నాకు ఎంతో గౌరవం. ముమ్మాటికీ మీరు ఖరీదైన వారే. ప్రత్యేకమైన వారే కాదనను. కానీ గొప్పదనం కేవలం ఖరీదు వల్లే వస్తుందా? మీరే చెప్పండి. పండుగలైనా, శుభకార్యాలైన , ఎక్కడైనా మీరుంటే ఆ కళే వేరు. మీ దర్జా . ఠీవి మాకెప్పటికీ రాదు. మీ బోటివారికి మమ్మల్ని చులకన చేయడం తగునా? .... అనునయంగా, పెద్దరికంగా ప్రశ్నించింది కాటన్ చీర.

బదులు చెప్పకుండా మౌనంగా చూపును నేలకు తరలించింది పట్టుచీర. చుట్టూ చెంగావి చీర .. కట్టాలే చిలకమ్మ..పాటందుకుంది సన్నాయి . ముసి ముసి గా నవ్వుతూ కాటన్ చీర వైపు చూసింది ఖర్చీఫ్. పెళ్లి ముగిసింది. పసుపు బట్టలు తలంబ్రాలు ఒలకబోసుకుంటూ అరుంధతిని చూడటానికి ఆరు-బయటకు

వచ్చాయి. భజంత్రీలు చప్పుడు చేయకుండా డబ్బులు పంచుకుంటున్నాయి. కార్లు, చీరలు, నగలు, షేర్వాణీలు, సూట్లు తిరిగి తమ ఇళ్లకు వెళ్లిపోయాయి.

★★★★★

అర్థరాత్రి బీరువాలో చేరిన కంచి పట్టుచీరకు చీకటి కొత్తగా తోచింది. సంవత్సరాల తరబడి అలవాటయిన చీకటైనా ఎందుకో భయంకరంగా కనిపించింది. మొదటిసారి తన దీనస్థితిని తలచుకుని భయంతో వణికింది. దాని మనసంతా దిగులుతో నిండిపోయింది. ఏడవడం మొదలుపెట్టింది....ఇదంతా విన్న పాత పట్టుచీర " ఈ మాత్రం దానికేనా... ఊరుకో అంది. అక్కా! ఈ చీకటిని నేను భరించలేను" అంది గద్గద స్వరంతో కంచిపట్టు.....

"పిచ్చిదానా! ప్రపంచంలో ఖరీదైనవన్నీ ఏదో ఒక రోజు ఒంటరితనాన్ని,చీకటిని అనుభవించాల్సిందే. ఇది సత్యం.ఈ మాత్రానికే చచ్చిపోతారా?.... చచ్చిపోవాల్సింది నువ్వు కాదు. నీలోని అహం. చూడూ! ప్రశంసల్నీ, ఆహాఓహో ల పొగడ్తల్నీ పొందే వరాన్ని, చివరికి చీకట్లో మగ్గిపోయే శాపాన్ని ఒకేసారి ఇస్తాడే మనకు దేవుడు. వరానికి తరించాలి. శాపాన్ని భరించాలి... అదే మన జీవితం. అర్థమైందా!?" అంది . మౌనంగా తలూపింది పట్టుచీర, నీకో విషయం తెలుసా?

నేను ఈ చీకట్లో కలిసిపోయి ఐదేళ్లయింది. కొత్తలో ఏడ్చాను కొన్నాళ్ళు బాధపడ్డాను. ఇప్పుడు అలవాటు పడిపోయాను.

ఏదో ఒకరోజు బయటికి వెళ్లిన నాడు చుట్టూ ఉన్న వాటిని చూసి ఆనందించాలి. తోటి వారిని గౌరవించాలి.అప్పటి వరకూ ఆ పాత జ్ఞాపకాలను పంచుకోవాలి. సరేనా ! అంటూ కంచి పట్టుచీరను సముదాయించి కళ్లనీళ్లు తుడిచి అక్కడినుండి వెళ్ళిపోయింది ఆ పాత పట్టుచీర.

పట్టుచీరకీ మనసు తేలికపడింది. ఈ సారి ఆ చెంగావి రంగు చీర ఎదురైతే
హృదయానికి హత్తుకుని క్షమాపణ చెప్పాలని నిశ్చయించుకుంది. ప్రశాంతంగా నిద్రలోకి జారుకుంది.

----★★----

పరిచయం

శ్రీ గజ్జెల దుర్గారావు
ఫోన్ : 9491728256.

ఈమెయిల్ : gajjeladurgarao@gmail.com

స్వస్థలం గొల్లపూడి గ్రామం, ఎన్టీర్ జిల్లా.ఆంధ్రప్రదేశ్.

వృత్తి: ఉపాధ్యాయుడు.

గజ్జెల దుర్గారావుగారు ఉపాధ్యాయునిగా పనిచేస్తూ, గతంలో డిస్ట్రిక్ట్ రిసోర్స్ పర్సన్(DRP)గా పనిచేసి,అనేకమంది ఉపాధ్యాయులకు అనేక వృత్తి పరమైన అంశాలపై శిక్షణ ఇచ్చారు. కృష్ణాజిల్లా అంగలూరులో గల 'డైట్ కాలేజీ'తో అనుబంధం కలిగి,అక్కడ జరిగే అనేక విద్యా కార్యక్రమాలలో పాల్గొన్నారు. ప్రభుత్వ పాఠ్య పుస్తక రచయితగా, రాష్ట్ర స్థాయి రిసోర్స్ పర్సన్ గా పని చేశారు.

ముఖ్యంగా డైట్ నుండి వెలువడిన బాలసాహిత్యంలో ప్రముఖపాత్ర వహించడమే కాక,డైట్ నుండి మాసపత్రికగా వెలువడిన 'కృష్ణా తరంగాలు'పత్రిక ఎడిటోరియల్ బోర్డు సభ్యునిగా పనిచేసి, మంచి కథలు రచించడమే కాక, వాటికి చక్కని బొమ్మలు వేశారు. ఏ సాహిత్యాంశం పైనైనా విశ్లేషణ చేయగల దిట్ట దుర్గారావు మాస్టారు.

వానాగింది

❖ శ్రీ "బహుశా" వేణుగోపాల్

వాన మొదలైంది. రాం ముక్కయ్య అపార్ట్ మెంట్ గ్రౌండ్ ఫ్లోర్ నుండి దూరంగా కనబడుతున్న కొండల వైపు చూస్తున్నాడు.సాయంత్రం కావడం మూలాన ముసురు తెర కొండల్ని కనబడకుండా చేస్తుంది.మబ్బు రెప్పలకు వేళ్ళాడి వేళ్ళాడి రాలిపడే ఆనంద భాష్పాల్లా వాన చినుకులు.మహా సముద్రం మబ్బుల్లోంచి ప్రవహిస్తున్నట్లు వాన.

పదేళ్ళ క్రితం అదే కొండల్లో ఇలా వర్షం కురుస్తున్న సాయంత్రం తడిసి ముద్దయి పోయాడు.చేతిలో తుపాకీ మీద నుండి జారుతున్న చినుకులు నేల మీద వర్షం నీళ్లతో కలిసిపోతున్నాయి. తన తోటి దళమంతా జనజీవన స్రవంతిలో కలిసి పోదాం అని నిర్ణయించుకోగానే ఒంటరిగా కొండల్ని చూస్తూ ఎంతసేపలా కొండలా నిలబడిపోయాడో తనకే తెలియదు. అడవి పాడే పాట అతడికి తెలుసు.తనూ గొంతు కలిపాడు.

తెల్లారగానే దేవీపట్నం పోలీస్ స్టేషన్లో లొంగిపోయారు. అల్లూరి సీతారామరాజు గెలిచిన పోలీసు ఠాణాలో తన ఓటమి తనకు అర్థం కాలేదు. కొందరు దానిని సర్దుబాటు
ఇంకొందరు బాధ్యత అన్నారు కొందరేమో సమాజం కోసం మనమెందుకిలా బలి కావాలన్నారు.

రాం ముక్కయ్య సింగనపల్లి చేరుకున్నాడు.వంద కుటుంబాలుండే పల్లెలో అతడంటే ప్రతి గడపకు గౌరవమే.కొడుకులిద్దరూ చదువుకోవడానికి వెళ్ళిపోగానే అతడి పెళ్ళాం కన్నమ్మ అడవికి తేనె కోసం వెళ్ళిపోతుంది.కొన్ని రోజులు గోదాట్లో వెళ్లే లాంచీలను తన రేకుల షెడ్డులో కూర్చుని చూస్తూ ఉండేవాడు. కొండల్ని ఎక్కి దిగిన కాళ్ళు, అడివంతా ఆడిపాడిన కాళ్ళు, యుద్ధం చేసిన కాళ్ళను కట్టేసుకుని కూర్చోలేకపోయాడు. పొద్దస్తమానం సింగనపల్లి రేవులో చింతమాను మొదట్లో కూర్చుని వలలు పట్టుకుని బోట్లేసుకుని వెళ్లే చేపలోళ్ళను చూస్తుండేవాడు. వర్షం కురుస్తున్నప్పుడు గోదావరి ఒడ్డున కూర్చుని నదిలోకి దూకే చినుకుల్ని పట్టుకునే వాడు. చినుక్కీ, చేపకీ మధ్య దోబూచులాట చిత్రంగా చూసేవాడు. ఆకులన్నీ అడవయ్యినట్టు, ఆలోచనలన్నీ మౌనమయ్యాయి.

ఉన్నట్టుండి ఓ రోజు అడవికి పోలీసు జీపొచ్చింది. అందులోంచి పోలీసు సెక్యూరిటీతో దిగిన వీఆర్వో అందర్నీ సమావేశ పరిచాడు.

"పోలవరం ప్రాజెక్టు కడుతున్నారని మీకందరికీ తెలుసు. పోలవరం ముంపు గ్రామాల్లో సింగనపల్లి ఉంది. కాబట్టి ప్రభుత్వ ఆదేశానుసారం అందరూ ఊరిని ఖాళీ చేయాలి. మీరు పోగొట్టుకునే ఇళ్ళకు,భూములకు ప్రభుత్వమే నష్టపరిహారం ఇస్తుంది" అని చెప్పాడు.

కానిస్టేబుల్ జాన్ అంతా వింటున్న రాం ముక్కయ్య ముఖంలోకి చూస్తుండిపోయాడు. అన్నీ తమకు తెలిసినట్టు ఎదురు తిరగని జనంలానే రాం ముక్కయ్య కూడా మాట్లాడలేదు. రాం ముక్కయ్య జాన్ వైపు చూశాడు. ఇద్దరి కళ్ళు కలుసుకున్నాయి.ఆ నాలుగు కళ్ళు ఏదో మాట్లాడుకున్నాయి.పోలీసు జీపు వెళ్ళిపోయింది.

రాత్రి పల్లె పెద్దలందరూ సమావేశమయ్యారు.పిల్లాజెల్లా పోగయ్యారు.తలో మాట మాట్లాడారు.పల్లె విడిచి వెళ్ళక తప్పదని అందరికీ తెలుసు. కానీ అడవిని వదిలి వెళ్ళే క్షణాల్ని తలుచుకుంటూ కొందరు ఆడాళ్ళు ఏడుపందుకున్నారు. ఆళ్ళని చూసి పిల్లలు గుక్కపట్టారు. మగాళ్ళు మేఘాల్లా గంభీరంగా కూర్చున్నారు. వీళ్ళు కూడా కన్నీరెడితే గోదారికి వరదొస్తది. అందుకే అందరూ లోపలే దిగమింగుకున్నారు.ఆ రాత్రి అడవిలో ఆకులు కదలడం లేదు.జనం కంటి రెప్పలు మూతపడడం లేదు.

పొద్దున్నే కత్తి నూరుకుని రాం ముక్కయ్య అడవికెళ్ళిపోయాడు.వెదురు పొదలు కొండకు రెక్కల్లా ఉన్నాయి.చిన్నప్పుడు నాన్నతో అడవికి వచ్చిన జ్ఞాపకాలున్నాయి.వెదురు కర్రను నరికాక పొద నుండి లాగడానికి నాన్నకు సాయం చేసేవాడు.ఋషిలాగా నాన్న ఏకాగ్రతతో నిచ్చెన చేస్తుంటే శ్రద్ధగా చూసేవాడు. కన్నాపురం,దొరమామిడి,బుట్టాయిగూడెం సంతల్లోకి నిచ్చెనల్ని మోసుకుపోయి అమ్మడంలో ఉడుత సాయం చేసేవాడు.

రాం ముక్కయ్య లేత వెదురు గడని వెదికి నరికాడు. ఇంచుమించు ఒక్కొక్కటి మూర పొడవుండేలా కణుపుల కిందకు కోసి వాటి మూతి మూయగలిగేలా చిన్న వెదురు కణుపుల్ని బిరడాల్లా చెక్కాడు. వాటిని ఇంటికి పట్టుకెళ్లి బోన్ లెస్ చికెన్ కి ఉప్పు-కారం, మసాలా, అల్లం, వెల్లుల్లి పేస్టు, కొద్దిగా పెరుగు పట్టించి బొంగుల్లో కూర్చాడు.వాటికి వెదురు బిరడాని బిగించాడు.ఒక గుంత తవ్వి అందులో చితుకులు,కట్టెలు వేసి

నిప్పుల దాలి తయారు చేసి దానిమీద బొంగు చికెన్ కాల్చాడు.చికెన్ కాలాక బయటకు తీసి కొత్త బొంగుల్లో నింపుకుని సింగనపల్లి రేవు నుండి కొల్లూరు వెళ్లే లాంచీని ఆపి ఎక్కాడు.

పాపికొండలు విహార యాత్రకు వెళ్లే యాత్రికులు కొల్లూరు దగ్గర విడిది చేస్తారు.ఇసుక దిబ్బ మీద అందంగా వెదురుతో కట్టిన కాటేజీల్లో ఉంటారు.

రకరకాల జనం ఎక్కిదిగే చోట బొంగు చికెన్ పెట్టుకుని కూర్చున్నాడు.బొంగు చికెన్ అంటే జనాలకు మాలావు పిచ్చి.అవి అమ్ముకుంటూనే జనాల గురించి ఆలోచిస్తుంటాడు.ఒక్కో మనిషి ఒక్కో ప్రపంచంలా కనబడుతుంటారు.ఎవరి జీవితం వాళ్ళది.పక్కోడి కష్టం వైపు చూసే తీరిక లేని జనం...పచ్చని చెట్టుని పెంచే ఓపిక లేని జనం ప్రకృతిలోకి పరిగెట్టుకొస్తుంటే ముచ్చట పడిపోతాడు.అప్పుడప్పుడు కానిస్టేబుల్ జాన్ లాంచీల మీద నుండి కొల్లూరు రేవులో దిగుతాడు. కాటేజీలు చుట్టూ తిరిగొచ్చాక బొంగు చికెన్ తింటాడు.ఒక్కోక్కప్పుడు వాళ్ళేమీ మాట్లాడుకోరు.అలా నిశ్శబ్దంగా కలయికలు ముగిసిన రోజులు అనేకం. అప్పుడప్పుడు కొంచెంగా ఏదో మాట్లాడుకుంటారు.వాళ్ళిద్దరూ ఒకే స్కూల్లో ప్రాణమిత్రులై చదువుకున్నారు.రాం ముక్కయ్య,జాన్ ఇంటికి క్రైస్తవ ప్రార్థనలకు వెళ్ళేవాడు.ఇంటర్ దాకా చదివాక ఇద్దరూ రెండు ఎదురురెదురు దారులయ్యారు. కొన్నాళ్ళకు ఇద్దరి చేతుల్లోకి తుపాకులొచ్చాయి. జనజీవన స్రవంతిలోకి రమ్మని ఎన్నోసార్లు జాన్ రాం ముక్కయ్యని బతిమాలాడు.ఒకే నేలపై నిలబడ్డా వేరు వేరు చూపులున్న వాళ్ళకు,ఒకరి భావాలతో ఒకరు విభేదించినా, ఒకరిపై ఒకరికి గౌరవం ఉండేది.

“మనూరు ముంపు ప్రాంతం. ఊరొదిలి ఎక్కడికెళదామనుకుంటున్నావు?” అని జాన్ ప్రశ్నించినప్పుడు రాం ముక్కయ్య నుండి సమాధానం వచ్చేది కాదు.ఎదురుగా పారుతున్న గోదారికవతల కొండ అంచులో పచ్చికమేస్తున్న అడవి గేదెల్ని చూస్తూ కూర్చునేవాడు.లాంచీలో ఎక్కేసాక ప్రయాణికులు చికెన్ తినేసి వెదురు బొంగును గోదారిలో పడేసేవారు. అవి మళ్ళీ తన ముందు నుండి తేలుతూ వెళుతుండేవి. అలలకు అవి నాట్యమాడుతూ ఉంటే వాటిని చూసి రాం ముక్కయ్య పెదాలపై ముసిముసి నవ్వొకటి ఆడేది.లాంచీల రాకపోకలు లేనప్పుడు కళ్ళు మూసుకుని గడ్డం కింద చెయ్యొట్టుకుని అలలు చేసే అల్లరి,పక్కనున్న కొండపై పక్షులు పాడే పాటలు వింటుండేవాడు.

మసక సంధ్యలో కొండల మీద చుక్కలు పొడిచాక సింగనపల్లి వెళ్ళే లాంచీలెక్కి వెళ్ళిపోయేవాడు.ఒక్కోసారి రేవులో లాంచీ ఆగకపోయినా గోదాట్లో దూకి రేవులోకి చేరేవాడు. గోదాట్లో ఈదేటప్పుడు తాదాత్మ్యత పొందేవాడు. ఈత ఆపేసి నదిలో ఐక్యమయి పోవాలనుకునేవాడు.

ఓ సాయంత్రం పంచాయతీ గుమాస్తా సింగనపల్లి వచ్చి పరిహారం చెక్కుల రూపంలో తీసుకోవడానికి పోలవరం ఎమ్మార్వో ఆఫీసుకి అందర్నీ రమ్మన్నారని కబురందించాడు. అందరూ పొద్దుటే అక్కడకు చేరుకున్నారు.తమ లాగే చాలా ఊళ్ళోళ్ళు ఉన్నారక్కడ.చేసేదేమీ లేదన్నట్టు అందరూ మామూలుగానే నవ్వుకుంటూ ఉన్నారు. వేరే వేరే విషయాల్ని మాట్లాడు కుంటున్నా రు.ఎవరి దారి వారిది.మధ్యాహ్నం దాటిపోయినా చెక్కులివ్వలేదు.ఆఫీసర్ రాలేదని, ఎమ్మెల్యే రావాలని సాయంత్రం దాకా అక్కడే కూర్చోబెట్టారు.రాజకీయ నాయకులకు చెందిన మనుషులు,దళారులు అక్కడకు వచ్చారు.చెక్కులు మార్చడానికి,పరిహారం ఎక్కువ రాయించినందుకు తమ తమ వాటాల కోసం తయారుగా ఉన్నారు.

సాయంత్రం చెక్కులిచ్చారు. తనలాంటి రేకుల షెడ్డు ఉన్న పక్కింటాయనకు 75 లక్షలు ఇస్తే తనకు 12 లక్షలు ఇచ్చారు. రాం ముక్కయ్య నవ్వుకున్నాడు.చేతిలోకొచ్చిన చెక్కులను చూసి జనాలు లబోదిబోమంటున్నారు.ఇంకొందరు నమ్మకం లేనట్టు మొహాలు పెట్టారు.ఎప్పుడూ అడవిలో చూడని జనం కూడా చెక్కులందుకున్నారు.పుట్టి బుద్దెరిగాక తాను వాళ్ళనెప్పుడూ చూడలేదు. అన్యాయం జరిగిన వాళ్ళు కాసేపు అటూ ఇటూ చూసి గోడు వినేవాడు లేక వెళ్ళిపోతున్నారు. వ్యక్తిగత, భూ పరిహారాలతో 20 లక్షలు అందుకుని రాం ముక్కయ్య జనం మధ్యలో నుండి బయటికి నడుస్తున్నాడు.జాన్ మాటలు చెవుల్లో మ్రోగుతూనే ఉన్నాయి.ఇది పోరాటాల కాలం కాదు, ప్రజలు విప్లవాలకు సముఖంగా లేరు.

రెండ్రోజుల తర్వాత అడవిలోకి నాగరికత నడిచొచ్చినట్టు బైక్ లు,కార్ల కంపెనీలు ఎగ్జిబిషన్లు నిర్వహించారు.జనం ఎగబడిపోతున్నారు.గిరిజనుల ఆశలు,అమాయకత్వాలే కంపెనీల వ్యాపారం.అదేదో సినిమాలో హీరో వాడిన బైకును ఆరు లక్షలకు కొన్నాడో కుర్రాడు.అది చూసి రాం ముక్కయ్య పెద్ద కొడుకు భీమరాజు పోరితే ఆరు లక్షలు పోసి ఆ బైక్ ను కొనివ్వక తప్పింది కాదు.ఎక్సేంజ్ ఆఫర్లతో రాని వాళ్ళకు ఆకర్షణ వల విసిరారు కంపెనీల వారు.బుల్లెట్ల సౌండ్లకు అడవి పక్షులు బెదురుతో వింటున్నాయి.తుపాకీ శబ్దం విన్నట్లు ఎగిరిపోతున్నాయి.అడవి రోడ్లు ఎల్ బోర్డు తగిలించుకున్న కారులు తమ మీద నుండి చడీ చప్పుడు లేకుండా ఎప్పుడు నడిచెళ్ళి పోతున్నాయో తెలియక బిత్తరపోతున్నాయి.

చాన్నాళ్ళ తర్వాత ఓ రోజు చిన్న కొడుకు రాజయ్య కన్నమ్మ దగ్గర్నుండి డబ్బులు తీసుకుంటూ ఉండగా రాం ముక్కయ్య చూసాడు.కొడుకు,భార్యల కళ్ళల్లో కంగారు రాం ముక్కయ్య గమనించాడు.ఏమీ మాట్లాడకుండా ఇంట్లోకెళ్ళిపోయాడు.రాజయ్య బయటకెళ్ళి పోయాక కన్నమ్మని నిలదీశాడు.

"రాజయ్య క్రికెట్ పందేలు కాస్తున్నాడు. డబ్బులన్నీ పందేల్లో పోయాయమ్మా. నాకు డబ్బులివ్వకపోతే ఇంట్లోంచి వెళ్ళిపోతానని,చచ్చిపోతానని బెదిరిస్తున్నాడు.కన్నపేగు కదా అని చాలా రోజులుగా డబ్బులు ఇస్తున్నానయ్యా అని భయపడిపోతా చెప్పింది.

రాం ముక్కయ్య భార్యని అర్థం చేసుకున్నాడు. కొడుకుతో మాట్లాడదామని ఆ రాత్రి ఎదురుచూశాడు. కొడుకు రాలేదు. తెల్లారాక చుట్టాలింటికి వెళ్ళాడేమోనని కబురురెట్టాడు. ఎవరూ తమ దగ్గరికి రాలేదన్నారు.

చుట్టూ పక్కల ఊళ్ళన్నీ వెతికాడు.ఆడి సావాసగాళ్ళను అడిగాడు.జాడ లేదు. కానిస్టేబుల్ జాన్ ను కలిస్తే "బెట్టింగుల విషయం నీకు తెలిసిపోయుంటుందని, నువ్వు కొడతావేమోనని వాడు భయపడి ఎక్కడికో వెళ్ళుంటాడు.వాడే వస్తాడులే" అని ధైర్యాన్నిచ్చాడు. ఆ రాత్రి పొయ్యిలో పిల్లి లేవలేదు. వాన కుండపోతగా కురుస్తుంది. అరుగు మీద కూర్చున్న రాం ముక్కయ్య తునిగాకు చుట్టుకుని అగ్గి ముట్టించాడు. కన్నమ్మ తలుపుకానుకొని ఏడ్చి ఏడ్చి విచారంగా కూర్చుంది.పెద్ద కొడుకు నిద్రపోతున్నాడు వర్షం కొండల మీద నుండి కురిసి అంచుల దగ్గర దారి కట్టి అరికాళ్ళ లోతు పాయగా మొదలై పక్క కొండల నీటిని కలుపుకుని మోకాలెత్తు కాలువగా లగెత్తుతుంది.వాన నీరు మోయలేని ఆకులు వంగిపోయిన బతుకుల్లా వాలిపోతున్నాయి.మెరుపు మెరిసినప్పుడల్లా కొండ పట్ట పగలు మిట్ట మధ్యాహ్నపు వెలుగులో కనబడినట్టు కనబడుతుంది. రాం ముక్కయ్య మెరుపు వెలుగు కోసమే చూస్తున్నాడు.రాత్రంతా అలానే కూర్చుని కొండల్ని చూస్తూనే ఉన్నాడు.

పొద్దుటే తుంపర తడుపుతుండగా గోదారి దగ్గరికెళ్ళాడు.నీరంతా గోదాట్లోకి అమాంతం దూకేస్తుంది.గోదారి ఎవర్నీ పట్టించుకోకుండా ఎర్రనీళ్లతో వెళ్లిపోతుంది.రాం ముక్కయ్య కొండనీటి ప్రవాహంలో దిగాడు.రెండు కాళ్లను ఒరుసుకుంటూ నీరు నది వేపు వెళ్ళిపోతుంది. నీళ్ళతో పాటు తను కూడా గోదాట్లోకి గెంతుదామనుకున్నాడు. కాసేపు కళ్ళు మూసుకుని తమాయించుకున్నాడు. కళ్ళు తెరిచి కొండల్ని చూశాడు. పచ్చదనాన్ని కళ్ళల్లో నింపుకుని వెనక్కి తిరిగి ఇంటికెళ్ళిపోయాడు.

చాలా రోజులు ఎదురు చూసినా రాజయ్య ఇంటికి రాలేదు.ఆ తరువాత ఎవరి పనుల్లో వారు కాలం వెళ్లదీస్తున్నా ఆ మనిషి జ్ఞాపకాలు ఎవర్నీ వదలడం లేదు.నలుగురి అడుగులకు అలవాటు పడిన ఇల్లు ముగ్గురి అడుగులకు అలవాటయ్యింది.కొల్లూరు వెళ్ళినప్పుడల్లా జాన్ రాం ముక్కయ్యకు ధైర్యం చెబుతూనే ఉన్నాడు.రాం ముక్కయ్య కూడా కొడుకు ప్రస్తావన భార్య దగ్గర తేవడం లేదు.అంతకు ముందు కంటే కరుగ్గా ఉన్నట్టు అందరి ముందు ప్రవర్తిస్తున్నాడు. ప్రాజెక్టు గేట్ల దగ్గర కొండల్ని బద్దలు కొట్టడానికి బాంబులు పేలినప్పుడు అడవిలో చెట్టు-చేమ ఉలిక్కిపడేది. ఆ ప్రతిధ్వనికి అడవి జీవుల గుండెలదిరవి. అప్పుడు రాం ముక్కయ్య ముఖం ఎండిపోయిన ఆకులా అయిపోయేది.

ఓ రోజు మధ్యాహ్నం పూట జాన్ కొల్లూరొచ్చి రాం ముక్కయ్యను లాంచీ ఎక్కించి గండి పోచమ్మ గుడికి తీసుకెళ్ళాడు.ఎందుకని ఎన్నిసార్లడిగినా చెప్తానన్నట్టు తలాడించే సరికి రాం ముక్కయ్య మాట్లాడలేదు.మనసేదో కీడు శంకిస్తున్నా రాం ముక్కయ్య పైకి బలంగానే కనిపిస్తున్నాడు.గండి పోచమ్మ గుడి నుండి రాజమండ్రి గవర్నమెంట్ హాస్పిటల్ కు వెళ్లారు.హాస్పిటల్కు వెళ్లేసరికి కన్నమ్మ అక్కడ బెంచీపై కూర్చుని ఎర్రబడ్డ కళ్ళతో వచ్చి రాం ముక్కయ్య భుజాన్ని ఆనుకుని పొగిలి పొగిలి ఏడుస్తుంది. రాం ముక్కయ్య జాన్ వైపు చూశాడు.

"భీమరాజు రాజమండ్రి సెంటర్లో ఓవర్ స్పీడ్ గా వెళ్లి రోడ్డు డివైడర్ ను బైక్ తో ఢీ కొట్టాడు. వాడిక మనకు లేడు" అని రాం ముక్కయ్య కళ్ళల్లోకి చూడలేక జాన్ తలదించుకున్నాడు. పోస్టుమార్టం అయ్యింది.తల ఛిద్రం కావడంతో పుట్టుమచ్చలు చూసి భీమరాజుని గుర్తుపట్టాక సంతకాలు చేయించుకుని శవాన్ని అప్పగించారు డాక్టర్లు.

ఆ రోజు నుండి కన్నమ్మ పరిస్థితి దిగజారింది.ఎక్కడో ఆలోచిస్తున్నట్టు ఉండేది.రాం ముక్కయ్యకు భయమేసి అడవికి వెళ్లడం మానుకున్నాడు.కొల్లూరు బొంగు చికెన్ అమ్మడానికి వెళ్లడం లేదు.కన్నమ్మను కనిపెట్టుకుని ఇంటి దగ్గర ఉండి పోయాడు.ముగ్గురి అడుగులకు అలవాటు పడిన ఇల్లు ఇద్దరి అడుగులు అలవాటు చేసుకుంది.అతడు పైకి గంభీరంగా ఉన్నా పెద్ద కొడుకు చనిపోయాడు,చిన్న కొడుకు ఇల్లొదిలి పారిపోయాడన్న మనేదితో గోదారి ఇసుకను కోసినట్టు గుండెకోత అనుభవించేవాడు.ఎడతెరిపి లేకుండా వాన కురిసే టప్పుడు రాత్రి పగలు తేడా లేకుండా కొండల్ని చూస్తూ కూర్చునేవాడు.వాన వెలిసాక ఆకుల్ని చేత్తో తడిమి తడిసి ముద్దయిన చేతిని చూసుకునేవాడు. కన్నమ్మ వేసవి గోదారిలా బక్కచిక్కి పోయింది.

ఓరోజు పోలీసు జీపు పల్లెకు వచ్చింది.రాం ముక్కయ్యను,కన్నమ్మను ఎక్కించుకుని స్టేషన్ కి తీసుకెళ్లారు.చిన్న కొడుకు రాజయ్య స్టేషన్ సెల్ లో ఉన్నాడు. కన్నమ్మ కొడుకుని చూసి బావురుమంది. నెత్తి

నోరు కొట్టుకుని కొడుకుని విడిపించమని రాం ముక్కయ్య కాళ్ళమీద పడింది. ఆ రోజు రాత్రి స్టేషన్ లోకి పెద్ద మనుషులు వచ్చారు.

రాం ముక్కయ్యకు అర్థమైందేంటంటే క్రికెట్ బుకీలో జాయినయిన రాజయ్య క్రికెట్ బెట్టింగులకు, తాగుడికి అలవాటు పడ్డాడు. రోజూ ప్రతి మ్యాచ్ జూదమాడేవాడు. చివరికి పీకల్లోతు అప్పులపాలై బుకీల దగ్గరుండే డబ్బులిచ్చి అప్పులు తీర్చి పారిపోయాడు. క్రికెట్ బుకీ వాళ్లు రాజకీయ పలుకుబడి కలిగిన పెద్ద మనుషులు.చివరికెలాగోలా రాజయ్యను పట్టుకుని ఇంట్లో దొంగతనం చేశాడని కేసు పెట్టారు.ఇల్లీగల్ కేసు అని తెలిసినా వ్యాపార,రాజకీయ శక్తుల ముందు జాన్ కూడా నిస్సహాయుడు అయిపోయాడు.చేసేదేమీ లేక రాం ముక్కయ్య ఇంట్లో ఉన్నదంతా ఊడ్చి వాళ్ళకి ఇచ్చి కొడుకును విడిపించుకుని ఇంటికి తీసుకెళ్ళాడు.

కన్నమ్మ కొడుక్కి కడుపునిండా అన్నంపెట్టి జుట్టు నిమురుతూ నిద్ర పుచ్చింది.కొడుకు తల దగ్గర మంచం కోడుకు తల పెట్టి నిద్ర పోయింది తెల్లారే సరికి కొడుకు తల్లి మెళ్ళో బంగారపు బొందు,పెట్టెలో నల్లపూసల గొలుసు పట్టుకొని పారిపోయాడు.ఇది తట్టుకోలేని కన్నమ్మ కు గుండెపోటు వచ్చింది.రాం ముక్కయ్య కాలూ చేయీ ఆడలేదు. రాజమండ్రి ఆసుపత్రికి తీసుకెళ్లారు.ఏంజియోగ్రామ్ చేసేటప్పుడు కన్నమ్మకు భయమేసి బి.పి పెరిగిపోయింది.డాక్టర్లు ఏంజియోగ్రామ్ ఆపేసి బతికినన్నాళ్లు మందులు వాడడం తప్ప ఏం చేయలేమని రాం ముక్కయ్యకు చెప్పారు. పునరావాసానికి తనకు ప్రభుత్వం కట్టిస్తున్న ఇల్లుని సింగనపల్లి పెద్ద కాపుకు అమ్మేసి హాస్పిటల్ కు డబ్బులు కట్టేశాడు.

రోజులు గడుస్తున్న కొద్దీ రాం ముక్కయ్యకు అడవిలో మాలావు ఇబ్బందిగా ఉంది.పల్లెల్లోని ప్రతి గడప తనను చూసి జాలి పడుతున్నట్టనిపించింది.ప్రాజెక్టు పూర్తయ్యాక ఊరంతా ఖాళీ చేయించే రోజు అతని కళ్ళ ముందు కదలాడింది.తనలో తానే చాలా వేదన పొందాడు.కన్నమ్మ పరిస్థితి చేయి దాటిపోయింది.అడవి వదిలి వెళ్ళిపోవాలనిపిస్తుంది. అది తన వల్ల అయ్యే పని కాదని అతనికి తెలుస్తూనే ఉంది,కానీ అడవిని విడిచి పెట్టాలని నిర్ణయించుకున్నాడు.కన్నమ్మ విషయం చెప్పాడు.

"నువ్వెలాగంటే అలాగేనయ్యా"... అంతా నీ ఇష్టం అందావిడ.

బంగాళాఖాతంలో అల్పపీడనం వాయుగుండంగా మారిందని టీవీలో చెబుతుంటే రాం ముక్కయ్య విన్నాడు.నల్ల మబ్బులు ఆకాశం వీపు మీద నుండి ఒకదానితో ఒకటి పోటీ దూకుతున్నాయి.లాంచీ ఎక్కి పాపి కొండల్ని చూడడానికి వెళ్ళాడు.పాపికొండల సన్నటి పాయలో లాంచీ వెళ్తున్నప్పుడు గట్టిగా గాలి పీల్చుకున్నాడు. పేరంటాలపల్లిలో దిగి రామకృష్ణ ముని విగ్రహం దగ్గర కాసేపలా కూర్చుని శివాలయం దగ్గర జలపాతంలో మధ్యాహ్నం దాకా స్నానమాడాడు.తిరిగి సింగనపల్లి రేవులో దిగేసరికి వర్షం అమాంతం మీద పడిపోయింది. సాయంత్రం పూట వర్షం సద్దుమణిగాక జారిపోతున్నా కొండ పైకెక్కాడు. మబ్బులు ముఖాన్ని తాకుతూ వెళ్ళిపోతున్నాయి. వాటితో ఆడుకొన్నాడు. కొండ దిగి కాలువ కట్టిన వర్షపు నీళ్ళలో కూర్చుని మట్టి తో జత కట్టిన బురద నీళ్ళు దోసిట్లో నింపుకుని ముఖం కడుక్కున్నాడు. కామ్రేడ్ స్మారక స్థూపాన్ని కౌగిలించుకున్నాడు. గొప్ప త్యాగాలైన ఈ స్థూపం, ఆ కొండ,ఇళ్ళు,పచ్చనడవి అన్నింటినీ మించి మూల వాసీల సంస్కృతి కూడా జలసమాధి కావడాన్ని ఊహించుకోలేక పోయాడు. రేల పూలు దండగా చేసి బంగారంలా అత్తారు బత్తంగా మెడలో వేసుకున్నాడు. ఇప్పపూలు ఏరుకుని తలమీద పోసుకున్నాడు.

బూరుగు చెట్టుని జతేసుకున్నాడు.గోదావరి తీరంలో నించుని నదితో మౌనంగా చాలా సేపు ఏదో మాట్లాడాడు.ఇక వెనుదిరిగి చూడలేదు. కన్నమ్మని తీసుకుని పోలవరం వెళ్ళి అక్కడి నుంచి రాజమండ్రి వెళ్ళిపోయాడు.

కన్నమ్మ హాస్పిటల్లో ఉన్నప్పుడు అక్కడొక అపార్ట్మెంట్లో వాచ్ మెన్ కావాలని తెలిసింది.ఆ అపార్ట్మెంటు హాస్పిటల్ కు దగ్గరగా ఉంటుంది. అక్కడి నుంచి దూరంగా కొండలు కనబడుతూనే ఉంటాయి.అందుకే రాం ముక్కయ్య ఆ పనిలో చేరిపోయాడు.గ్రౌండ్ ఫ్లోర్ లో మెయిన్ గేటుకు పక్కనే చిన్నగదిలో ఆ దంపతులు ఇద్దరూ ఒకరికి తోడుగా మరొకరు బతికేస్తున్నారు.ఎక్కువ మాట్లాడకుండా తన పని తాను చేసుకుపోయే రాం ముక్కయ్య అపార్ట్ మెంట్ లో అందరికీ బంధువై పోయాడు.వచ్చిన కొత్తలో నగర జీవితానికి ఇబ్బంది పడ్డోడల్లా ఇప్పుడు బాగా అలవాటయిపోయాడు. కలుషితమైన నగరం స్వచ్ఛమైన అతన్ని ఆలింగనం చేసుకుంది. అపార్ట్ మెంట్ లో అవసరాలకు తగ్గట్టు రాం ముక్కయ్య తనను తాను మార్చుకున్నాడు. బొగ్గుల పెట్టెతో ఇస్త్రీ చేయడం నేర్చుకున్నాడు.

బట్టల మడతల్ని సరి చేసేటప్పుడు అతడి కళ్ళలో గొప్ప సంతృప్తి కనబడేది.ప్లాట్లలోని వాళ్ళందరూ అపార్ట్ మెంట్ లో గ్రౌండ్ ఫ్లోర్లో సమావేశాలు పెట్టుకొని ఒకే మాటపై నిలబడినప్పుడు ఆనందపడిపోయే వాడు.అందరూ కలిసి ఒకే వినాయకుడ్ని పెట్టుకుని పూజలు చేసి,నిమజ్జనం చేసుకునేటప్పుడు అట్టహాసంగా సంబరాలు జరుపుకుంటూంటే అతడి మనసులో కూడా జాతర బయలుదేరేది.పిల్లలందరూ అంకుల్ -ఆంటీ అని పిలుస్తుంటే తమను విడిచి పెట్టిన సొంత బిడ్డలను ఆ దంపతులు మర్చిపోయారు. జ్వరమొచ్చి స్కూలు మానేసిన పిల్లలు గ్రౌండ్ ఫ్లోర్లో క్రికెట్ ఆడడానికి రాం ముక్కయ్య ను తీసుకెళ్ళేవారు. వారితో చిన్న పిల్లాడయి ఆడేవాడు. ఇదంతా చూసి కన్నమ్మ 'సాల్లే సంబరం' అని సిగ్గు పడి పోయేది.

ఎన్నెలా ఉన్నా రోజు ఉదయం లేచేటప్పుడు కొండల్ని చూడనిదే రాం ముక్కయ్యకు తెల్లారినట్టు కాదు. సాయంత్రం చీకటిపడేటప్పుడు కొండల్ని చూస్తేనే గాని నిద్ర పట్టదు.ఆ రోజు సాయంత్రం ఒక్కసారిగా ముసురు పట్టింది.బద్ధకంగా ఒళ్ళు విరుచుకుంటూ లేచింది వాన.

నల్ల మబ్బులన్నీ కొండల్ని మింగేసినట్టు చూస్తుండగానే వర్షం కుండపోతగా మొదలైంది.రాం ముక్కయ్య గదిలోంచి బయటకు వచ్చి చూశాడు.వర్షం జలపాతంలా దూకుతుంది.సాయంత్రం రాత్రిగా మారిపోయింది.రాం ముక్కయ్య మంచమెక్కాడు. కళ్ళు మూసుకున్నా కొండలే కళ్ళల్లో మెదులుతున్నాయి. నిద్ర పట్టట్లేదు.అర్ధరాత్రి వరకు అటూ ఇటూ దొర్లాడు.ఇక లాభం లేదనుకుని గది బయటకొచ్చి చూస్తే మృత్యువు దగ్గర బోరున కారే దుఃఖంలా వర్షం కురుస్తుంది.గడప దగ్గర కూర్చుని అపార్ట్మెంట్ అంచుల్నుండి జారుతున్న వాన చప్పుడుని ఆలకిస్తున్నాడు.

“అడవి గీతం అప్రయత్నంగానే నోటినుండి జాలువారింది.”

కొండల్ని చూడందే కంటికి కునుకుండదని కన్నమ్మకు తెలుసు.ఆవిడ గడపకివతల కూర్చుని మోకాళ్ళపై తల పెట్టుకుని కొంగు తలపై నుండి కప్పుకుని పెనిమిటి పాడే పాట వింటుంది. కాసేపటికి తను కూడా పాడుతూ జతకట్టింది.అరటి కోయ చుట్టమొకాయన భర్తకీ పాట తన పెళ్లయిన కొత్తలో నేర్పాడు. కాసేపలా పాడి ఆగింది. రాం ముక్కయ్య పాటాపలేదు.భర్త పాడే అడవి గీతం లాలిస్తూ పాడే జోల పాటలా

ఉంటే అలాగే నిద్రలోకి జారిపోయింది. కన్నమ్మకి మెలకువ వచ్చి చూసేసరికి తెల్లారుజాము కావస్తుంది. ఇంట్లోకి వెళ్లి పడుకుంది.రాం ముక్కయ్య మాత్రం పాడుతూనే ఉన్నాడు.వాన చప్పుడు తన పాటకి తాళం వేస్తూ ఉంటే ఇంకా ఉత్సాహంగా పాడుతున్నాడు.నది ముఖం మీద బొట్టుబిళ్ళల్లా పడే వాన చినుకుల్ని తలచుకుని స్వరాలూగుతున్నాయి.

ఆకాశపు చెట్ల నుండి రాలుతున్న పూల వాన... గంగెర్రులెత్తుతా బొటబొటా కారుతున్న పిచ్చి వాన ... కాంక్రీటు బాల్కనీలో ఫారన్ విస్కీ తాగే వాళ్ళ ముందు బార్ డాన్సర్ లా కిక్కు పెంచుతూ ఆడే బానిస వాన... పూరి గుడిసెలపై రాళ్ళ వాన.

'రేపెలాగ' అనే బీదోళ్ళ కళ్ళల్లో వాన.

గొడుగులు గుమ్మం దాటి రావడానికి భయపడేట్టు విసురుగా జారుతుంది. భూమి ధైర్యం చచ్చిపోయేట్టు తడుస్తుంది.

రాం ముక్కయ్య ఆలాపన వాన రావాలని సాగేది కాదు. వానాగిపోవాలని పాడే పాట.

తెల్లారి చాలాసేపయ్యింది.కన్నమ్మ మంచం మీద నుండి నిద్ర లేచి చూసేసరికి గచ్చు మీద రాం ముక్కయ్య లేడు.రాం ముక్కయ్య కింద పడుకుంటాడు.

“పురుగులు పాకుతుంటాయి. మంచం మీద పడుకోవయ్యా...” అని ఆవిడెన్ని సార్లు చెప్పినా వినడు.

రాం ముక్కయ్య దృష్టిలో మాత్రం “ఆజన్మాంతం మనిషి వెనక పహారా కాసేది ప్రకృతి. పారేసుకున్న ప్రాణాన్ని మనిషి ఏరుకోవడానికి మనిషి ఒంగినప్పుడే భూమి బంగారపు పువ్వు అని తెలుసుకుంటాడు”. అందుకే భూ పుష్పం రాం ముక్కయ్య పట్టె మంచం.

కన్నమ్మ లేచి బయటకొచ్చి చూసేసరికి భర్త గోడకు ఆనుకుని భూమ్మీదే కూర్చునే నిద్రపోతున్నాడు.పక్షి ఈకలు చేత్తో పట్టుకున్నాడు.వానని మింగేసి పులకరించి పరవశించిన భూమిలా ఆ ముఖం ప్రశాంతంగా ఉంది. వర్షం తరువాత వెన్నెల అందమంతా ఆ ముఖంలోనే ఉంది.కన్నమ్మ ప్రేమగా అతడ్ని చూస్తూ తన నుదిటిపై మెటికలు విరుచుకుని బయటకు వచ్చి చూసింది.కంటికింపుగా కొండలు కనబడుతున్నాయి.అతడి కళ్ళల్లోంచి వాన పారిపోయినట్టు బుగ్గలపై చారికల గుర్తులున్నాయి.

కన్నమ్మ ప్రేమగా అతడిని చూస్తూ నుదుటిపై మెటికలు విరుచుకుని బయటకు చూసింది.బట్టలారేసుకునే తీగకు ప్రార్ధన చేసే బడి పిల్లల్లాగా వానచినుకులు వరుసగా నిలబడ్డాయి.నింగి ఒంటిదైంది.మనిషి మూలమైన అడవి ఆకుపచ్చగా నిలబడింది.ఆదిమ పురాతనత్వంతో కంటికింపుగా కొండలు కనబడుతున్నాయి.వానాగింది.

రాం ముక్కయ్య అడవిలో పడుకున్నాడని కన్నమ్మకు తెలుసు.అడవి ధ్యానం చేయకుంటే అతనికి నిద్ర పట్టేదా! అందుకే ఆమె అతడిని నిద్రలేపలేదు. ఆ రోజు మధ్యాహ్నం "కొండగాలికి మత్తుగా నిద్రపట్టేసిందే" అనుకుంటూ రాం ముక్కయ్య నిద్రలేస్తున్నాడు.

----★★----

పరిచయం

శ్రీ "బహుశా" వేణుగోపాల్

వృత్తి : తెలుగు ఉపాధ్యాయులు (అడవి కొలను గ్రామం)

స్వస్థలం : జంగారెడ్డిగూడెం, ఏలూరు జిల్లా

రచనలు : బహుశా (కవితా సంపుటి)

ఆల్టర్ ఈగో (కథా సంపుటి)

అవార్డులు

★ పాల పిట్ట దీపావళి (2021) సంచిక పోటీలో ప్రథమ బహుమతి

★ ఆంధ్రప్రదేశ్ అరసం యువ కథా పురస్కారం 2021

★ పల్లా జాతీయ కవితా పురస్కారం 2021

★ డా॥ వేదగిరి రాంబాబు కథానిక పురస్కారం 2022

సైకిల్ చక్రాలు

❖ వేంపల్లె షరీఫ్

రంజాన్ పండగ.

ఈద్గా వదిలారు. పిల్లలంతా పిలపిల మంటూ బయటికి ఉరికారు. తమ్ముడు 'ఈద్ ముబరాక్ భయ్యా..' అంటూ అలాయి బలాయి ఇచ్చాడు. ప్రతిగా అంతే స్వచ్ఛంగా ఈద్ ముబారక్ చెప్పి వాడి నుదుటిన ముద్దు పెట్టాను. తర్వాత తమ్ముడు అలాగే కిందికి వంగి ఇసుకలో పరిచిన జానీ నమాజ్ విదిలించి సంకలో పెట్టుకున్నాడు.

ఇద్దరం ఈద్గా మైదానం నుంచి బయటికి దారితీశాం. దార్లో కొందరు అడ్డంగా నిలబడి ఒకరికొకరు అలాయి బలాయి ఇచ్చుకుంటున్నారు. తెలిసిన ముఖమా.. తెలియని ముఖమా.. అని చూడటం లేదు. చేతులు చాచిన వారందరినీ ఆప్యాయంగా గుండెలకు హత్తుకుంటున్నారు.

చిన్నపిల్లల సందడైతే కొదవ లేదు. తెల్లటి డ్రస్సుల్లో రంగుల టోపీలు పెట్టుకుని ఒకర్నొకరు ముబారక్ చెప్పు కుంటున్నారు. మెల్లగా కనిపించిన వాళ్లకంతా అలాయి బలాయిలు ఇచ్చుకుంటూ ఒక్కొక్క అడుగూ ముందుకు వేసుకుంటూ ఈద్గా గేటు దాటి బయటపడ్డాం.

బయట ఒకటే అరుపులు.

'బా... ఖైరాత్ కరోబా..' అని ఒకరు, 'అయ్యా...ధర్మంచేయి..' అని మరొకరు... తోసుకుంటూ మీది మీదికి వచ్చేస్తున్నారు.

అది ఉర్దూ గొంతా.. తెలుగు గొంతా.. అన్నది ఎవరూ పట్టించు కోవడం లేదు. ఆ గొంతులోని దారిద్ర్యాన్ని మాత్రమే చూస్తున్నారు. దారిద్ర్యానికి భాషా భేదం ఏముంటుంది? అది అందర్నీ ఒకేలా చూస్తుంది. అందుకే చేయి చాచిన వారి కల్లా చిల్లర పంచుకుంటూ ముందుకు కదులుతున్నారు ఈద్గా జనం. వారి వెనకాలే మేమూ నడుస్తున్నాం.

తమ్ముడు ప్యాంటు జేబులోంచి చిల్లర పొట్లం తీసి నాకు సగమిచ్చాడు. ఇది దానాల రోజు. దానం చేయాల్సిన రోజు. ఎదుటి వాడి కష్టాన్ని పంచుకోవాల్సిన రోజు. ఉన్నంతలో కొంత ఇచ్చుకుని ఆ ఇచ్చుకోవడంలోని ఆనందాన్ని మనస్ఫూర్తిగా అనుభవించాల్సిన రోజు. ఆ ఆనందాన్ని పోగొట్టుకుంటే అంతకుమించిన దారిద్ర్యం లేదని బాధపడాల్సిన రోజు.

చేతిలో చిల్లర చూడగానే నాకు మా నాయన గుర్తొచ్చాడు.

'రేయ్.. నాయనేడిరా..' అన్నాను.

'ఇందాకనే నమాజ్ సదివేటప్పుడు మొదుటి ఒరసలో కనిపిచ్చినాడే' అన్నాడు తమ్ముడు.

ఆయన ఈద్గాకి ముందే వచ్చేశాడు. అందుకే ఆయనకు నమాజు చదవడానికి మొదటి వరుసలోనే స్థలం దొరికింది. 'సైకిల్ ఉంది కదా..' అని మేము కావాలనే కొంచెం నిదానంగా వచ్చాం.

వచ్చేసరికే ఈద్గా నిండిపోయింది. చేసేది లేక చివరి వరుసలోనే జానీ నమాజు పర్చుకుని ప్రార్థన చేసుకున్నాం. నాయన ఎప్పుడూ అంతే. ఎక్కడికెళ్లినా ఒక అడుగు ముందే ఉండాలంటాడు.

చిన్నప్పుడు కూడా ఇలాగే హడావిడి పెట్టేసేవాడు. మాకేమో బద్ధకం. మాటి మాటికి ఇంట్లోకొచ్చి 'ఇంగా నీళ్లు పోసుకోలేదా? కొత్త గుడ్డలు కట్టుకోలేదా? ఇంగెప్పుడు కట్టుకుంటారు? ఆడ ఊరంతా కదిలి పోతాండాది నమాజుకి.' అని తొందరపెట్టి తోలుకొచ్చేవాడు ఈద్గాకి.

ఇప్పుడు 'పెద్దవాళ్లయ్యారు..' అనుకున్నాడేమో, ఎలాంటి హడావిడి లేకుండా తానొక్కడే ఎవరినీ కదిలించకుండా వచ్చేశాడు నమాజుకు. వయసు వల్ల మా మధ్య పెరిగిన దూరాన్ని తల్చుకుని బాధ కలిగింది.

నాయన కోసం అటూ ఇటూ చూశాను. ఎండ ముదురుతోంది. ఈ జనంలో నాయన్ని వెతకడం కష్టమనిపించింది. ఇంటికెళ్లగానే నాయన కాళ్లకు మొక్కి దువా తీసుకోవాలనుకున్నాను. అడుగులు ముందుకు పడుతుంటే ఆలోచనలు కదులుతున్నాయి.

నాయన పండగొచ్చిదంటే చాలు నట్టింట్లో బండలపై చిల్లర కుప్పగా పోసేవాడు. అందులోంచి ఓ గుప్పెడు చిల్లర తమ్ముడికి, మరో గుప్పెడు చిల్లర నాకిచ్చి మిగిలింది తనదే అని తీసుకునేవాడు. ఆ చిల్లరతో ఈద్గా అంతా మాదే అనేవాళ్లం. అప్పుడింత జనం లేరు కానీ సందడి ఎక్కువ ఉండేది. ఇప్పుడు జనం ఉన్నారు కానీ సందడే తగ్గినట్టుగా ఉంది.

ఊపురుబుడ్డలు అమ్ముకునే వాళ్ల కోసం చూశాను. వాళ్లుంటే ఈద్గాకి ఒకరకమైన తిరునాళ్ల కళ వచ్చేస్తుంది. అదిగో కనిపించారు. అక్కడొక్కరు.. అక్కడొక్కరు కొంచెం బీడున్న ప్రాంతంలో నిలబడి అమ్ముకుంటున్నారు. సహజంగానే వాళ్ల చుట్టూ పిల్లల గుంపు. అట్నుంచటే రంగుల రాట్నాలకోసం వెతికాను. అవి కూడా ఉన్నాయి. పిల్లలు గల పెద్దలంతా రంగుల రాట్నాల దగ్గరే ఉన్నారు. పుల్ల ఐస్ క్రీం బండ్ల కోసం వెతుకుదామనుకున్నాను కానీ ఆ అవసరం రాలేదు. అవి అక్కడే రంగుల రాట్నానికి పక్కనే ఉన్నాయి.

పూలపూల గౌన్లు వేసుకుని ఆడపిల్లలు కనిపించారు. నాకు అక్క గుర్తొచ్చింది. అక్క పెళ్లయి రాయచోటిలో అత్తగారింట్లో ఉంది. అమ్మను పంపించి ఫోన్ చేస్తే.. 'పండగ ఈణ్నే జేసుకుందాం అంటాండా్రా... మీ బావ... ఈ తూరి రావడం లేదులే...' అంది. పండక్కి అక్క కూడా వచ్చి ఉంటే బావుండేదనిపించింది. ఒక్క క్షణం మనసు ఏదో వెలితితో మూలిగింది.

చిన్నప్పుడు అక్క మాతోపాటు ఈద్గాకు వచ్చేది. నాయన వద్దన్నా వచ్చేది.

'ఈ రొండు కోతుల్తోనే నాకు తలకాయ నచ్చాండాది. ఇంగ నువ్వు యాడికి మ్మే వొచ్చేది.. ఐనా ఆడపిల్లోళ్లు ఈద్గా కాడికి వొచ్చారా.. యాడన్నా..' అనేటోడు నాయన.

అక్క అలిగేది.

'పక్కింటోళ్ల ఫాతిమా, వాళ్లన్నతో కల్సి వొచ్చాండాదంటా ఈద్గాకి. నేనొచ్చే తప్పేముండాంది?' అనేది.

'అట్టయితే నువ్వు గుడక ఆ ఫాతిమా తోడ్తానే రాపో మ్మే..' అనేవాడు నాయన.

ఫాతిమాతో తిరుగుతూ అక్క ఈద్గా బయట సంతోషంగా కనపడేది. రంగుల రాట్నాలు తిరిగేది. ఊపురు బుడ్డలు కొనుక్కునేది. ముఖ్యంగా రంగురంగుల రిబ్బన్లు కట్టలు కట్టలు కొనుక్కునేది. దానికి రిబ్బన్ల పిచ్చి. నేను తమ్ముణ్నే అయినా అక్కకి ఐస్ క్రీం ఇప్పించేవాణ్ని. అక్క నేను ఐస్ క్రీం తినుకుంటూ ఇంటికి నడిచేవాళ్లం. తమ్ముడు ఎప్పుడూ నాయన చేయి పట్టుకునే ఉండేవాడు.

తమ్ముడి గుర్తొచ్చి పక్కకి చూశాను. వాడు అల్లంత దూరంలో యాచకులకు చిల్లర వేయడంలో బిజీగా ఉన్నాడు. అప్పుడు కానీ నాకు గుర్తు రాలేదు.. నా జేబులో కూడా చిల్లర ఉన్న సంగతి. యాచకులందరినీ గమనించాను. హైదరాబాద్ వెళ్లి జర్నలిస్టు ఉద్యోగంలో చేరాక ఎంత లేదన్నా నా అలవాట్లు, ఆలోచనలు కొంతమేర మారాయి. అందుకే కొంచెం వయసు పైబడిన వాళ్లు, బతకడానికి ఇంకే పని చేయలేని అవిటివాళ్లు ఎవరైనా ఉన్నారేమో అని మొదటి ప్రాధాన్యతగా చూశాను. నా కంటికి ఒక్కరంటే ఒక్కరు కూడా అలాంటి వారు కనిపించలేదు. ఎందుకనో కాలు, చేయి బావుండి యాచిస్తున్న వాళ్లకు అంత తొందరగా చిల్లర ఇవ్వబుద్ధి కాదు నాకు. చాచిన చేతులన్నింటినీ నిర్దాక్షిణ్యంగా కాదనుకుంటూ ముందుకు కదిలాను.

అందరికీ ఇలా లేదంటుంటే చూసినవాళ్లు ఏమనుకుంటారో అన్న అనుమానం కూడా కలిగింది.

'హైద్రాబాద్‌లో పేరుకే పెద్ద ఉద్యోగం జేస్తాండాడు. దానం జేసే పొద్దు సేయి సాచి అడిగినోళ్లకు ఒక్క రూపాయి గుడక యియ్యకపాయా.. మనిషి' అంటారని భయం కలిగింది.

అయినా ఎవరో ఏదో అనుకుంటారని మన వ్యక్తిత్వానికి భిన్నంగా నడుచుకోవాల్సిన అవసరం లేదని నాకు నేనే మళ్లీ సర్దిచెప్పుకున్నాను. నాకు మనస్ఫూర్తిగా దానం చేయాలనిపించే వ్యక్తులు కనబడేంతవరకు అలాగే ముందుకు కదులుతున్నాను.

ఒక్క ముసలావిడ దగ్గర నా అడుగులు ఆగాయి. ఈ రద్దీకి దూరంగా ఓ మాసిపోయిన బట్టను పర్చుకుని దీనంగా కూర్చొనుందామె.

'బా... అల్లా క దిన్.. ఖైరాత్ కరో బా..' అంటోంది.

భాషను చూసి ముస్లిమేమో అనుకున్నాను కానీ బుర్ఖా లేదు. రాయలసీమలో చాలామంది ముస్లిమేతరులు అచ్చం ముస్లిముల్లాగానే ఉర్దూ మాట్లాడతారు. చుట్టరికాలు కలుపుకుని కలసిపోతారు. బహుశా ముస్లిం జనాభా ఎక్కువ ఉండటం వల్ల వారితో సత్సంబంధాల కోసం ఇక్కడివాళ్లకు అది తప్పలేదేమో. ఈ విషయంలో కోమట్లు ఒక ఆకు ఎక్కువే చదివారు.

చిన్నప్పుడు ఎప్పుడు పావలా తీసుకుని అంగిడింటికి వెళ్లినా 'క్యాబా.. క్యా హోనా..?' అని ఆప్యాయంగా అడిగే మా ఇంటి దగ్గరున్న కోమిటమ్మ గుర్తుకొచ్చింది. ఆమె వ్యాపార నైపుణ్యం నాకెప్పుడూ అబ్బురమనిపించేది.

ఆమె కొడుకు లక్ష్మణ్ నాకు స్నేహితుడు. ఇద్దరం ఒకే స్కూలు కాదు కానీ ఒకే తరగతి. వాడు ఉషాకిరణ్ స్కూలు అయితే నేను గవర్నమెంటు స్కూలు. అయినా వాడు అంగిడింట్లో వచ్చిపోయే వాళ్లతో చదువు కోవడం కష్టంగా ఉందని మా ఇంటికొచ్చి నాతో పాటు మిద్దెపైన చదువుకునేవాడు.

ఇప్పుడు వాడు బెంగళూరులో సాఫ్ట్‌వేర్ ఉద్యోగం చేస్తున్నాడని మొన్న వాళ్లమ్మే కనిపించి చెప్పింది.

'బా... అల్లా క దిన్... ఖైరాత్ కరో బా...' – అంత సందడిలోనూ ఆ దీనురాలి గొంతు మరోసారి చెవులకు తాకింది.

ఇందాక తమ్ముడు ఇచ్చిన చిల్లరలోంచి ఓ ఐదు రూపాయలు తీసి ఆమెకిచ్చాను. ఇంకో అర్థుడికోసం వెతుకుతుంటే కనిపించిందా దృశ్యం.

ఆంజనేయుడు.

సీతను చూడ్డానికి వెళ్లి... తోకతో లంకకు నిప్పంటించి వచ్చిన ధీశాలి. ఆ పక్కనే గాంధీ మహాత్ముడు. దేశానికి స్వాతంత్ర్యం తెచ్చిన మహానుభావుడు.

మా ఊరి ఈద్గాలో వీళ్లంతా మామూలే. ఇక్కడ రంజాన్ పండుగ ఒక్క సాయిబులదే కాదు పేదోళ్లందరిదీ. పండుగ పూట ముస్లిములందరూ తెల్లటి జుబ్బాల్లో మెరిసిపోతే ఇలాంటి వాళ్లంతా రకరకాల వేషాలతో రెడీ అయిపోతారు. పండగ మామూళ్ల కోసం వెంటాడుతారు. ఈద్గా జనం కూడా నవ్వుతూ వారికి తోచింది ఇచ్చి పంపిస్తారు.

ఇప్పుడక్కడ ఆ సీనే నడుస్తోంది. మా చిన్నప్పుడైతే ఇంకా ఎక్కువ వేషాలుండేవి. గంగమ్మ.. గౌరమ్మలు వచ్చేవారు. ఆ బొమ్మల వంక అలా చూస్తూ నిలబడిపోయేవాళ్లం. ఒక పెద్ద పళ్లెంలో గంగమ్మ గౌరమ్మల బొమ్మల్ని పెట్టుకుని ఇద్దరు ఆడవాళ్లు వచ్చి నిలబడే వాళ్లు. ఓ చేత్తో వేపాకు మండలు పట్టుకుని, నుదుట రూపాయి బిళ్లంత బొట్లు పెట్టుకుని ఉండేవాళ్లు. వచ్చి పోయే వాళ్లంతా ఆ పళ్లెంలో చిల్లర వేసేవాళ్లు.

సుగాలీ ఆడవాళ్లయితే మరీ అల్లరి చేసేవాళ్లు. రెండు భజన చెక్కలు తీసుకుని వాయిస్తూ ఈద్గా బయట తిరిగే వాళ్లు. ఆ చెక్కలకు ఆ పక్క , ఈ పక్క సన్నటి గజ్జెలు కూడా కట్టేవాళ్లు. ఆ చప్పుడు విని మగాళ్లు దొరక్కుండా దూరంగా పారిపోవడానికి ప్రయత్నిస్తే, వదిలేవాళ్లు కాదు. ఇటు కొందరు అటు కొందరు చుట్టుముట్టి 'ఇ య్యవయ్యా.. సాయిబయ్యా...' అని దబాయించే వాళ్లు.

ఇదంతా చూస్తున్న మాలాంటి వాళ్లకు చాలా తమాషాగా ఉండేది. ఇంకా అలాంటి వాతావరణం

మా ఊరి ఈద్గాలో మిగిలి ఉన్నందుకు ఎక్కడ లేని ఆనందం కలిగింది. దేశానంతటికీ ఈ చిత్రాన్ని గీసి చూపించాలనిపించింది.

నాకు తెలియకుండానే గాంధీ వేషంలో ఉన్న పిల్లవాడి వైపుకు కళ్లప్పగించేశాను. చేతిలో కర్ర పట్టుకుని నిలబడున్నాడు పిల్ల గాంధీ. కట్టుకదలడం లేదు.. చెక్కు చెదరడం లేదు. వొళ్లంతా సిల్వర్ పెయింటు పూసుకుని అచ్చం విగ్రహంలా ఉన్నాడు. మధ్యలో మధ్యలో ఎప్పుడో ఒకసారి టప్పుమని కళ్లార్పుతున్నాడు. అలా ఆర్పినప్పుడు చుట్టూ ఉన్న పిల్లలు కనిపెట్టి 'దేక్.. దేక్.. కండ్లు మూసినాడు తాతా..' అంటున్నారు.

గాంధీ మహాత్ముడి కాళ్ల దగ్గర చిల్లర గుడ్డ పరిచి ఉంది. దానిపై అప్పుడొక బిళ్ల అప్పుడొక బిళ్ల చిల్లర పడుతోంది. ఒక ఈడ్గా పిల్లవాడు పది రూపాయల నోటు వేశాడు. దాని మీద కూడా గాంధీ తాతే.. బోసిగా నవ్వుతున్నాడు. గాంధీ ఆకారంలో ఉన్న పిల్లవాడికి గాంధీ బొమ్మ ఉన్న కరెన్సీ నోటు బహుమతి. భలే.. భలే.

ఈ మధ్య 'గాంధీ అంటే ఓ మతం' అని ఆయన్ని ఒక మతానికే పరిమితం చేసి తీసిన చెత్త సినిమా ఒకటి మనసులో మెదిలింది. దేశ నాయకులందరికీ మతం ముద్రలేసి అందరికీ చెందాల్సిన జాతిని కొందరికే పరిమితం చేసి మిగతా వాళ్లను శత్రువులుగా చూపిస్తున్న దిక్కుమాలిన దేశ రాజకీయాలు గుర్తొచ్చి మనసంతా పాడైంది.

ఇక అక్కడ ఉండలేకపోయాను. జేబులోంచి చేతికి చిక్కినంత చిల్లర తీసి గాంధీ ముందు పరిచిన గుడ్డ మీదికి మెల్లగా విసిరాను. నాణాలు ఘల్లుమని దొర్లుకుంటూ వెళ్లి పడ్డాయి.

రెండు అడుగులు ముందుకేశాను. ఆంజనేయుడు పిల్లలతో ఆడుకుంటున్నాడు. పిల్లల చుట్టూ ఆంజనేయుడు.. ఆంజనేయుడి చుట్టూ పిల్లలు. ఆకట్టుకునే హావభావాలతో టోపీ పిల్లలతో దోస్తీ కట్టాడు హనుమంతుడు. ఆ రాముడి ముందు హనుమంతుడు ఎంత వినయంగా ఉంటాడో అంతే వినయంగా తలవంచి పిల్లలిచ్చిన చిల్లరను తీసు కుంటున్నాడు. ఆ దృశ్యం చూడగానే మనసు హాయిగా అనిపించింది. ఈ దేశానికి ఇక ఏ చింతా లేదనిపించింది.

కానీ అంతలోనే ఉదయం బస్టాండు గోడలపై చూసిన స్లోగన్ ఒకటి గుర్తొచ్చింది.

'ఆంజనేయుడు ఆయారే..జీహాదులు పరారే..'

'ఎక్కడున్నారు జీహాదులు? ఎప్పుడొచ్చారు మాఊరికి? వస్తే ఉంటారా? ఆంజనేయుడి దాక ఎందుకు..? అసలు వాళ్ల దృష్టిలో జీహాదులు అంటే ఎవరు? ఎవరిని ఉద్దేశించి ఇవి రాశారు? ఎందుకు పచ్చని పల్లెల్లో ఇలాంటి స్లోగన్లు రాస్తున్నారు? ఎందుకు పోలీసులు వాటిని చూసి ఊరుకుంటున్నారు? అనవసరంగా ఒకరి దేవుళ్లను ఒకరికి శత్రువులను చేస్తున్నారే. ఇక్కడ దేవుళ్లు కొందరికి ఆరాధ్యులైతే మరికొందరికి ఉపాధి. ఇంకా కొందరికి వ్యాపారం.

వ్యాపారస్తుల సంగతి పక్కన పెడితే దేవుళ్లను, జనాదరణ ఉన్న జాతి నేతల ఆకారాలను వేషాలుగా వేసుకుని లౌకిక తత్వాన్ని గుర్తుచేస్తూ, కళను బతికిస్తూ .. తామూ బతుకుతున్న పేదవాళ్ల పరిస్థితి ఏంటి? ఈ కళాకారుల ఆకలికి మతం ఉందా? ఒక్కసారిగా దేశంలో ఉన్న పాత్రలన్నీ కళకు దూరమవుతున్నట్టు అనిపించింది. రకరకాల ఆలోచనలతో మనసంతా భగభగా మండిపోయింది. బొరకల టోపి తీసి నెత్తి గోక్కుని మళ్లీ పెట్టుకున్నాను.

చిల్లర పంచడం అయిపోయిందేమో 'రాన్నా.. ఇంగ పోదాం..' అంటూ తమ్ముడు భుజమ్మీద చెయ్యేసేసరికి ఈ లోకంలోకి వచ్చాను. ఆంజనేయుడి వేషధారి చేతిలో మిగతా చిల్లరంతా పోసేసి తమ్ముణ్ని

అనుసరించాను.

'సూడుబ్బీ.. ఈద్గాలో ఆంజినేయుడు ఎట్టా కల్సిపోతాండాడో. ఇది ఈద్గా అని ఆ ఆంజినేయసోమి ఆకలికి ఏమన్నా తెల్సా? ఇది ఆంజినేయసోమి ఆకలి అని ఈద్గాలో ఉండే జనాలకు ఏమన్నా తెల్సా? యిళ్లందరికీ నిజమైన దేవుడు ఆకలే గదుబ్బీ. ఆకలి వోళ్లకైనా యిళ్లకైనా ఒగటే గదా. తల్సుకుంటాంటే కడుపులో అంతా బాదగా ఉండాది' అన్నాను.

'నువ్వు హైద్రాబాద్‌కు పోయినాక బాగా పాడైపోయినావు న్నా. పెతి సిన్నదానికి పెద్దగా ఊహించుకుంటాండావ్, ఆ ఆంజినేయుడి వేషంలో ఉండేటోడు ఎవుడు అనుకుంటాండావ్... మనతో పాటు సిన్నప్పుడు సదువుకున్న ఆ గుట్ట మీదుండే జెర్రిపిట్టు గాడు కదూ.

ఎంత బాగా సదివేటోడన్నా. వోళ్ల నాన్న సంకురాతిరికి ఏషాలు కట్టి పెద్ద పెద్ద పద్యాలు పాడేటోడు. నీకు మతికుండాదా.. వోడు ఐదో తరగతిలో ఉన్నప్పుడు వోళ్లమ్మ సచ్చిపోయినింది. ఇంగ అన్నించి ఇంట్లో వొంట వొండేటోళ్లు లేరని వోళ్ల నాయన యిణ్ని సదువు మాన్పించేసినాడు. ఉత్తప్పుడు యిడు బేల్దారు పనికి బోతాడు కానీ పండగలు వొచ్చినప్పుడు మాతరం, అది ఏ పండగైనా కానీలే.. అట్ట రాముడి ఏషం కానీ ఇట్టా ఆంజినేయ ఏషం కానీ ఏస్తాడు. పీర్ల పండగ అబ్బుడైతే ఇంగ సెప్పనలవి గాదులే మనోడి యవ్వారం.. ఏషం ఏసుకుని ఊరోళ్లందరినీ
ఆటపట్టిచ్చాంటాడు, యియన్నీ నువ్వు మర్సిపోతే ఎట్టాగన్నా..' అన్నాడు.

నేనేమీ అనలేదు. మా వాడు చెప్పినట్టు ఇవన్నీ నాకు పాత దృశ్యాలే అయినా కొత్తగా అనిపిస్తుండటం కొంత విచిత్రం గానే ఉంది. మనిషికి బయటి జ్ఞానం కొంత కలిగినప్పుడు సొంత విషయాలు కొన్ని కొత్తగా అనిపించడం మామూలే అనుకుంటా. ఇప్పుడీ చర్చ మా వాడితో పెడితే వాడికేం అర్థం కాదని మౌనంగా ఉన్నాను. మరీ మౌనంగా ఉన్నా బాగోదని అంతలోకే నోరు విప్పి 'ఔబ్బీ... గుర్తుండాయి గానీ.. ఎందుకో నాకు ఈ పొద్దు మన ఊరు కొత్తగా అనిపిచ్చాండాది. మనూరి మనుషులు ఎంత మంచోళ్లో గదా అనిపిస్తాండాది. యిళ్లంతా దేశమంతటికీ ఆదర్శం అనిపిస్తాండాది' అన్నాను.

వాడికేమి అర్థమైనట్టు లేదు. ముఖం చిరాగ్గా పెట్టి టకటకా చీకి చెట్టు నీడలో పెట్టిన
సైకిల్‌కి స్టాండు తీసి మట్టి రోడ్డు మీదికి తెచ్చాడు. వాడి సంకలో ఉన్న జానీ నమాజు నా
చేతికిచ్చాడు.

సైకిల్ వెనకాల క్యారియర్‌లో పెట్టిన చెప్పుల్ని తీసుకుని వేసుకున్నాం.

తమ్ముడు సైకిల్ ఎక్కాడు కానీ ఉన్నట్టుండి దాన్నుంచి కటకట మని పెద్దగా చప్పుడు ఏదో వినిపించింది. అద్దిరిపడ్డాను.

'సైకిల్ చైను తెగిపోయినట్టుందిబ్బీ. సిన్నోడా..' అని అరిచాను. వాడు దాన్నేం పట్టించుకోలేదు. వాడికి ఈ చప్పుడు అలవాటే అనుకుంటాను.

'ఊరుకో న్నా. అదెందుకు తెగతాది? నువ్వు ముందు కూచ్చో..' అన్నాడు సైకిల్ దిగకుండానే దాన్ని మెల్లగా ముందుకు పోనిస్తూ.

'అంతేనంటావుబ్బీ.' అంటూ నేను సైకిల్ చైను వైపు అనుమానంగా చూస్తూ వెనుక కూర్చున్నాను. అది కటకటమంటుందే కానీ బాగా పరిశీలించి చూస్తే హుందాగా రెండు చక్రాలను కలుపుతూ సైకిలును

ముందుకు నెడుతోంది.

కొద్ది దూరం వెళ్లాక మళ్లీ నేనే అన్నాను.

'వొయస్సార్ ఎస్టేట్‌కెళ్లే దారిలో గెండి ఆంజినేయ సోమి దేవలం ఉండ్లా... ఆడ ఇంగా సాయిబూలు షాపులు పెట్టుకునే ఉన్నారా?'

'ఎందుకు లేరన్నా. వోళ్లకేం .. ఆరామ్‌గా ఉన్నారు. దేవలం ముందు పూలు, టెంకాయలు అమ్ముకుంటాండారు. ఇంగ వొచ్చే నెలనే గదా శ్రావణ మాసాలు. అబ్బుడుంటాది సూడు వోళ్లకు ఆదాయం... అబ్బుడు వోళ్లకొచ్చినంత దండిగా లెక్క ఇంగ యెవరికీ రాదు. ఇబ్బుడు ఈ ఈద్గాలో ఉంటే ఫకీర్లు శానామంది గండి వారాలకు గండి సేరుకుంటారు..' అన్నాడు తమ్ముడు నవ్వుతూ.

ఇంకా ఊరికి చీడ పూర్తిగా పట్టనందుకు సంతోషమైంది. బస్టాండు గోడలపై స్లోగన్లుగా ఇప్పుడిప్పుడే పాకుతున్న చీడకు విరుగుడేందా? అన్న ఆలోచనలో పడ్డాను.

తర్వాత తమ్ముడే అన్నాడు.

'ఈడ ఎట్టాంటి బేదాలు ఉండవులే అన్నా. నువ్వు సెప్తాండే కతలు యాడైనా సెల్లుతాయి కానీ మనోళ్ల తాన కుదరవు. అట్ట ఎవుడన్నా పుల్లలు పెట్టడానికి వొస్తే అందరం గూడబలుక్కుని ముకమ్మీద ఎగిచ్చి తంతాం.. మూతి పండ్లు రాలిపోవాలా అట్నే..' అన్నాడు.

నాకు విరుగుడు దొరికింది.

'సంతోషం రా అబ్బీ సిన్నోడా..' అన్నాను.

సైకిల్ చైను మళ్లీ కటకటమని అరిచింది కానీ ఈసారి నేనూ పట్టించుకోలేదు. ఈ చైను ఎప్పటికీ తెగదనే ధైర్యంతో మొండిగా మరింత సర్దుకుని కూర్చున్నాను.

సైకిల్ చక్రాలు ముందుకు కదులుతున్నాయి.

----★★----

పరిచయం

వేంపల్లె షరీఫ్

జాతీయ స్థాయిలో గుర్తింపు తెచ్చుకుంటున్న యువ రచయిత వేంపల్లె షరీఫ్. ఈయన కథలు తెలుగు రాష్ట్రాల్లోనే కాదు దేశంలోని అనేక భాషల్లోకి అనువాదమై ఆకట్టుకుంటున్నాయి. ఇంటర్మీడియెట్ దశలోనే రచనలు చేయడం ప్రారంభించిన వేంపల్లె షరీఫ్ తాను రాసిన 'జుమ్మా' అనే మొదటి కథల పుస్తకానికే అత్యంత ప్రతిష్ఠాత్మకమైన కేంద్ర సాహిత్య అకాడెమి (2012) యువ పురస్కారాన్ని పొందారు.

'జుమ్మా' కథా సంపుటి కన్నడ, ఇంగ్లీషు భాషల్లోకి అనువాదమై పుస్తకంగా వెలువడింది. బెంగళూరుకు చెందిన ప్రతిష్టాత్మకమైన సంస్థ 'నవ కర్ణాటక పబ్లికేషన్స్' వారు జుమ్మా కథలను కన్నడలో ప్రచురించారు. కన్నడలో వెలువడిన ఉత్తమ కథల పుస్తకంగా అక్కడి ప్రభుత్వం గుర్తించి 'కువెంపు భాషా భారతి సాహిత్య పురస్కారాన్ని' ప్రకటించి గౌరవించింది. జుమ్మా తర్వాత ఆయన 'టోపి జబ్బార్' అనే మరో కథా పుస్తకాన్ని ప్రచురించారు. ఇందులోని 'తలుగు', 'ఒంటిచెయ్యి' అత్యంత ప్రజాదరణ పొందాయి.

భారతదేశ స్థాయిలో కేంద్ర సాహిత్య అకాడెమి వారు ప్రచురించిన 'ఇండియా అండర్ 40' పుస్తకంలో తెలుగు నుంచి ఈయన కథ 'ఒంటి చెయ్యి' ఒక్కటే ఎంపికై ప్రచురితమైంది. ఆంధ్రప్రదేశ్ రాష్ట్ర నంది నాటకోత్సవాలకు కూడా ఎంపికై ప్రదర్శితమైంది.

'పర్దా' అనే కథ ఆంగ్లంలోకి అనువాదమై భారత దేశ ప్రతిష్టాత్మక ముద్రణా సంస్థ Aleph Book Company ప్రచురించిన The Greatest Telugu Stories Ever Told అనే పుస్తకంలో ప్రచురితమైంది.

తర్వాత షరీఫ్ పిల్లల కథలతో 'తియ్యని చదువు' పుస్తకాన్ని తెచ్చారు. బాలసాహిత్యంలోనూ ఈ పుస్తకానికి ప్రత్యేక గుర్తింపు ఉంది. అలాగే నవ్యాంధ్ర ముస్లిం కథల సంకలనం 'కథామినార్' కు సహ సంపాదకత్వం వహించారు. ఆంధ్రప్రదేశ్ ప్రభుత్వం పాఠశాల విద్యాశాఖ తరపున వెలువడిన 'కస్తూరి' బాలికల ద్వైమాస పత్రికకు నాలుగేళ్లపాటు ఎడిటర్‌గా వ్యవహరించారు.

జర్నలిజంలో పిహెచ్ డి చేసిన ఈయన చేసిన సాహితీ సేవకు ఆంధ్రప్రదేశ్ ప్రభుత్వం ' గిడుగు రామ్మూర్తి పంతులు భాషా సాహిత్య పురస్కారాన్ని' ప్రకటించి గౌరవించింది. అలాగే 'చాసో స్ఫూర్తి కథా పురస్కారం', 'విమలా శాంతి సాహిత్య పురస్కారం', 'కొలకలూరి మధుజ్యోతి కథా పురస్కారం' వంటివి అందుకున్నారు. 'టీవీ ప్రకటనల్లో సంస్కృతి' పేరుతో ఇటీవలే తన పరిశోధన పుస్తకాన్ని వెలువరించారు. రేడియో, టీవీల్లో వ్యాఖ్యాతగా కూడా కొంతకాలం పనిచేశారు. ప్రస్తుతం ఫ్రీ లాన్స్ కంటెంట్ ప్రొడ్యూసర్ గా పనిచేస్తున్నారు. వృత్తిరీత్యా విజయవాడలో నివాసం ఉంటున్నారు.

ఆమె జ్యోతి

❖ డా. ప్రసాదమూర్తి

ముందు ముందు గుర్తుంటుందో లేదో ముందే ఒక మాట చెప్పాలి. ఆమె తన కథ రాయమని నన్ను అడిగినప్పుడు తన కంట్లోంచి ఒక జీవితం జలజలా రాలిపడింది. తనకు నిమిత్తం లేకుండానే తనతోపాటే తనలోంచి ఒక పోలీసు పుట్టాడట. తనను దొంగను చేసి బతుకంతా వెంటాడి వేధించాడట. దు:ఖాన్ని ఎంత ఖండించినా అది మళ్ళీ తన నెత్తికెక్కి కూర్చునేదట. అయినా బతుకంతా ఓడిపోతూ తానే గెలిచేదట. ఇంతే ఇక కథలోకి వెళ్ళండి.

"మేడం గారూ ఇవాళ మీ కథ చెప్తానన్నారు కదా?"

మేడం గారి పేరు జ్యోతిర్మయి. అందరూ జ్యోతి మేడం అంటారు. కథ అడిగినావిడ పేరు రాణి.

ఇలా రాణి అడిగినప్పుడు అప్పుడే బెంగాల్ కాటన్ కనకాంబరం రంగు చీర కుచ్చిళ్ళు సవరిస్తూ గదిలో నుంచి వచ్చింది జ్యోతి.

"మీరు చీర కట్టుకుంటే మేడం గారూ రెప్పేయబుద్ధి కాదంటే నమ్మండి."

రాణి మాటకి జ్యోతి మేడం ముసిముసిగా నవ్వుకుంది.

"ఎంతైనా అందంలో మనోళ్ళని మించిన వాళ్లు వుండర్లెండి."

ఈ మాట అన్న రాణి వైపు కోపంగా చూసింది జ్యోతి. ఈమె ఒక రెసిడెన్షియల్ స్కూల్లో పాతికేళ్ళుగా తెలుగు టీచర్ గా పనిచేస్తోంది. భర్త జర్నలిస్టు. ఇద్దరిదీ ప్రేమ వివాహం. నలభై ఏళ్ళకే మోకాళ్ళ నొప్పులు.

ఇప్పుడు ఏభైలో పడింది టీచర్. ఇంటి పని, బయట పని ఆమె వల్ల కావడం లేదు. అందుకే రాణిని వంటకోసం పెట్టుకున్నారు. రాణి వయసూ టీచరమ్మ వయసూ కొంచెం ఇంచుమించూ ఒకటే అవ్వడం వల్ల ఆమెను రాణి గారూ అంటుంది ఈ టీచర్ గారు.

రాణి పదో తరగతి దాకా చదువుకుంది. భర్త తాగుబోతు. కొడుకు ప్రయోజకుడై, పెద్ద ఉద్యోగం చేస్తున్నాడు. తల్లి విషయంలో కంటే వాడి ప్రయోజకత్వం పెళ్ళానికే ఎక్కువ పనిచేసినట్టుంది. అంత బతుకూ బతికి వంట పనిచేసుకుని పొట్ట పోసుకోవలసి వస్తోంది రాణికి. పాపం అందుకే జ్యోతికి రాణి అంటే సానుభూతి. ఎంతైనా స్త్రీ హృదయం కదా. కానీ రాణి దగ్గర నచ్చని విషయం ఏంటంటే మాటి మాటికీ మనాళ్ళూ మనాళ్ళూ అంటూ సాగదీస్తుంది. జ్యోతి ఒడ్డూ పొడుగూ పొందిక అన్నీ చూసి టీచరమ్మ తమ కులమే అని నిర్ధారించేసుకుంది. పనిలో చేరిన రెండో రోజునే 'మేం అపరనేనివారమండీ టీచర్ గారూ' అంది. మరి మీరో అన్నట్టుగా ఉంది ఆ మాట. మేం 'బలపాల వారమండి రాణిగారూ' అంది జ్యోతి . దీంతో టీచరమ్మ మా వాళ్ళమ్మాయే అని పూర్తి నమ్మకంతో అన్నీ ఓపెన్ గా మాట్లాడేస్తుంది రాణి. మనిషి పేరే కాదు, ఇంటి పేరు, ఊరి పేరు, మాట తీరు, రంగూ రూపూ ఇలా అనేక సంకేతాలతో కులాన్ని నిర్ధారించే ప్రజ్ఞావంతుల దేశం మనది.

"మీరు బలపాల వారా మరి చెప్పేరు కదేమండి టీచర్ గారూ. మన వాళ్ళలో బలపాల వారు చాలా బలిసిన వారే ఉన్నారుగా. అదీ సంగతి. మిమ్మల్ని చూసిన మొదటి రోజే అనుకున్నాను."

ఈ మాటలకు ఒళ్ళంతా కంపరం పుట్టింది జ్యోతికి. కులంతో వచ్చిన అహంకారంతో మాట్లాడుతోందా లేక అమాయకంగా మాట్లాడుతోందా అన్న తర్జనభర్జన చాలానే జరిగింది జ్యోతిలో. రాణి కుటుంబ నేపథ్యం, ఆమె పడిన అష్టకష్టాలు, బాధలు, ఆమె మనస్తత్వం అన్నీ బాగా స్టడీ చేశాక, 'పాపం పిచ్చిది ఏదో అలా వాగేస్తుంది అంతే' అని నిర్ధారించుకుంది. జీవితమంతా దేహానికి అంటుకున్న ముళ్ళను విదిల్చుకుంటూ మనిషితనంతో గుబాళించడమే తెలిసిన జ్యోతికి రాణి వాలకం పెద్ద బాధ కలిగించ లేదు.

కానీ రాణికి తన కథ చెప్పి తీరాలన్న కోరిక జ్యోతి మనసులో ఒకానొక ఘడియలో చిన్నగా మొలకెత్తి రాను రాను అది వటవృక్షమై శరీరాన్ని చీల్చుకుని బయటపడాలని హడావుడి చేస్తోంది. అయితే అసలు విషయం తెలిస్తే రాణి ఎక్కడ పారిపోతుందో అని ఒక ఆందోళన. కానీ ఆమెకు తన కథ చెప్తే గానీ తనలో ఏభై ఏళ్ళుగా పేరుకుని గడ్డకట్టి బండబారి కొండలా మారిన నిజం, ముక్క ముక్కలై కరిగి కరిగి నీరై ఆవిరయ్యే అవకాశం లేదని టీచరమ్మ ఆలోచన. చెప్పాలంటే ఎలా చెప్పాలి?

ఊహ తెలిసినప్పటి నుంచి తన మనసులోనే పడిన ఘర్షణ ఒకటే. అదే తన కులం పేరు. తల్లిదండ్రులు ఇద్దరూ టీచర్లు కావడం వల్ల సంఘంలో కొద్దో గొప్పో గౌరవం, మర్యాదా దొరికాయి. కానీ తన కులం పేరు చెప్తే ఆ గౌరవాలూ ఆ మర్యాదలూ ఎక్కడ పోతాయో అని జ్యోతి బడిలో దోస్తుల్ని ఎవరినీ చిన్నప్పుడు తమ వాడలోకి రానిచ్చేది కాదు. వస్తే వాడలో వాతావరణం చూసి తనతో స్నేహం చేయరేమో అని అనుమానం. అలా వారు రాకుండా వుండడానికి పరీక్షల కోసం కంటే ఎక్కువగానే కసరత్తులు చేయాల్సి వచ్చేది. అలా చిన్నతనం నుంచే నలిగిన మనసుకు ఏవేవో నచ్చజెప్పుకోవడం అలవాటైంది జ్యోతికి. తన నిమిత్తం లేకుండా తన జన్మతో వచ్చిన ఈ నరక యాతన ఆమెలో ఆగ్రహం కంటే ఆలోచనతో కూడిన సంయమనాన్ని నేర్పింది. కాలేజీ రోజుల్లోనూ...యూనివర్సిటీ రోజుల్లోనూ అంతే! తనే ఫ్రెండ్స్ ఇంటికి

వెళ్ళేది కానీ ఎవరినీ తన ఇంటికి రానిచ్చేది కాదు. ఉద్యోగం చేస్తున్న రోజుల్లోనూ అదే ఘర్షణ. ఇలా ఏభయ్యేళ్ళ పాటు కులం అనేది ఆమెను లోపల్లోపల తగలబెడుతూ వచ్చింది. ఆ బూడిదలోంచి తాను తిరిగి పుడుతూ వచ్చింది జ్యోతి.

కానీ ఇంతకాలానికి తన కులం పేరు బ్రహ్మాండం బద్దలయ్యేట్లు చెప్పాలన్న కోరిక జ్యోతికి కలిగింది. "రాణి గారూ మీరు ఎవరి దగ్గర పనిచేస్తున్నారో తెలుసా" అని అన్నప్పుడు రాణి గారి మొహంలో కులానికి ఎన్ని రంగులుంటాయో అన్ని రంగులూ చూడాలని టీచరమ్మ ఉబలాటం. కానీ రాణి గారు పాపం ఏమీ తెలియని అమాయకురాలాయె. నిజం తెలిస్తే ఏమైపోతుందో. మరో పక్క ఇదో జంజాటం. ఏమైనా చెప్పాలి.

జ్యోతి స్కూలుకి వెళ్ళి సెలవు పెట్టి వచ్చింది. కేవలం తన కథ రాణిగారికి చెప్పాలనే. రాణి గారు కూడా కుతూహలంతో ఎదురు చూస్తోంది. జ్యోతి తీరుబడిగా కుర్చీలో కూర్చుంది. రాణి కింద ప్లాస్టిక్ పీట మీద కూర్చుని కూరగాయలు తరుగుతోంది. అలా చూసినప్పుడు భూమి పైకి లేచినట్టు, ఆకాశం కిందకి కూలినట్టు అనిపిస్తుంది జ్యోతికి. ఎన్నో యుగాలుగా కింద కూర్చున్న జాతి ఇప్పుడు తన రూపంలో పైన కూర్చున్నట్టు, ఇన్నాళ్ళూ పైన కూర్చున్న జాతి తన పాదాల దగ్గర కింద కూర్చున్నట్టు అనిపించినప్పుడు జ్యోతిర్మయిలో యుగాలుగా మండుతున్న కసి ఏదో కొంచెం కొంచెం చల్లారుతున్న భావన గొప్ప ఉపశాంతినిచ్చింది. ఈ దృశ్యాన్ని ఏ చిత్రకారుడైనా చిత్రించాలని, దాన్ని పట్టుకుని తన బాల్యపు గతం నుంచి తిరిగి ప్రయాణం మొదలు పెట్టి వర్తమానం దాకా ఊరేగాలని ఆమెకు అప్పుడప్పుడూ అసాధ్యమైన ఊహలు కూడా కలుగుతాయి. చెప్పాలి..ఏమైనా ఇప్పుడైనా చెప్పాలి. కసిదీరా చెప్పాలి. ఏ సత్యాన్నయితే తాను దాచి పెట్టడానికి ఒంట్లో నరాలన్నీ మెలి తిప్పి మెలి తిప్పి, క్షణాలు..గంటలు..వారాలు..నెలలు..సంవత్సరాలు ఆత్మనంతా ఉండలుండలుగా చేసుకుని ఒక పురాతన దిగులును వింత నవ్వుగా మార్చుకుందో ఆ సత్యాన్ని రాణి ముందు గ్రుమ్మరించి ఆనందించాలనుకుంది. అయినా అంతలోనే జ్యోతిలోని బౌద్ధ భిక్షుణి నిద్ర లేస్తుంది. 'పాపం రాణి ఒక చిన్న పిల్లలాంటిది.' ఎప్పుడూ ఇదే భావన.

"కరుణామయులైన వారు తమను మాత్రమే గాక, ఇతరులనూ విముక్తి చేయాలని కోరుకుంటారు." బుద్ధుని బోధనల్లో చాలా విలువైన ఈ పంక్తులను తాను మాటి మాటికీ స్మరించుకుంటుంది. అందుకే తనను దహించే అగ్నిని తానే చల్లార్చుకుని రాణిని ఎప్పటిలా ప్రేమిస్తుంది. చిన్న పిల్లల మీద ఎవరైనా కసి తీర్చుకోవాలనుకుంటారా? ఇదీ జ్యోతి అంతరంగం.

"రాణి గారూ మీకు కులం గురించి ఏం తెలుసు?"

అమాయకంగా మొహం పెట్టిన రాణి వైపు చూసి జ్యోతి నవ్వుకుంది. మీకొక కథ చెప్పనా అని సమాధానం రాకుండానే చెప్పింది. "గౌతముడు తన దగ్గరకు వచ్చిన సునీత అనే అంటరాని కులస్తుడిని తన సంఘంలో చేర్చుకున్నాడు. అతని వృత్తి వీధులు ఊడ్వడం. నువ్వు మా సంఘంలో ఏం చేస్తావు అని ఒక సాటి భిక్షువు అతడ్ని అడిగాడట. అప్పుడు సునీత అనే అతను ఏం చెప్పాడో తెలుసా? 'నేను ఇన్నాళ్ళూ వీధులు ఊడ్చాను. ఇప్పుడు మనుషుల మనో వీధులు శుభ్రం చేస్తాను' అన్నాడట. ఎంత బాగా చెప్పాడో కదా?" అంటూ రాణి మొహంలోకి చూసింది జ్యోతి. రాణి, టీచర్ పాఠం అర్థం కాని పిల్లలా మొహం పెట్టింది. అప్పుడు మళ్ళీ ఇలా అన్నది,

రాణి గారూ కులానికి ఏ విలువా లేదు. వ్యక్తి చేసే పనికే విలువ వుంటుంది. ఒకసారి అశోకుడితో ఆయన మంత్రి, " ప్రభూ మీరు అన్ని రకాల కులాలకు చెందిన భిక్షువులకు సాష్టాంగపడి, పాదాభివందనం చేయడం సబబుగా లేదు" అన్నాడు. దానికి అశోక చక్రవర్తి ఏమన్నాడో తెలుసా రాణిగారూ? "

"ఏమన్నారండీ? "

"ఉచితంగా ఇచ్చినా ఎవ్వరూ ఆశించని విలువ లేని వస్తువు ఈ నా శిరస్సు. దీనిని ఓ పవిత్ర కార్యానికి వినియోగించే అవకాశమే నేను భిక్షువులకు చేసే పాదాభివందనం." అని అశోకుడు బదులిచ్చాడు. 'ఎంత గొప్ప మాట ఇది రాణి గారూ! అర్థమైందా? "

"ఏమోనమ్మా. అన్నట్టు అశోకుడు మన వాడేనంటగా ఎవరో అంటే విన్నాను."

ఈ మాటతో తల పట్టుకుంది టీచరమ్మ. ఈమెకు ఎలా వివరించి చెప్పాలబ్బా అని తనలో తనే తెగ ఘర్షణ పడింది. ఒక మనిషి గొప్పతనం పుట్టుకతో రాదని, రంగుతో రాదని, కులంతో రాదని, అతని ఆచరణతోనే వస్తుందని తాను చదివిన బౌద్ధ బోధనల్లోని సారాన్ని కథలు కథలుగా చెప్పాలని ప్రయత్నించింది. కానీ ఆమెకు ఎక్కడా ఎక్కలేదు. 'మేడం గారూ మీ ఊరి కథ చెప్పండి బాబూ ఇవన్నీ నాకెందుకు' అనేసింది.

"సరే చెప్తాను వినండి. మా ఊరి కథలోనే నా కథ కూడా వుందన్నాను కదా. అర్థం చేసుకోండి మరి. అసలు నిజానికి నూజివీడు అనేది ముందు నువ్వు చేల వీడు. ఒకసారి ఉయ్యూరు నుంచి దొరగారు వచ్చి ఆ నువ్వు చేల వనాన్ని చూశాడట. అక్కడ తోడేలు, మేకపోతూ భయంకరంగా కొట్లాడుకోవడం చూసి ఆశ్చర్యపోయాడట. ఇదేదో పౌరుషం గల నేలలా వుందే అనుకుని అక్కడ కోట కట్టించుకున్నాడట. ఆయనతో పాటు మరి కొందరు దొరలు కూడా వచ్చారు. అది క్రమంగా నువ్వుచేలవీడు, నూజేలవీడు అయ్యి..చివరికి నూజివీడు అయ్యింది."

"భలే కథండి టీచర్ గారూ, ఇంతకీ మీ కథేంటో మరి...!"

"అక్కడికే వస్తున్నాను మరి. దొరలకు సేవకులు కూడా అవసరమే కదా, బలాపాముల అనే ఊరి నుంచి ఇద్దరు బలమైన పొడవైన వ్యక్తుల్ని తమ కోటకు తెచ్చుకున్నారట. ఆ ఇద్దరు వ్యక్తుల సంతాన వారసత్వమే మేము."

"అదేంటండీ మనోళ్ళు దొరలకు సేవ చేయడానికి వచ్చారా? అబ్బే నాకేం నచ్చలేదు ఈ కథ. " తరుగుతున్న కూరగాయల్ని పక్కనే పెట్టి రాణి, గోడకి చేరబడి రెండు మోకాళ్ళూ మునగదీసుకుని రెండు చేతులతో వాటిని పట్టుకుని 'సరే చెప్పండి తర్వాతేమైందో ' అన్నది.

"ఆగండి రాణి గారూ. అప్పుడే కంగారెందుకు? మీరు కంగారు పడాల్సిన విషయాలు చాలా వున్నాయి. " అంటూ తిరిగి కథ అందుకుంది. " మా తాతలు ఇద్దరు ఎంత పొడగరులంటే తాటి చెట్లను రెండు చేతులతో పట్టుకుని ఈడ్చుకుంటూ వెళ్ళిపోగలరు. " జ్యోతి మాటలకి నోరు వెళ్ళబెట్టింది రాణి.

"చెట్లనే కాదండీ, పశువుల కళేబరాలను కూడా ఒంటి చేత్తో ఈడ్చి పారేసే వారు."

ఈ మాట విన్నది విన్నట్టే రాణి, గోడకు అతుక్కుపోయి నోరు తెరిచి మూయడం మర్చిపోయింది. వెంటనే తేరుకుని " అదేంటి మేడం గారూ కళేబరాలేంటి? మనోళ్ళకి అదేం ఖర్మ?" ఇలా అని మళ్ళీ నోరు తెరిచే ఉంచింది.

"అవును అది మా తాతల వృత్తి మరి. "

ఈ మాటతో గోడకు జారబడ్డ రాణి ఎవరో మంత్రించినట్టు ఉన్నట్టుండి శిలావిగ్రహంలా మారిపోయింది. ఏదో అనాలని నోరు తెరవబోయింది.

జ్యోతి, " ఆగు. ఏం మాట్లాడకు. చెప్పేది విను." అని హూంకరించింది. ఎప్పుడూ రాణి గారూ అనే మేడం ఒక్కసారిగా ఏక వచన సంబోధన చేసిన విషయం కూడా గమనించలేదు రాణి. జ్యోతి ఇప్పుడు లకలకలక అంటున్న చంద్రముఖి. రాణి గజగజమంటున్న భయోన్ముఖి.

జ్యోతి చెప్పుకుంటూ వెళ్లింది.

"అవును మా ముత్తాతలు ఆ పనే చేసేవారు. ఒకరు పెద రామయ్య, ఒకరు చినరామయ్య. దొరల సంతానం కోటలో పెరిగింది. మా తాతల సంతానం పేటలో పెరిగింది. గొడ్ల కోతలో , చెప్పుల చేతలో వారిని కొట్టే వారు రాజమహేంద్రం దాకా విస్తరించిన నూజివీడు జమీనులో ఒక్కడూ లేడంట. అంత గొప్పోళ్ళు మా తాతలు. జాగ్రత్తగా విను. ఇక గారు అనడం మర్చిపోయింది జ్యోతి.

"వింటున్నావా...?"

"ఆ... ఆ.." అని తడబడుతూ తలూపింది రాణి.

"మా తాతల కళా నైపుణ్యం గురించి చాలా చెప్పాలి. గొడ్లను కోసి వాటి చర్మాలను ఇంటికి తెచ్చినప్పుడు ఏదో రాజ్యాన్ని జయించి భుజం మీద ఆ రాజ్యాన్ని మోసుకు వస్తున్నంత గర్వంగా కనపడేవారట అందరికీ. ఆ తర్వాత చాలా కాలం ఆ వృత్తి మా వాళ్ళు చేసారు. మా మేనమామ, ఆయన పిల్లలూ ఆ పని చేయడం నేను దగ్గరగా చూశాను. నాకు ఆ పనులన్నీ చూడ్డం ఇష్టమే కాని, వాటిని నా స్నేహితులు చూడ్డం ఇష్టం ఉండేది కాదు. అందుకే ఎవరినీ రానిచ్చే దాన్ని కాదు మా ఇంటికి. చర్మాన్ని నేల మీద పరచి కత్తితో గీరి, ఉప్పు రాసి సున్నం నీటిలో తంగేడు చెక్క, కరక్కాయలు వేసి మూడు నాలుగు రోజులు నానబెట్టేవారు. అబ్బా ఆ కంపు భరించలేక చచ్చేవాళ్ళం." ఇలా అని రాణి వంక కసిగా చూసింది జ్యోతి.

వాసనేదో వస్తున్నట్టే అనిపించినా ముక్కు మూసుకోవాలన్న స్పృహ కూడా లేకుండా అలాగే కూర్చుని వింటోంది రాణి. జ్యోతిని చూడ్డానికి భయం కూడా వేస్తోంది ఆ సమయంలో.

"నానబెట్టిన చర్మాన్ని తీసి, వెంట్రుకలన్నీ గీకి, దాన్ని నేల మీద గట్టిగా లాగి నాలుగు వైపులా మేకులు కొట్టి ఎండబెట్టేవారు. అప్పుడు వాళ్ళు ఆకాశాన్ని నేల మీద పరిచినంత సంబరపడిపోయేవారు. ఎండిన చర్మాన్ని గంజి రాసి రోల్ చేసి మడత పెట్టి, కొన్ని రోజుల తర్వాత ఆ చర్మాన్ని అనేకానేక రూపాల్లో కత్తిరించి చెప్పులు తయారు చేసేవారు. దొరల పాదాల కింద తరించడానికి తమ జీవితాలనే కత్తిరించుకున్నంత సంతృప్తి పడేవారు."

"ఇప్పుడర్థమైందా మా ఊరి కథ. నా కథ..? అర్థమైందా నేనెవరో?" గద్దించినట్టు జ్యోతి అనేటప్పటికి ఉలిక్కపడింది రాణి. రాతి బొమ్మలో చలనం వచ్చినట్లయింది. జ్యోతి కూడా ఉన్నట్టుండి ఉలిక్కిపడింది. తానెక్కడికో వెళ్ళిపోయింది. స్పృహలోకి వచ్చినట్టు ఒకసారి కలయజూసింది. రాణిగారూ రాణిగారూ అని కలవరించినట్టు అరిచింది సన్నగా. మేడం గారూ మేడం గారూ అని రాణి కూడా కలవరించింది. జ్యోతికి అంతలోనే రాణి మీద జాలి, కరుణ ప్రేమ తన్నుకొచ్చాయి.

"సారీ అండీ రాణి గారూ. నాలో ఎవరో పూనినట్టున్నారు. నా గురించి నేను మనసారా చెప్పుకోవాలన్న జీవితకాలపు కోరికలో నన్ను నేనే మరిచిపోయి చాలా వికృతమైన ఆనందాన్ని పొందాను. సారీ. ఏమీ అనుకోకండి."

"అయ్యో...అంత మాటెందుకు మేడం గారూ. నా పిచ్చి మాటలతో వెన్నపూసలాంటి మిమ్మల్ని ఎంత కోతపెట్టానో పిచ్చి ముండని. పిచ్చి ముండని " అనుకుంటూ తనలో తనే ఏదో గొణుక్కుంటూ వంట ఏదో అయ్యిందనిపించి త్వరగా వెళ్ళిపోయింది రాణి. ఉదయమే వచ్చింది. వస్తూ వెంట ఎవరినో తీసుకొచ్చింది. " మీకు వంటకి ఇబ్బంది కలక్కూడదని ఈమెను తీసుకు వచ్చా మేడం గారూ. నేను కాశీకి పోతున్నాను. గంగలో మునిగితేనే గానీ నా పాపానికి విరుగుడు లేదు. పాపిష్టి దాన్ని మీ మనసెంత నొప్పించానో. నా కడుపుకింత కూడు పెట్టిన మిమ్మల్ని కులం కులం అని ఎంత క్షోభ పెట్టానో. వస్తానమ్మా..బతికి బాగుంటే మళ్ళీ మీ దగ్గరకే వస్తాను టీచర్ గారూ. మీరు క్షమిస్తారు. మీ మనసు నాకు తెలుసు. ఆ గంగమ్మ క్షమిస్తుందో లేదో.. " కథలూ సీరియల్సూ చదివే అలవాటున్న రాణి తనకు తెలిసిన భాషలో ఏదో అనేసి విసురుగా వెళ్ళిపోయింది. జ్యోతినుంచి సమాధానం కూడా వినలేదు.

జరిగిందంతా రాత్రికి సహచరుడు సురేష్ కి చెప్పి కొంత ఉపశమనం పొందింది జ్యోతి. రాణి మనసు గాయపరచానేమో అని దిగులుపడిపోతోంది.

"జీవితమంతా ఒక కొండను లోపల మోసుకుంటూ తిరిగావన్న మాట. నాక్కూడా ఎప్పుడూ చెప్పనే లేదు. పోన్లే ఇప్పటికైనా బరువు దించుకున్నావు. ఆమె గురించి ఆలోచించకు. తానేదో పాపం చేసిందని, ఆ పాపం కడుక్కోవడానికి కాశీకి వెళ్ళిందని ఆమె చెప్తే నువ్వు నమ్ముతున్నావు. కానీ ఆమె నీ దగ్గర పనిచేసి పాపపంకిలమైనందుకు ప్రాయశ్చిత్తం చేసుకోడానికి వెళ్లిందని నేను అనుకుంటున్నాను. వదిలేయ్. పడుకో. ఇన్నేళ్ళూ నువ్వు కోల్పోయిన నిద్రను ఈ రాత్రికి సంపూర్ణంగా అనుభవించు." అని కళ్ళు మూసుకున్నాడు సురేష్.

జ్యోతికేవేవో జ్ఞాపకాలు గుండెల్లో సుడులు తిరిగాయి. తనకు ప్రమేయం లేని తన పుట్టుక తన బతుకంతా ఒక కొండలా కాళ్ళకి ఎలా చుట్టుకుందో, ఎవరికీ కనపడని ఆ బరువును ఈడ్చుకుంటూ ఎలా నడిచిందో. తలుచుకుంటేనే భయపడి పోయింది. ఎన్నో ఘటనలు..ఎంతో కన్నీరు. ఒంటె తన అవసరానికి మంచి నీళ్ళు దేహంలో దాచుకుంటుందట. జ్యోతి కన్నీళ్ళు దేహంలో దాచుకునే విద్య చిన్నప్పుడే అభ్యసించింది.

"ఏమో ఆమె తిరిగి వస్తుందనే నా నమ్మకం." జ్యోతి తనలో అనుకుంటూనే పైకి అనేసింది.

"అది నీ పిచ్చి నమ్మకం జ్యోతీ."

"కొన్నిసార్లు సిద్ధాంతంతో కూడిన సందేహం కంటే ప్రేమతో కూడిన నమ్మకమే గెలుస్తుంది సురేష్."

"నేను మాత్రం రాణి తిరిగి వస్తుందంటే ససేమిరా నమ్మను. ఆమె కులం ఆమెను రానివ్వదు." అన్నాడు.

"ఏమో సురేష్, ఆమె వస్తుందనుకుంటే నా మనసుకు రిలీఫ్ గా వుంది."

"చూద్దాం అంటే చూద్దాం" అని ఇద్దరూ చెరో వైపు తిరిగి కళ్ళు మూసుకున్నారు. జ్యోతి కన్నుల మీద రాత్రంతా గంగానది ప్రశాంతంగా ప్రవహిస్తూనే వుంది. ఆ అలల మీద ఒకే ప్రశ్న తేలియాడుతోంది.

"ఇంతకీ ఆమె వస్తుందా...?"

----★★----

పరిచయం

డా. ప్రసాదమూర్తి
కవి సెల్ నెం. 8499866699
ఇ మెయిల్: pramubandaru@gmail.com

మూడు దశాబ్దాలకు పైగా అసమాన ప్రతిభతో.. అరుదైన అక్షర చాతుర్యంతో కవన కర్మాగారంలో పరిశ్రమిస్తున్న కవి కార్మికుడు డా. ప్రసాదమూర్తి. పుట్టిన ఊరు ఆంధ్రప్రదేశ్ లోని పశ్చిమగోదావరి జిల్లా నిడమర్రు గ్రామం. తల్లిదండ్రులు బండారు సత్యనారాయణ, దుర్గాంబ.
1999లో "కలనేత" కవితా సంపుటితో తెలుగు కవితా ప్రవాహంలో కొత్త కెరటమై అడుగు పెట్టారు. 2007 లో" మాట్లాడుకోవాలి" అనే రెండో కవితా సంపుటి, 2010లో "నాన్న చెట్టు" 2014లో "పూలండోయ్ పూలు", 2016లో "చేనుగట్టు పియానో" 2018లో '' దేశం లేని ప్రజలు" కవితా సపుటాలు, 2019లో '' ప్రసాదమూర్తి కవిత్వం'' (సెలక్టెడ్ పోయెమ్స్), '' సగం పిట్ట'' కథా సంపుటి, '' ప్రసాదసముద్రం'' (ప్రసాదమూర్తి కవిత్వంపై ప్రముఖుల వ్యాసాలు) పుస్తకాలను వెలువరించారు.

"ఒక దశాబ్దాన్ని కుదిపేసిన దళిత కవిత్వం" అనే ఈయన పరిశోధనా గ్రంథం 2017లో పుస్తకంగా వెలువడింది. 2021 డిసెంబర్ లో ఇటీవల అమ్మ నాన్న ఒక సైకిల్ అనే కవితా సంపుటిని, తన పెంపుడు శునకం మీద గోల్డీ పద్యాలు అనే కంద పద్య కావ్యాన్ని వెలువరించారు. వస్తువేదైనా దాన్ని అలవోకగా కవిత చేసే నేర్పరితనం ఏ సిద్ధాంతాల తాళ్ళతోనూ ఈ కవిని కట్టిపడేయడానికి వీలు లేకుండా చేసింది. ఈ కవి రక్తంలో కదలాడే నీడలు మనుషులే. వాటి పరిమళాలే..పలకరింపులే..పలవరింతలే ఈయన కవితలు.

నూతలపాటి గంగాధరం పురస్కారం, సోమసుందర్ సాహితీ పురస్కారం,శాంతినారాయణ పురస్కారం, ఫ్రీవర్స్ ఫ్రంట్ అవార్డు, ఉమ్మడిశెట్టి సాహితీ పురస్కారం, స్మైల్ సాహితీ పురస్కారం, రొట్టమాకు రేవు అవార్డు, సాహితీ మాణిక్యం అవార్డు లాంటి ఎన్నో ప్రతిష్ఠాత్మక అవార్డులు అందుకున్నారు. 2012 లో ఢిల్లీ తెలుగు అకాడెమీ ప్రతిష్ఠాత్మక అవార్డును అందుకున్నారు. 2008లో శ్రీశ్రీ పై నిర్మించిన డాక్యుమెంటరీకి గాను ఈయన ఒక బంగారు నంది, ఒక తామ్ర నంది అవార్డులు అందుకున్నారు.

నాగేశు....

❖ శ్రీ అనిల్ డ్యాని

మజ్జానం పూట మూడుకి నాలుక్కి మధ్యలో ఉంది టైయిము . పొలాల్లోకి కూలికి పోయిన కూలోళ్లు, మేతకి పోయిన జీవాలన్నీ ఎనిక్కొస్తున్నాయి. రోజూ అదే సమయానికి పేటలోకి వచ్చే రాజస్థాన్ మిఠాయి బండి గంట కూడా ఎక్కడో మోగుతున్న శబ్దం చూచాయగా ఇనబడతానే ఉంది.

గాజులు గల గల మంటూ బిందెలు తోముతున్న సప్పుడొస్తుందంటే అది ఖచ్చితంగా పంపులు వదిలే టయమని గుర్తు. ఎప్పటిలానే ఇవన్నీ జరుగుతూనే ఉన్నాయి. ఉన్నట్టుండి జనమంతా ఒక వ్యక్తి చుట్టూ గుమ్మికూడి అతన్నే పరిశీలనగా చూస్తున్నారు. బక్కగా అయిదడుగుల ఎత్తు ఉన్నాడో లేడో కూడా తెలీదు. పాతిక ముప్పై కి మధ్యలో ఉన్నా పెద్దగా పైకి కనబడని వయసున్నకుర్రాడు,కంగారు కంగారుగా ఏదేదోమాట్లాడేస్తున్నాడు. ఏ భాషో అర్థంకావడం లేదు, కానీ భాష తెల్సిన వాడిలాగానే లొడ లొడా వాగుతూనే ఉన్నాడు. కళ్ళు పెద్దవి చేస్తున్నాడు మధ్య మధ్యలో అరుస్తున్నాడు.చూస్తున్న వాళ్లందరికీ వింతగా ఉంది.

పిల్లలు భయపడి దూరం జరుగుతూ ఉంటే, ఆడోళ్లు నవ్వుతూనే ఒకళ్లిద్దరు ధైర్యం చేసి, ఎవురయ్యా నువ్వు ఏందీ నీ కత అని వివరాలు అడిగే ప్రయత్నం చేసినా, అరిసినా, కేకలు వేసినా ఆపడం లేదు. పీక్కు పోయిన చెంపలు, లోపలికి వెళ్ళిపోయి జీవం లేని కళ్ళతో చుట్టు నిల్చున్న వాళ్ళని చూస్తున్నాడు.

ఇలా గంట నడిచింది ప్రహసనం. జనం పల్చబడిపోసాగారు. అయినా అతను తన వాక్ప్రవాహం ఆపలేదు... మాట్లాడి మాట్లాడి అలసిపోయి అక్కడే కిందపడిపోయాడు.
ఎవరో నీళ్లు చల్లండి అని అరిశారు. నీళ్లు చల్లాకా చొక్కాకి అంటుకున్న మట్టి దులుపుకుని అక్కడనుంచి వెళ్ళిపోయాడు.

★★★

ప్రకాశం బ్యారేజీ అడుగు భాగం కుంగి పోతుంది కాబట్టి భారీ వాహనాలు, దానిమీద వెళ్లకుండా నిషేధం విధించింది ప్రభుత్వం. బ్యారేజీమీద నుంచి అవకాడ వైపునున్న బెజవాడకి పోవడానికి రిచ్చాలకి బేరాలు బాగుంటాయి ఇవతల సీతానగరం నుంచి. కొన్నాళ్ళు కట్టపడితే వానాకాలం శుభ్రంగా ఇంట్లోనే ఉండొచ్చు అని ఏవేవో ఆలోచన చేసుకుంటున్నాడు నాగేశు. ఈ లెక్కలు ఆలోచనలు కలిబెట్టుకుంటూ ఉండగానే, పుష్కరాలు వచ్చాయి కృష్ణానదికి. వేసుకున్న లెక్కలకి సరిపోయేలా వరసగా బేరాలు వస్తున్నాయి

ఒళ్ళు హూనం అయ్యేలాగా కష్టపడుతున్నాడు, రోజూ ఇంటికి చేరేసరికి పది దాటిపోతుంది. ఇంటికి రాగానే అత్త వరాలమ్మ వండిపెట్టిందేదో తినడం . మరీ ఆలస్యం అయితే ఏ బండి మీద "ఫ్రై" చేసిన చేపముక్కల బిర్యాని తినేసి రావడం. అస్తమానం ఇదేకాదు కాని ఎక్కువసార్లు నాగేశు జీవితంలో ఇదే జరుగుతున్న వ్యవహారం.

నాగేశు పెళ్ళాం సచ్చిపోయి పదేళ్ళు. కూతురు ఉంది.పెళ్లి చేసేశాడు. అల్లుడు కి ఏదో కంపెనీలో చిన్న ఉద్యోగం, తనకేం ఇబ్బందిలేదు. తాను ఒక్కడే తనకున్న రిక్షా ఒక్కటే దాన్నే తొక్కుకుంటూ మేనత్త వరాలమ్మ ఇంట్లో నే ఒక పోర్షన్లో అద్దెకి ఉంటున్నాడో, మేనల్లుడు కాబట్టి ఊరికే ఉంటున్నాడో ఇద్దరికి తెలీదు. ఎప్పుడైనా వందో రెండు వందలోఇచ్చి నవ్వి ఊరుకునేవాడు.

వరాలమ్మ కి నలుగురు కొడుకులు, వాళ్ళతో కలిసి పెరిగినోడని అని చెప్పి నాగేశు కి పెళ్ళాం పోయాక, ఒక్కడివే యాడుంటావు నా గదుల్లో ఒకదాన్లో ఉండు అని చెప్పేసరికి కాదనలేకపోయాడు. ఒంటరితనంలో ఉన్నప్పుడు పక్కనే నాలుగు మాటలు చెప్పే వాళ్ళుంటే బాగుంటుంది అని అనుకున్నాడు.

నాకేంది పోయేదాక నాతో నా అత్త వైపు బలగమంతా ఉంది.పోయాక పారేయడానికి నా బామ్మర్దులున్నారు అని చెప్పుకునే వాడు నాగేశు.

ఎటు చూసినా మైకుల గోల, జనం అలికిడి, ఎక్కడెక్కడినుంచో పుష్కర స్నానాలకి వస్తున్నారు, మామూలు రోజులకి ఈ పుష్కరాల రోజులకి తేడా ఏంటో అర్ధం కాలేదు నాగేశుకి, అప్పుడూ అవే నీళ్లు, ఇప్పుడు అవే నీళ్లు ఎం మారిద్దో తెలియడం లేదని ఎన్నోసార్లు తనలో తాను గొణుక్కున్నాడు. అయినా అవన్నీ తనకెందుకు తనకి డబ్బులు కావాలి, బేరాలు బాగుండాలి డబ్బులు రావాలి తను సచ్చి పోయాక ఎవరికి భారం కాకూడదు, ఉన్న ఒక్క కూతురూ బాధ పడకూడదు అని నాగేశు ఉద్దేశం.

అన్నిరోజుల్లాగానే ఆ సాయంత్రం కూడా పొద్దుపోయేముందు ఆఖరి రౌండ్ వేసి, ఇంటికి పోయి ఒక ముద్దతిని, కాసేపు పడుకుని , మళ్ళీ నైట్ ట్రిప్ కి వద్దామని అనుకుని బయల్దేరాడు , ఈలోగా అనుకోకుండా మంచి బేరం దొరికింది. నదికాడ స్నానాల ఘాట్ దగ్గర్లో దింపేసి వెనక్కి తిరిగాడు.

లైట్లు అక్కడక్కడ వెలుగుతున్నా, కాస్త చీకటి పడే సమయం. జనం పల్చగానే ఉన్నారు.

రిక్షా... వస్తావా... అని ఎవరో పిలిచినట్టు వినబడింది నాగేశుకి.... బండి ఆపాడు.. చూస్తే పాతిక ముప్పై మధ్య వయసులో ఉన్న ఆడ మనిషి

"యాడికిబోవాలమ్మా" ...! అన్నాడు నాగేశు. హ్యాండిల్ కి బ్రేక్ కి రబ్బర్ సపోర్ట్ చేస్తూ బండి ఆపుతూ.

ముందు ఎక్కనీ తర్వాత సెబుతా అంది ఆ ఆడ మనిషి.

వెలిసిపోయిన రంగు ఏదో చీరమీద కనబడడం లేదు. అద్దాల మెరుపు మాత్రం బాగా ఉంది. నల్ల జాకెట్టు , జుట్టు దువ్వకుండా వదిలేసినట్టు గా , బహుశా ప్రయాణం వల్ల కాస్త నలతగా ఉన్నట్టుగా అనిపిస్తుంది అని ఆమెని చూసిన ఎవరైనా ఇదే మాట చెబుతారు.

రండి ఎక్కి కూసోండి అన్నాడు నాగేశు.

"ప్రయాణం మొదలయింది"

తొందరగా ఇంటికి వెళ్ళాలి అనే ఆలోచనే ఉంది అతనిలో. చాలా వేగంగా తొక్కుతున్నాడు, పదినిముషాల్లో బండి జంక్షన్ దగ్గరకి వచ్చింది . ఆపేసి ఎటు పోవాలి అన్నాడు.

★★★

మళ్ళీ అడిగాడు.

మౌనమే సమాధానమైంది..

దిగిపోయి పది రూపాయలు ఇమ్మన్నాడు నాగేశు .

నలిగిపోయిన నోటు ఇచ్చింది.

తీసుకుని జేబులో పెట్టుకుంటూ జాగ్రత్తమ్మాయ్ అసలే రోజులు బాగోలేదు. కుక్కలు, ఊర కుక్కల్లాంటి కుర్రనాయాళ్లు కలిసి తిరిగే ఏరియా ఇది. జనం ఉండారులే అని ఏమరుపాటుగా ఉండమాక, అసలే ఏదో ఇబ్బందిలో ఉండావు అనుకుంటా అని బండి ఎక్కేశాడు. పుష్కరాల కోసం వేసిన పెద్ద పెద్ద లైట్లు కిందంతా పట్ట పగలు లా ఉంది. అక్కడక్కడా ఇంకా జనం ఉన్నారు. వేరే ఊరు వెళ్లవలసిన వాళ్ళు, కొత్తగా వచ్చే వాళ్ళు కొంత కోలాహలం గానే ఉంది వాతావరణం. ఫర్లాంగు దూరం వెళ్లి బీడీ అంటించుకుందామని ఆగి వెనక్కి తిరిగి చూశాడు నాగేశు.

ఆమె ఇంకా బెంచ్ మీద కూర్చొనే ఉంది.

బీడీ అయ్యేదాక అక్కడే ఉండాడు. ఇంటికి పోవాలి అనిపిస్తుంది నాగేశు కి.

దూరంగా ఆమెనే చూస్తూ కూర్చున్నాడు,

వెనక్కి వెళ్లాలా వద్దా...?

వెళ్లి అసలు తన ఇబ్బంది ఏంటో కనుక్కుంటే...?

మనకెందుకు.. ?

రోడ్డు మీద పోయే కంప మనకెందుకు...?

ఇప్పటికి హాయిగా దిగుల్లేని జీవితం ఉంది,

ఏమో నిజంగా ఇబ్బందుల్లో ఉందేమో లేదా లేచిపోయి వచ్చిందేమో?

వచ్చిన వాడు మోసం చేసి వదిలేసి వెళ్లిపోయాడేమో..?

మళ్ళీ కొత్తగా ఈ తలనెప్పి ఎందుకు..? అనుకున్నాడు.

పోలీసోళ్లు తగులుకుంటే మళ్ళీ అదొక నసా....

మరొక పక్క కూతురు వయసున్న ఒంటరి ఆడపిల్ల ఏదన్నా అయితే..?

కాకి నిక్కరు జేబులో నుంచి తీసి రెండు చేతులతో బాగా నలిపి ఇంకో బీడీతీసి వెలిగించాడు

మెల్లిగా జనం పెరిగారు..

ఆమె అక్కడే ఉంది.

ఒకదానికొకటి పోటీపడి మరీ వెలుగుతున్నాయి లైట్లు.

ఒక బీడీ కట్ట సగం కాలిపోయి తేలికైపోయింది.

నాగేశు చూస్తూనే ఉన్నాడు.

ఆమె అక్కడే ఉంది .

అతను చూస్తున్నాడన్న విషయం ఆమెకు తెలీదు. చిరుచలిలో ఆమె ఇంకా మునగడ తీసుకుని ఒదిగి కూర్చుంటుంది.

నైట్ గస్తీకి పోలీస్ జీబులు మొదలయ్యాయి

ఇక ఎక్కువ సేపుంటే లాభం లేదు అనుకుని

నాగేశు అప్రయత్నంగా నే బండి వెనక్కి తిప్పాడు .

బెల్లు మోగించాడు.. అతను వస్తాడని ఆమెసలు ఆలోచనే చేయలేదు.

కళ్ళు తళుక్కున మెరిశాయి. వేగంగా లేచి నిల్చుంది.

అంత వెలుతురున్నా చిమ్మచీకటిలో ఉన్నట్టుంది ఆమెకు.

అతను రాగానే చల్లగాలి ని గుండెల నిండా పీల్చుకుంది.

రా ఎక్కు బండి అనేలోపే... బండెక్కి కూర్చుంది.

మౌనంతో కలిసి చాలా దూరం వెళ్లారు.

ఏం పేరు....?

మున్నీ....!

ఏ ఊరు...?

....

మళ్ళీ.. ఏ ఊరు..?

....

ఉట్టి తుత్తర నాయాళ్ళు ఉండే ఏరియా.. అందుకే మళ్ళీ ఎనక్కి వచ్చా. సరే ఈ పూటకి మా అత్త కాడ ఉండి రేపు చెప్పు ఇవరంగా అంటూ ఇంటికి పోనిచ్చాడు...

నది ప్రాంతం దాటి వచ్చాక ఇంటికి పొయ్యే దారిలో ఎక్కడా వెలుతురు రవ్వలేదు... ఊరికి దూరంగా కొండపైన ఎర్రగా మెరుస్తున్న శిలువ తప్ప . ఊరికి దక్షిణానికి వెళ్తున్న మున్నీ ఎక్కిన నాగేశు రిక్షా వరాలమ్మ ఇంటిముందు ఆగింది.

★★★

లంచ్ తర్వాత ఇంకా క్లాస్ మొదలవ్వని ఎమ్మే ఇంగ్లీష్ క్లాస్లో ఉన్నట్టుండి కలకలం . లోపలకి వెళ్లే గుమ్మం ముందు నిలబడి ఏంటెంటో మాట్లాడుతున్నాడు మస్తాను. అరే ఏమయింది వీడికి , అందరిదీ ఒకటే మాట, ఇరవై నిముషాల తర్వాత తనంతట తానే మౌనంగా క్లాస్ లోకి వెళ్లి కూర్చున్నాడు.ఎవరో మంచి నీళ్లు ఇచ్చారు. తాగి అందరి వైపు చూశాడు, నవ్వుతున్న వాళ్ళు, నవ్వు ఆపుకుంటున్న వాళ్ళు, చిరాగ్గా చూసే వాళ్ళ వైపు చూసి కళ్ళు తుడుచుకుని పుస్తకాలు తీసుకుని కాలేజీ బయటకి నడిచాడు.

వదినా...!

వాడిని ఎక్కడైనా చూపించొచ్చు కదా, అంటూ లోపలికి వచ్చాడు మస్తాన్ చదువుకునే కాలేజీలో అటెండర్ పనిచేసే శివరాం.

నీకు తెలియంది ఏముంది శివయ్య, ఎన్ని ఇబ్బందులు ఉన్నాయో నీకు తెలీదా..? వాళ్ళ నాయన ఉన్నాడా, పోయాడా అనేది నాకే తెలియదు. ఇద్దరు పిల్లల్ని వదిలేసిపోయాడు. వాళ్ళని సాకడానికే నా రెక్కలు రెండు అలసిపోయాయి. ఇంకా ఈ జబ్బులకి మందులంటే నా వల్ల కాదు. ఇంతకీ ఏమయింది మళ్ళీ ఆ వాగుడు వాగాడా అంది. అందరూ నవ్వుతున్నారు వదినా, నాకే సివుక్కు మంది ప్రాణం అన్నాడు. ఇంకా ఇంటికి కూడా రాలేదు. దిగాలుగా ఎక్కడైనా కూర్చున్నాడో ఏమో

వయసుకి మించిన బరువు నెత్తిన ఏసుకున్నాడు బిడ్డ...! అని జారుతున్న కన్నీటిని చీరతో తుడుచుకుంది.

"సరే సరే వస్తాదులే యాడికి పోతాడు పొద్దున జరిగిన సంగతి చెప్పిపోదామనే వచ్చా" అని వెళ్లిపోయాడు శివరాం.

అన్నంకూడా తినకుండా కొడుకుకోసం ఎదురు చూస్తూ ఉంది జమీలా బేగం. ఒంటిగంటకి వచ్చాడు మస్తాన్. ఇద్దరూ ఏమి మాట్లాడుకోలేదు.అలాగే మంచం మీద వాలిపోయి నిద్రపోయాడు.నిద్రలో చుట్టూ జనం ఎగతాళి చేస్తున్న వాళ్ళు, సానుభూతి చూపిస్తున్న వాళ్ళు, జాలితో డబ్బులు ఇచ్చిన వాళ్ళు నవ్వే వాళ్ళు. ఇన్ని రకాల మనుషులు ఉంటారా మన మధ్యలో, మానసిక ఆరోగ్యాన్ని అంచనా వేయలేక నవ్వే జనం మధ్యలోనా నేను బతికేది, ఏం మనుషులు రా నాయనా..? మీకు జాలి కనికరాలు లేవా..? మీరూ.. మీ వికారాలు..!

పెద్ద పెద్దగా కలవరిస్తున్నాడు మస్తాన్. జమీలా బేగం గట్టిగా కొట్టి లేపి మంచినీళ్లు తాపింది. ఇద్దరికి వాళ్లకున్న సమస్యలు తెల్సు కాని పరిష్కారం తెలీదు. గొంతు పెగిల్చి ఒక మాట అడిగింది జమీలా బేగం..

"ఏమైనా ఆచూకీ దొరికిందా..."?

"మస్తానూ మౌనంగా ఏడ్చాడు."

సమాధానం ఆమెకు అర్ధం అయింది

ఆ ఇంటి గోడలు వస్తువులకి రోజూ ఆ దుఃఖమయ సమయాలని గడపడం అలవాటే. మనుషులకి మనుషులంటేనే లోకువ,అందరూ మంచోళ్లే కానీ మాట విసిరే సమయంలో మాత్రం అందరూ వేటగాళ్ళు, గాయపరిచి వినోదం చూసే మాంత్రికులు. ఆ వాడ కట్టులో అందరూ వీళ్ళని హేళన చేసిన వాళ్లే, అందుకే తల్లీ కొడుకులిద్దరూ వాళ్ళని వాళ్లే ఓదార్చుకుంటూ ఉంటారు.

★★★

వరాలమ్మ మున్నీ చెప్పే మాటలన్నీ విని ఆగి ఆగి తెగ నవ్వుతోంది.
అదికాదమ్మ ఎట్టా వచ్చేశావు ఇంటి కాణ్ణుంచి....?
అమ్మా అయ్యా, తోడ బుట్టిన వాళ్ళు, అప్ప చెల్లెళ్ళు ఎవరూ లేరా..? అని అడుగుతానే ఉంది..!
ఎవురూ లేరు పెద్దమ్మ. అంతా సచ్చిపోయారు. నేను కూడా ఒక దుర్మార్గుడిచేతిలో నుంచి పడకుండా ఇంట్లో నుంచి బయటపడ్డాను. ఎటు పోవాలో తెలీలేదు అని జరిగింది అంతా చెప్పింది.సరే ఈడే ఉండు. యాడికి పోమాక ఎవరైనా వస్తే పూర్తిగా విచారణ చేసినాకే అంపిస్తా అని అభయం ఇచ్చింది వరాలమ్మ. అలాగే పెద్దమ్మ అంటూ మాట్లాడుతూనే నిద్రలోకి వెళ్ళిపోయింది మున్నీ.
ఆకలిగా ఉంది, రెండు రోజుల నుంచి ఆగని ప్రయాణం ,

ఎన్నాళ్ళయిందో నిద్ర ముఖం చూసి, ఏం చేద్దామన్నా చుట్టూ చూస్తే భయం, కన్ను మూస్తే అలజడి, ఎందుకీ బాధ, ఇల్లూ వాకిలి లేదా...? ఈ నాగరిక అభయారణ్యం లో ఏ తోడూ లేని, పోవడానికి ఎలాంటి దిక్కులేని ఒంటరి ప్రయాణం ఎందుకు...? మున్నీ మనసు లోపల అంతా అల్లకల్లోలం గా ఉంది, కానీ జీవితానికి ఏదో కొంత భరోసా దొరికిందనే ఆశతో నిద్ర పోయింది.
ఏందత్తా కత అని మొఖం పుల్ల నోట్లో ఏసుకుని వచ్చి కూసున్నాడు నాగేశు.
మంచిపని చేశావురా.. ఆ పిల్లకి ఎవురూ లేరంట ఎవడో కాసుకుని మీద చేయి వేయబోతే పారిపోయి వచ్చింది అంట అని చెప్పింది ...
పెద్దగా నవ్వి "నమ్మావా" అన్నాడు.

ఇదేదో డేంజర్ పేమ యవ్వారం లాగా అగపడుతుంది. ఇలాంటివి నేను శానా చూశా. సరిగ్గా కనుక్కుని, వందో రెండొందలో చేతిలో పెట్టి పంపేసేయ్, నేను బండి నుంచి రాంగాన్నే ఇత్తాను, మనకాడ సొమ్ముకు లోటు లేదే అత్తా. ఏదో ఒంటిరి ఆడపిల్ల అని ఇంటికి తెచ్చిన పాపానికి సిచ్చ తప్పదుగా అని చెప్పి ముఖం కడుక్కుని రిక్షా తీసుకుని వెళ్ళిపోయాడు.

రోజంతా వివరాలు అడుగుతూనే ఉంది వరాలమ్మ , రాత్రి చెప్పిన విషయాన్ని మళ్ళీ పొల్లు పోకుండా చెప్పింది మున్నీ, వరాలమ్మ కరిగిపోయింది.ఆడపిల్ల అంత కష్టంలో ఉంటే వదలాలి అనిపించలేదు. ఆ అమ్మాయి చెప్పేది అబద్ధమూ అనిపించలేదు. అమ్మాయ్ నీ ఇష్టం ఉన్నంత కాలం నాతోనే ఉండి పో, నా కొడుకులు నలుగురు అన్నల్లాగా నీకు కాపుగా ఉంటారు. లేదా ఈ లోపు నీకే మీ ఓళ్ళు గుర్తుకువస్తే చెప్పు పోయి నేనే దింపి వస్తా, నేను ఉన్నంత కాలం నీ మీద ఈగ వాలినా ఊరుకోను,

నేను పోయాక ఆ తర్వాత సంగతి చూద్దాం అని కళ్ళు తుడుచుకుంది. మున్నీ కూడా తలొంచుకుని పెద్దమ్మా అని కౌగలించుకుని ఏడ్చింది.

రాత్రి కి వచ్చిన నాగేసుకు మున్నీ కథ మొత్తం ఇవరంగా సెప్పింది. నాకెందుకో నమ్మకం కలగట్లేదు అత్తా అన్నాడు.

ఒరేయ్ నాగేశా నీకు ఆడదాని మనసు తెలీదురా ఒకసారి నిజం అని అన్నదంటే అది సత్య ప్రమాణకమే అని మున్నీ ని సమర్ధించింది. ఏమోలే ఏమైనా తిన్నదా లేదా అని ఇచారించి తన గదికి పోయి పడుకున్నాడు.
ఇదేదో తనకు తగవు తెచ్చే యవ్వారమే అనుకుంటూ పడుకున్నాడు.

రోజుల్ని తీసుకుని కాలం వెళ్లిపోతూఉంది.

నాలుగురోజులైంది, మొదట్లో వాడ అంతా వరాలమ్మ సుట్టం అనుకున్నారు, కాదని తెల్సినాక , వాళ్ళకి అలుసు చిక్కినట్టైంది, అమ్మలక్కలు, కుర్రనాయాళ్ళు ఏదో ఒక సూటిపోటి మాట అంటున్నారు మున్నీ ని, పంపులకాడ, పుల్లలు కొట్టుకోవడానికి పోయినకాడ ఇలా అన్ని చోట్లా పుల్లవిరుపు మాటలు వింటుంది మున్నీ.

కొన్ని సార్లు వరాలమ్మకి చెప్పింది. వరాలమ్మ కొడుకులకు చెప్పింది. ఇంకొన్ని సార్లు నాగేశుకు చెప్పింది. చాలాసార్లు మౌనంగా ఏడ్చుకుంది. ఇలా చాలా గొడవలే జరిగాయి, మనది కాని విషయం కోసం మనం ఎందుకు యాష్ట పడి కోపం తెచ్చుకోవడం అని అనుకోలేదు వరాలమ్మ, ఆ పిల్ల నాగేశు మీద నమ్మకంతో వచ్చింది, ఈడకి, ఆ అమ్మాయి కత ఏంది అన్నది మనకి తెలవదు ఇంతవరకు, మా పిల్ల అని ఎవరూ రాలేదు.. వస్తే ఆనవాలు చెబితే అప్పగిస్తాం.. ఇదే మాట చెప్పింది ఎక్కడైనా... పోలీసుల కాడికి పోదామంటే మున్నీ మీకు కూడా కనబడకుండా పోతా యాడన్న దూకి సస్తా అని బెదిరించింది. వరాలమ్మకి అన్ని పనుల్లో సాయం చేసేది..

వచ్చి దాదాపు నెల కావొస్తుంది అప్పుడప్పుడు వంట వొండేది కానీ పెద్దగా బాగుండేది కాదు. ఇక ఆ ఇల్లు తనదే అన్నట్టుగానే ఉండేది మున్నీ. పనులన్నీ తనవే, వయసుడుగుతున్న సమయంలో కొడుకుల అవసరం లేకుండా ఉన్న వరాలమ్మకి ఆదరువుగా మారింది మున్నీ.

పేటలో మున్నీ ఒక అర్థం కాని పజిల్ లాగా మారింది. ఎవరో తెలీదు ఎందుకుంటుంది వివరాలు లేవు.అందమైన అమ్మాయి పైగా వయసులో ఉంది. కుర్రాళ్ళ చూపులు సానుభూతినుంచి వెకిలిగా మారుతున్నాయి. ఇదేదో తేలాలి అంటే ఇంకా డోసు పెంచాల్సిందే అని మీటింగులు పెట్టుకున్నారు. ఒకరోజు కావాలని గొడవకి దిగారు అమ్మలక్కలు, యాడనుంచో వచ్చి ఈడ పక్కల్లో పడుకునే ముండలు కూడా మాతో మాట్లాడేయే అని ఒకామే సూటిగా మాటతో పొడిచింది, పంపు కాడ నీళ్లు పట్టే దగ్గర. పట్టిన బిందె నీళ్లు అక్కడే పారబోసి ఇంటికి వచ్చి వరాలమ్మని పట్టుకుని ఏడ్చేసింది మున్నీ..

అది ఆ ఒక్క మాటతో పొంగిన బాధ కాదు, ఎన్నాళ్లనుంచో కడుపులో దాచుకున్న వ్యధ.
రాత్రి తొమ్మిది దాకా ఏడుస్తూనే ఉంది.

స్నానాలు, అన్నాలు కానిచ్చాక. వరాలమ్మ నిద్ర పోవడానికి ముందు పాటలు పాడుకునే అలవాటు ఉంది, అలా పాడుకుంటున్న సమయంలో, చల్లగాలికి ఇంటి తాటాకులు మోగుతున్నప్పుడు పెద్దమ్మ నేను నాగేశు మావ్యని పెళ్లి జేసుకుంటా అనింది మున్ని.

వరాలమ్మ కి మైండ్ తిరిగిపోయింది. అమ్మేయ్ పొడుకో పొద్దున్నే మాటాడదాం అంది. కాదు పెద్దమ్మ నేను నిజమే అంటున్నా.
కాసేపు అంతా నిశ్శబ్దంగా మారిపోయింది .
కాస్త సమయం తీసుకుని మున్నీనే మొదలు పెట్టింది...!

నాకా ఎవురూ లేరు..ఒక వేళ మీరు సంబంధం చూసి ఎవరినైనా చూసి చేయడానికి మీకు నాకు ఏంది సంబంధం అని అడుగుతారు. ఏం చెబుతాం చెప్పు అని అడిగింది.
అమ్మాయ్ మున్నీ ! అని కోపంగా అరిచింది

నీకు పెళ్లి జేత్తామని మేమేమైనా అన్నామా..? మాకెవ్వరికి తెలీకుండా ఆ నాగేశు గాడేమైన నిన్ను మాయ జేశాడా...? ఏంది...?

రేపు పొద్దున్న మీవాళ్ళు ఎవరైనా వచ్చి ఏదైనా గొడవ చేస్తే..? చేస్తే ఏంది చేసేది.! వామ్మో వద్దమ్మో నా కాడ అంటే అన్నావు గాని ఇంకేడా అనబాకు అంత ఇవరంగా ఉండదు, తిక్కలదానిలాగా ఉండావు గా అని ఇసురుగా అటు తిరిగి పడుకుంది. మున్నీ రాత్రంతా ఏడుస్తూనే ఉంది. ఎందుకు ఈ జీవితం ఎక్కడికి పోవాలి..? మున్నీ కి రాత్రికి జీవితానికి తేడా లేదు అనిపించింది. చీకటి ముదిరేకొద్ది బాధ ఎక్కువై పోతుంది. అప్పుడప్పుడు పెద్దగా, కాసేపు మౌనంగా ఏడ్చుకుంది. వరాలమ్మ నిద్ర పోకుండా ఆ బాధ వింటూనే ఉంది.

ఏంది ఈపిల్ల ...

అసలు ఎవరు...?

ఎక్కడనుంచో వచ్చి ఇప్పుడు, నాగేశు గాడి పెళ్ళాన్ని అవుతా అంటుంది. రేపు వాల్లోళ్లు వచ్చి పోలీసులు కేసులు అంటే, నా గతేంటి..? కొడుకులు తప్పంటారా..? అసలే వాళ్ళ బతుకులు అంతంత మాత్రం.

పెళ్ళాం జచ్చినోడు కదా అని ఇంట్లో కి రమ్మంటే ఈ తగలాటకం తెచ్చి పెట్టాడు. వాడిదేం తప్పు లేదు ముందే పంపేయమన్నాడు, నేనే పెద్ద ఆరింద లాగా ఆలోచన జేసీ ఇదిగో ఇప్పుడు ప్యాణాల మీదకి తెచ్చుకున్నా. ఏందో ఈ కత, ఎటు తిరుగుద్దో... దేవుడా నువ్వే ఉన్నావు... అని కళ్ళు మూసుకుంది... మున్నీ ఏడుపు ఆమె ని నిద్ర పోనివ్వకుండా చేస్తుంది.

★★★

మస్తాను ఇంట్లోనుంచి వెళ్ళిపోయాడు. జమీల బేగం ఒక్కర్తే వెతకలేక తాను ఆచూకీ తెలుసుకోవడం కోసం చేయాల్సిన పనంతా చేసి ఇంట్లోనే ఏడుస్తూ కూర్చుంది. మొగుడు వెళ్ళిపోయాడు, కొడుకు లేడు, కూతురూ ఎటుపోయింది తెలీదు. ఒక్కదాన్నే యా అల్లా...! నన్ను తీసేసుకో వాళ్లంతా లేని ఈ జీవితం నాకెందుకు అని కన్నీరు కార్చని రోజు లేదు.

రోజుకి మూడు సార్లు అజా వినబడగానే నమాజ్ ఉచ్చారణ చేసుకునేది. ప్రతీ సోమవారం అన్నం అవసరం ఉన్న వాళ్ళని గుర్తించి వాళ్ళకి తనకున్న దాంట్లో కొంత పంచేది. అందుకోసం ఒక కుర్రవాణ్ణి కూడా మాట్లాడుకుంది. ఈ ముసలి ప్రాణం ఆ ఇద్దరిని చూడకుండా దాటిపోతుందేమో అని దిగులు కమ్ముకుంది జమీల కి.

రైలు ఎక్కాడు మస్తాన్, ఎటు వెళ్ళాలో తెలీదు , రైలు గుంటూరు లో ఆగింది. దిగి మంచినీళ్లు తాగాడు. డబ్బులు మళ్ళీ లెక్క పెట్టుకున్నాడు సరిగ్గా ఎనిమిది వందలు ఉన్నాయి. పరీక్ష ఫీజు డబ్బులవి, కాలేజీ లో కట్టకుండా ఇలా బండెక్కి వచ్చేశాడు. అమ్మ ఎలా ఉందో తింటుందో లేదో, అసలే మందులు వేసుకోవాలి...! పరీక్ష ఫీజుకోసం అంటే ఎక్కడో తెచ్చింది ఆ డబ్బులు.

ఇష్టపడి చేరిన కోర్సు, ఈ ఏడాది కూడా పోయినట్టే, నాన్న వెళ్లిపోయినప్పుడు అన్ని తానై తిరిగి తిరిగి అలసిపోయి పరీక్షలు రాయనేలేదు, మళ్ళీ అడ్మిషన్ దొరికింది ఇప్పుడు తనకేమో ఇలాంటి పరిస్థితి. ప్లాట్ఫారం మీద కూర్చుని తన జీవితాన్ని అవలోకనం చేసుకుంటున్నాడు మస్తాన్. పూర్తిగా జారిపోతుందా, ఇంకా తన చేతుల్లోనే ఉందా అన్నది అర్థం కావడం లేదు , ఆ ఫ్లాట్ఫారం లాగా గజిబిజి గా ఉన్నాడు, ఎటు

వెళ్ళాలి...? విజయవాడ వైపు వెళ్తుంది బండి. అనౌన్స్మెంట్ విని మళ్ళీ రైలు ఎక్కి కూర్చున్నాడు. ఇంకా పావుగంటలో వస్తుంది బెజవాడ ఔటర్ లో ఆగింది. జనం దిగేస్తున్నారు. తానూ దిగేశాడు. జేబు తడుముకున్నాడు. ఉన్నాయి.

నీరెండ పడుతుంది, నాలుగుకు ఐదుకు మధ్యలో ఉంది గడియారం. సరిగ్గా సెంటర్ కి వచ్చాడు. మళ్ళీ అదే తంతు. తన భాష తనదే ఎవరేం చూసినా, నవ్వినా ఇరవై నిముషాల పాటు అదే ప్రవాహం. తేరుకున్నాక హోటల్లో ఏదో తిందామని వెళ్ళాడు, ఇతని తతంగం చూసి ఆ హోటలాయన డబ్బులు తీసుకోలేదు. ఎటేటో నడుస్తున్నాడు, రేపు ఉదయం దాకా ఆకలి ఉండదు. ఎటు వెళ్ళాలి, ఈ రాత్రికి ఎక్కడ పడుకోవాలి... ? ఇవన్నీ ప్రశ్నలే..!

★★★

మంకు పట్టు వీడలేదు మున్నీ. వరాలమ్మ చెప్పి చెప్పి విసిగిపోయింది, కోప్పడింది, పోలీసులకి చెబుతా అని బెదిరించింది. వినలేదు. కేసు పెడదాం అంటే ఆ తతంగం మనం పెట్టుకోలేం ఇప్పటికే ఆలస్యం అయింది వద్దన్నారు కొడుకులు, చుట్టు పక్కల వాళ్ళు ఎవరైనా కంప్లైంట్ ఇస్తే అప్పుడు చూసుకుందాం అనుకున్నారు. మున్నీ పెళ్లి గురించి రోజూ అడుగుతానే ఉంది వరాలమ్మని. దాటవేస్తూనే ఉంది వరాలమ్మ.

నాగేశు కొన్నాళ్ళు పాటు మున్నీ కి కనబడకుండా కూతురిదగ్గరకి వెళ్లొస్తే , ఈ లోపు మనసు మారుతుంది కదా అని అనుకున్నాడు.

అందుకు పూర్తి విరుద్ధంగా జరిగింది ఇక్కడ వరాలమ్మ ని మున్నీ దాదాపు ఒప్పించినట్టే. కానీ ఎవరూ లేని సమయంలో మున్నీ చేసే పనులు వరాలమ్మకి అర్ధం కాలేదు సరికదా భయం వేసింది. ఒంటరిగా తనలో తాను మాటలాడుకోవడం, ఆ మాట్లాడే భాష ఏంటో ఆమెకి తెలిసేది కాదు, ఎప్పుడూ లేనిది రాత్రుళ్లు మున్నీ ఉన్న గదిలో పడుకోవాలంటే భయం వేయడం మొదలయింది. మున్నీ మాత్రం అదేమీ తెలియని దానిలాగా ప్రవర్తించేది.

నాగేశు ఊరినుంచి వచ్చాడు. మున్నీ మొహం వెలిగిపోయింది. హమ్మయ్య నాగేశు మాయ్య వచ్చేశాడు అని చెప్పి ఆ పూట అంతా హడావుడి చేసేసింది. మెల్లిగా విషయాన్ని నాగేశు చెవిలో వేయడానికి వరాలమ్మ తయారుగా ఉంది.

రాత్రి అందరూ అన్నాలు తినే సమయంలో మెల్లిగా మున్నీ ప్రస్తావన తెచ్చింది వరాలమ్మ. అమ్మాయ్ నీకేమైన ఒంట్లో బాగోదా అని అడిగింది. ఏ ఎందుకు అని వెటకారం గా అడిగింది మున్నీ. చేతిలో ఉన్న గంటే తీసి మున్నీ మీదకి విసిరింది వరాలమ్మ. ముసిలిది ఏమి చేయలేదు అనుకుంటున్నావేమో నా సంగతి నీకు తెలవదు, సరిగ్గా చెప్పు అని గట్టిగా అడిగింది. మున్నీ తలొంచుకుంది... ఏడుస్తుందో లేదో తెలీడం లేదు.

అరె నాగేశా దీనికి గాలి బట్టింది రా అందుకే ఇట్టా ఊళ్ళు బట్టుకుని తిరుగుతుంది. రేపు ఒక అంత్రం కట్టిస్తే అన్ని కుదురుకుంటాయి. ఇది నువ్వనుకున్నంత అమాయకురాలేం కాదు అని అరిచి చెప్పేసింది నాగేసుకి. ఇప్పుడు భయం నాగేశు వంట్లోకి చేరింది. ఆ రోజు వద్దు వద్దు అనుకుంటూనే తానే వెనక్కి వెళ్లి మరీ తెచ్చాడు. గాలికి పోయే కంపని తెచ్చి సరిగ్గా నట్టింట్లో పెట్టుకున్నాను అని పైకి అనబోతూ బయటకి అనేసి చేయి కడుక్కుని తన వాటాలోకి పోయి పడుకున్నాడు. ఆ రాత్రి నాగేశుకి భార్య కల్లోకి వచ్చింది.

ఇన్నాళ్లు నన్ను నమ్మారు అనుకున్నా, నాకో అండ దొరికింది అని ఆశ పడ్డాను , నాగేశు మాయ్యని రెండో పెళ్లి అని కూడా చూడకుండా చేసుకుంటా అన్నాను. కానీ ఈ ముసల్ది నాకు గాలి బట్టింది అంటుంది. గాలి బడితే ఇన్నాళ్లు మిమ్మలని పీక్క తిన్నానా, లేదుగా, నా వివరాలు నాతోనే అంతం అయిపోతాయి ఎవురికి చెప్పే పనే లేదు . ఎవరు ఎన్ని జెప్పినా వినేది లేనే లేదు నేను
నాగేశు మాయ్యా ఇద్దరం మొగుడూ పెళ్ళాలం అంటూ నాగేశు గదిలోకి వెళ్లి తలుపేసుకుంది.

ఏది జరక్కూడదు అనుకున్నారో అందరూ అక్కడ అదే జరుగుతుంది. తలుపు చప్పుడుకి నిద్ర లేచి మున్నీని చూసి వణికిపోయాడు. అమ్మాయ్..! నా మాట విని వెళ్లిపో అన్నాడు. తలుపు తీయబోతే తెల్లారేసరికి ఇక్కడే ఉరిపోసుకుని చస్తా అని బెదిరించింది. పెద్ద పెద్దగా కేకలేసింది.

రాత్రి మెల్లిగా కరిగిపోతూ ఉంది మంచం మీద మున్నీ, గోడకు ఆనుకుని రాత్రంతా కుర్చీ మీద అలాగే కూర్చున్నాడు నాగేశు..
తెల్లారింది.....
రిక్షా తుడుచుకుంటున్నాడు నాగేశు

లుంగీ పైకి లాక్కుంటూ మెల్లిగా పక్కన చేరాడు కొండలు. ఏంటి బావా...? ఏంటి సంగతి అంటూ.. ఏముందిరా..! అంటే మరి అది... అంటూ నసుగుతుంటే కోపం వచ్చేసింది. దిగమింగుకున్నాడు. కొండలు వెళ్ళిపోయాడు , వరాలమ్మ వచ్చింది నాగేశు మౌనంగా ఉన్నాడు, అతని చుట్టూ ఇప్పుడు చాలా ప్రశ్నలున్నాయి, సమాధానాలు అతని దగ్గర కూడా లేవు.

ఎంత బాగుండే వాడు, ఎవరికి జవాబు దారీ కాకుండా, తన పని తాను చేసుకుంటూ, నవ్వుకుంటూ ఉండే వాడు. జాలి చూపించడం అనేది ఇంత దూరం తీసుకు వస్తుందని అనుకోలేదు. కళ్ల ముందు కూతురు, వాళ్ళ కుటుంబం పిల్లలు అంతా తనని ఏమనుకుంటారు..? మౌనం వెనుక ఆలోచనల గందరగోళం లో ఉన్నాడు.

ఓహో ఒక్కరాత్రికే మొగుడూ పెళ్ళాం అయిపోయారన్న మాట.. ఒరేయ్ నాగేశా ఉన్నపలాన నా కొంప ఖాళీ చేసి ఇక్కడనుంచి ఎల్లిపో ఆ ముండ ఈడ జేరిన కాడ నుంచి ఒకటే రంజీబు గా ఉండాది నాకు. మజ్జాణం దాకా టైం ఇస్తన్నా పోండి అంటూ ఊసుకుంటూ కోపంగా వెళ్ళిపోయింది. నాగేశు మౌనంగానే ఉన్నాడు. అదే మున్నీ కి బలం అయింది. పోతాం పోతాం మేమేం నీ దగ్గర ఉండం అని కేకలేసింది. చుట్టూ చూస్తున్న వాళ్ళకి ఏమి అర్థం కావడం లేదు. వరాలమ్మకి భయపడి ఎవురూ అడిగే ధైర్యమూ చేయడం లేదు. స్నానం చేసి నిక్కరు చొక్కా వేసుకుని బయటకి వెళ్ళిపోయాడు నాగేశు....

మున్నీ ఒక్కర్తే ఉంది ఇంట్లో.. ఎవరూ పలకరించే సాహసం చేయడం లేదు. తలుపేసుకుంది....

వాడ మొత్తం గుసగుసలే, గోడలు చెవులకు తెంపు లేదు. ఎక్కడ చూసినా ఇదే గొడవ , తెల్సినవి తెలియనివి ఎన్నెన్నో మాటలు మారిపోయాయి. నిన్న మొన్నటి దాకా వరాలమ్మకి తోడుగా ఉన్న పిల్ల ఇప్పుడు ఆ ముసిల్దాన్నే గదామాయిస్తుంది. ఈ నాగేశు ఏకుని తెచ్చి మేకులా చేసుకుని గోడకి కొట్టుకున్నాడు అని ఒకటే పుకార్లు.

★★★

దుర్గమ్మ టిఫిన్ సెంటర్ కిటకిట లాడుతోంది. టిఫిన్ తిన్నాక కొండలూ, కోటేసు టీ పోపించుకుని పక్కకి వచ్చి చెట్టుకింద చప్టా మీద కూలబడ్డారు. కొండా ఏంది రా మీ నాగేశు బావ కత ఏందో పెద్ద గొడవలు అంట...? అంటూ ఆరా తీశాడు కొటేశు. అదేం కతరా నాయన నాకే అర్థం కావడం లేదు. రాత్రికి రాత్రే మా బావ మారిపోయాడు రా... ఆ పిల్ల కి దెయ్యం బట్టింది అని అంటది మాయమ్మ,

ఆ పిల్లేమో నాగేశు నా మొగుడు అంటుంది, మా బావ మూగెద్దు లాగా ఏమి మాట్లాడడు. ఏందో ఏం కతో ఎటు తిరుగుతుందో నాకేం అర్థం కావడం లేదు. ఇంతకీ ఆ పిల్ల పేరేంది రా అన్నాడు కోటేశు. మున్నీ కదూ అని అట్టా అన్నాడో లేదో అక్కడే రాత్రి నుంచి ముణగడ తీసుకుని పడుకున్న మస్తాను దిగ్గున లేచాడు. ఆ దెబ్బకి ఇద్దరూ బిత్తర పోయారు..

ఓయ్ ఏందయ్యా నువ్వా ఇట్టా బెదురుపుటిచ్చావ్ అని కసురుకున్నారు. అన్నా ఇప్పుడేవురో ఈడ మున్నీ అన్నారు ఎవురన్నా అన్నాడు మస్తాను. నేనే ఏం అని ఆరా తీశాడు కొండలు..

మున్నీ మా చెల్లి భయ్యా ఇంట్లోనుంచి పారిపోయి వచ్చింది అని కన్నీళ్లు పెట్టుకున్నాడు. నువ్వు నిన్న ఆనెక్కాల హోటల్ కాడ ఏందేందో మాట్లాడి ఇకారపు చేష్టాలు చేశావు నువ్వే కదూ కోటేసు ఆరా తీశాడు. నేనే భయ్యా, నాకు అదో జబ్బు ఉందిలే కానీ, మున్నీ సంగతి చెప్పండి అంటూ ప్రాధేయపడ్డాడు. అదే టైముకు నాగేశు బండి తీసుకుని అటేపుకొచ్చాడు..

బావోయ్ ఇడుగి ఎవరో మీ బామ్మర్ది అంటా అంటూ కేకేశాడు కొండలు. మళ్ళీ వరాలమ్మ ఇంటి ముందు ఆగింది నాగేశు రిక్షా....!

మస్తాను తన గురించి తన కుటుంబం గురించి చెప్పుకుంటూ పోతున్నాడు. నాన్న వెళ్లిపోయిన రోజునుంచి ఈ రోజు వరకు తనకి తెల్సిన విషయాలు అన్ని పొల్లుపోకుండా చెప్పాడు. అయినా పిల్లకి అంత జబ్బు ఉందని తెల్సినాక బయటకి ఎట్టా వొదిలారు మీ అమ్మా కొడుకులు, ఊరు మీద పడితే ఏదో ఒక కొంపకి పోతుందిలే అని వదిలేశారు కదూ అని ఈసడించుకుంది వరాలమ్మ.

మస్తాన్ కి కోపం వచ్చింది. కావాలని ఇంటి ఆడపిల్లని ఎవరూ దూరం చేసుకోరు వరాలమ్మ గారు. ఎవరూ లేని సమయంలో జరిగింది. ఏదో నాగేశు గారి మంచితనం వల్ల మీ మధ్యకు వచ్చి పడింది నా చెల్లెలు. లేకపోతే ఏమౌను అని కళ్ళు తుడుచుకున్నాడు.

సాలెవయ్యోయ్.. శానా జూశాం ఇలాంటి కతలు. అయితే ఐంది గాని అబ్బాయ్ నువ్వస్తమానం అట్టా ఏడవమాక సూట్టానికి బాగలేదు. వొచ్చినాకామొదట్లో బాగానే ఉంది ఈ మధ్య చేసిన గత్తర కూత్తి కాదయ్యా. పెళ్లి అంటది, ఏందది ఏదో బాస మీ సాయిబుల మాట గూడ గాదు అదేదో విచ్చిత్రం బాస ఈళ్లు ఎవురూ ఇనలేదు ఆ కర్మ కూడా నాకే తగలబడింది. సరే ఎట్టాగు నువ్వు వచ్చావు కాబట్టి తీసుకుపోతావో, ఆడికి రెండో పెళ్ళాంగా ఉంచిపోతావో పో... ఇదొచ్చిన కాడనుంచి నాకు పెద్ద మానాది అయిపోయింది, అని తుపుక్కున ఊసింది వరాలమ్మ.

మూడేళ్ళ వయసులో నాన్న వదిలేసి వెళ్ళిపోయాడు.ఉన్నాడా, లేదా అన్నది ఇంకా ఆచూకీ లేదు. ఏదో ఒక రోజు వస్తాడని ఆలోచన చేస్తూ గుమ్మం లో కూర్చుని అలాగే చూస్తూ నిద్రపోయే వాళ్ళం ముగ్గురం. సరైన తిండి లేదు, ఎవరైనా ఆదుకున్నా ఒకటి అరా తప్పా పెద్దగా ఎక్కడనుంచి సాయం అందలేదు. ఆ అల్లా దయవల్ల, ఉన్న ఇల్లు మాత్రం కాపాడుకోగలిగాం. ఆ ఇల్లు మాత్రమే మాకు ఆసరా. మున్నీ పెళ్లి కి, నా

చదువుకు చాలా వాటికి అదొక్కటే ఆధారం అనుకుంది అమ్మ. కానీ మధ్యలో ఈ మాయదారి జబ్బు పట్టుకుంది. అంటూ అలా నెలమీదే కూర్చుండి పోయాడు..

ఇంతకీ మీ నాయన పేరేంది...?

అడిగింది వరాలమ్మ

"ఆకాశం ఆనందరావు". ఆకాశం పత్రిక నడిపేవాడని అమ్మ చెప్పేది. సమాజం కోసం తన జీవితాన్ని పణంగా పెట్టి ఎన్నో సామాజిక ఉద్యమాల్లో తాను ముందు ఉండి నడిపేవాడని కతలు కతలు గా చెప్పుకుంటారు మా ఊరిదగ్గర. మా నాన్నని ఎవరో ఎత్తుకెళ్ళి చంపేసారని కూడా ప్రచారం ఉంది. బహుశా అది నిజం కూడా కావొచ్చు.

నాగేశా..! నువ్వు ఆ పిల్లని తెచ్చినప్పుడు ఎనక శానా పెద్ద కత ఉంటది అంటే నేను వినలేదురా..! ఇది నిజంగా పెద్ద కతే. కానీ అది నీ ఒంటికి సుట్టుకోకుండా చూసుకో. ఏదో ఒకటి తేల్చుకుని పోండి.మళ్ళీ నా కాడికి మాత్రం మళ్ళా ఈ పిల్లని తీసుకు రామాకండి అని మళ్ళా ఊసుకుంటా వెళ్ళిపోయింది.......

ఉదయం ఎనిమిది గంటలు. మరికాసేపట్లో భీమవరం ఒంగోలు పాస్ట్ పాసింజర్ ప్లాట్ ఫారం మీదకి రాబోతుంది. నాగేశు, మున్నీ, మస్తాను ముగ్గురు అక్కడే ఉన్నారు. బయట కొటేశు రిక్షాకి కాపలాగా ఉన్నాడు. మస్తాన్ నాగేశు రెండు చేతులూ పట్టుకుని మీకెలా థ్యాంక్స్ చెప్పాలో అర్థం కావడం లేదు సార్. మా చెల్లి తరపున నేను క్షమాపణ చెప్పుకుంటున్నాను. తనకి అవన్నీ తెల్సి చేసిన పనులు కావు. మీకేమయినా ఇబ్బంది కలిగిస్తే క్షమాపణ చెబుతున్నా అన్నాడు.

బాబు ఏ రోజైతే నా రిక్షా ఎక్కిందో ఆ రోజే నా కూతురు అనుకున్నా , ఆ రోజు రేత్రి నేను ఎమ్మటే బయటకి రావొచ్చు కానీ ఆడపిల్ల అందునా కోపంలో ఉంది, ఏమైనా జరగరానిది జరిగితే ఎట్టా అని ఆలోచన చేశాను..! ఆ రోజు రేత్రి నాకు ఈ అమ్మాయి విషయం అర్థం అయింది. ఆలోచనా, భయం రెండు కలిసిపోయాయి, ఎవురికి చెప్పాలి, ఏం చేయాలని తెలీక నేను మెలకుండా ఉండి పోయా..! మా అత్తా మిగతా వాళ్ళకి అది అర్థం కాలేదు. నా కూతురు వయసు బాబూ. నాకు ఇంగితం ఉండాలి గా... అన్నాడు నాగేశు..

గంట కొట్టారు... బండి ఇంకాసేపట్లో రావొచ్చు.. నేను వస్తానంటే మీరు వినడం లేదు. ఇద్దరూ ప్యాణం బాగోని మనుషులు ఎట్టా పోతారు... అన్నాడు నాగేశు.

నాగేశు గారు. నిజానికి నాకేం ఇబ్బంది లేదండి... మా మున్నీ కే ఇలా..! మా ఇంటి ఆడపిల్ల ఇంట్లోనుంచి వెళ్ళిపోయింది అంటే ఎవడూ ఆచూకీ చెప్పడు సరి కదా నోటికి వచ్చిన కూతలు కూస్తారు. అందుకే మున్నీ లాగా నేను నటించడం మొదలు పెట్టాను. ముందు మా ఊళ్ళో మొదలు పెట్టాను, అక్కడనుంచి తెల్సిన వాళ్ళున్న ప్రతీ ఊళ్ళో ఇలానే చేశాను. నా మీద జాలి పడైనా ఇలాంటి లక్షణాలున్న అమ్మాయిని చూశాం అని చెప్తారని ఆశ పడ్డాను. నాలుగు నెలల నుంచి తిరుగుతూనే ఉన్నా, . ఇదిగో నా ఆశ ఇక్కడితో తీరింది. అన్నాడు మస్తాను....

రైలు వచ్చింది.... మస్తాను, మున్నీ ఎక్కేశారు. ఏమి మాట్లాడుకోలేదు. పెద్ద శబ్దం చేస్తూ రైలు కదిలిపోతూ ఉంది, సిగ్నల్లో మారిన ఎర్రలైట్ చూస్తూ వెనక్కి తిరిగాడు....

కొటేశు రిక్షా ఎక్కి రెడీగా ఉన్నాడు.

బావా ఎక్కడికి పోదాం....!

ఇంకా యాడికి "ఘరానామొగుడు" కాడికి

సిరంజీవి కొత్త సినిమా పోస్టర్ వేశాడు గా , దుర్గ కాడ టిఫిన్ చేసి పోదాం పా....!

----★★----

పరిచయం

శ్రీ అనిల్ డ్యాని

అనిల్ డ్యాని విజయవాడ దగ్గర కొండపల్లి లో నివాసం. ఒక ప్రైవేట్ కంపెనీలో ఉద్యోగం. 2012 నుంచి సాహిత్యంలో ఉన్నారు. ప్రధానంగా వీరి వ్యాపకం కవిత్వం. ఇప్పటికే రెండు కవితా సంపుటాలు వెలువరించారు .

ఎనిమిదో రంగు, స్పెలింగ్ మిస్టేక్ తెలుగు సాహిత్యంలో అనిల్ డ్యాని ని ఒక కవిగా నిలబెట్టాయి పుస్తకాలు సమీక్షించడం తో పాటుగా తన అభిప్రాయాన్ని వ్యాసరూపంలో రాస్తూ ఉంటారు ఇప్పటికి ఒక 100 కి పైన ఇలాంటి వ్యాసాలు రాశారు . కవిసంగమం లో కవితా. ఓ...కవితా శీర్షికన 70 వ్యాసాలు రాశారు . కవిత్వం లో చెప్పలేని భావాలని , అనుభవాలని కథ రూపంలో చెప్పగలనని భావించి కథలు రాస్తున్నారు . ఇప్పటికి కొన్ని కథలు రాశారు . అవి ప్రముఖ పత్రికల్లో అచ్చయాయి . కొన్ని కథలు సంకలనాల్లో కి తీసుకోబడినాయి . సాహిత్యంలో కొత్త ఆలోచనలు ఉండాలని ఆశించే అనిల్ డ్యాని మరిన్ని రచనలు చేయాలని కోరుకుందాం.

సత్యం!

❖ శ్రీమతి దినవహి సత్యవతి

అది ఒక బ్యాంకు. రైతులకు పంట రుణాలు ఇవ్వటం, పొదుపు ఖాతాలు నిర్వహించటం వంటి సౌకర్యాలు ఉన్నాయి అందులో. సత్యం ఈ మధ్యనే ఆ బ్యాంకు లో ప్యూన్ గా చేరాడు.

సత్యం తండ్రి విధినిర్వహణలో మరణించటంచేత, ఆ ఉద్యోగం, డిగ్రీ పూర్తి చేసిన, సత్యానికి ఇవ్వటం జరిగింది. తండ్రి గుణాలు పుణికి పుచ్చుకున్న సత్యం కూడా అంతే నిజాయితీ పరుడు, ఎంతో నెమ్మదస్తుడు కూడా. అనతికాలంలోనే బ్యాంకులో అందరి అభిమానం సంపాదించుకున్నాడు.

'ఇదెలా సాధ్యమైంది నీకు?' అని ఎవరైనా ప్రశ్నిస్తే "అభిమానం సంపాదించడానికి ఆస్తులు అక్కరలేదు. పెదవులపై చిన్న చిరునవ్వు, ఒక మంచి మాట చాలు అందరూ స్నేహితులౌతారు" అంటుంటాడు.

'కొన్ని నియమాలను అనుసరించి పాత రుణాలు కొంతవరకు మాఫీ చేసి రైతులకు తిరిగి కొత్త రుణాలు మంజూరు చేస్తున్నారు' అని ప్రకటన వెలువడటంతో ఆవేళ బ్యాంకు అంతా, పాత రుణాల మాఫీ కోసం, కొత్త రుణాలకై దరఖాస్తులు పెట్టుకోవడం కోసం వచ్చిన, రైతులతో క్రిక్కిరిసి ఉంది.

పని ఎక్కువగా ఉండటంతో అటూ ఇటూ ఫైల్స్ మోస్తూ, వాళ్ళని చూసి 'మా గ్రామంలో

ఇంతమంది రైతులు ఉన్నారా?' అనుకుని ఆశ్చర్యపోయాడు సత్యం. పనిలో పని నిశితంగా అందరినీ గమనిస్తున్నాడు. డిటెక్టివ్ పని అంటే సత్యానికి ఎంతో ఇష్టం దానికి తోడు అతగాడికి జ్ఞాపకశక్తి కూడా మెండు.

'దురదృష్టవశాత్తూ నాన్న చనిపోవటంతో ఇంటి బాధ్యతలు మీదపడి ఈ ఉద్యోగంలో చేరాల్సి వచ్చింది గానీ లేకపోతేనా ఎంచక్కా డిటెక్టివ్ అయ్యుండేవాడిని' అనుకుంటాడు అప్పుడప్పుడు.

కొత్త రుణం తీసుకోవటానికి కౌంటరు దగ్గర వరుసలో అందరికంటే ముందుగా నిలబడి ఉన్న వ్యక్తిని ఎక్కడో చూసినట్లుగా అనిపించి ఎవరబ్బా అని అలోచించగా తట్టింది 'అరే! ఈయన రాజశేఖరంగారు. ఈయన బాగా డబ్బున్న రైతేనే? మరి ఈయనకెందుకో పంట రుణం?' అనుకున్నాడు.

రాజశేఖరంగారికి ఈ మధ్యనే ఒక లక్ష రూపాయల దాకా రుణ మాఫీ కూడా లభించిందని బ్యాంకులో చెప్పుకుంటుంటే తెలిసింది సత్యానికి.

అప్పుడప్పుడూ కాగితాలు ఒక కౌంటర్ నించి ఇంకో కౌంటర్ కి బదిలీ చేసేటప్పుడు, కొంత యాథాలాపంగానూ కొంత డిటెక్టివ్ బుద్ధి తాలూకు ఆసక్తితోను వాటిలోని విషయాన్ని చదివేసి బుర్రలోకి ఎక్కించేసుకుంటాడు సత్యం. అందువల్లనే బ్యాంకులో జరిగే చాలా విషయాలు తెలుసు అతనికి.

'విషయ సేకరణ తప్పు కాదు గాని దానిని వక్ర మార్గంలో వినియోగించటమే తప్పు' అని తండ్రి చెప్పిన మాటలని నమ్ముతాడు సత్యం. తాను ఇలా చదువుతున్నాడని ఎవరైనా కనిపెడితే తన ఉద్యోగం ఊడిపోవటం ఖాయమని తెలుసు. అందుకే తగు జాగ్రత్తలోనే ఉంటాడు. ఒకవేళ ఏదైనా విషయం ఆసక్తికరంగా అనిపిస్తే మాత్రం ముందుగా బుర్రలోకి ఎక్కించేసి ఇంటికి వెళ్ళి ఒక పుస్తకంలో వ్రాసి దానిని ఎవరికంటా పడకుండా భద్రపరిచేస్తాడు.

కౌంటర్ లో బిజీగా ఉన్న భాస్కర్ కి మేనేజరుగారు ఏదో కాగితం ఇవ్వమంటే వచ్చిన సత్యానికి అక్కడ రాజశేఖరంగారు, భాస్కర్ గుసగుసగా మాట్లాడుకుంటూ చెవులు కొరుక్కోవటం గమనించాడు.

'ఏమై ఉంటుందో, అయినా నాకెందుకులే' అనుకుని మనసు సమాధాన పరుచుకున్నా అదేంటాని డిటెక్టివ్ బుర్రలో అనుమానం తొలుస్తూ ఆ రాత్రి నిద్రపోనివ్వలేదు సత్యాన్ని.

మర్నాడు మళ్ళీ రాజశేఖరం రావటం భాస్కర్ నించి ఒక రుణ దరఖాస్తు తీసుకుని అక్కడే ఒక మూలగా నిలుచున్న కొంచం పేదవాడుగా కనిపిస్తున్న రైతు దగ్గరికి వెళ్ళి దానిపై వాడితో వేలిముద్ర వేయించి తిరిగి భాస్కర్ కి ఇవ్వటం....అంతా ఓ కంట గమనించాడు సత్యం.

బ్యాంకు చాలా రద్దీగా ఉండటంవల్లనూ, ఎవరి కౌంటర్లలో వాళ్ళు తమ తమ పనిలో మునిగిపోయి ఉండటంవల్లనూ ఈ తతంగమంతా ఎవరూ గమనించినట్లు అనిపించలేదు సత్యానికి.

టెల్లర్ కౌంటర్ వద్ద ఫైల్స్ సర్దుతున్న సత్యాన్ని "ఇలారా ఇదిగో ఇది మేనేజరుగారికి ఇవ్వు" అంటూ ఒక కాగితం చేతిలో పెట్టాడు భాస్కర్.

"అలాగే సార్!" అని దాన్ని మేనేజరుగారి వద్దకి తీసుకెళుతూ క్రీగంట అందులో ఏముందో చూసిన సత్యానికి అందులో రాజసేఖరం పేరూ వగైరా కనిపించాయి 'ఓహో అయితే ఇదేనన్న మాట ఇందాకటి ఆ రైతు వద్ద సంతకం చేయించుకున్న దరఖాస్తు. పేద రైతు చేత రుణానికి దరఖాస్తు పెట్టించి మంజూరు అయిన తరువాత ఆ డబ్బులు ఈ రాజశేఖరంగారు తీసుకుంటారన్న మాట' అనుకున్నాడు.

వెంటనే వెళ్ళి భాస్కర్ కి చెప్పాలనిపించింది 'మీ మనసుకు నచ్చింది చేయడంలో తప్పులేదు కానీ వేరొక మనసును నొప్పించి చేయడం పెద్ద తప్పు! ఇలా పేద రైతుకి కష్టం కలిగించి మీరు బావుకునేది ఏం ఉంటుంది' అని అయితే ఆ రోజు రాజశేఖరం-భాస్కర్ చెవులు కొరుక్కోవటం గుర్తొచ్చి ఇప్పుడేమి చెప్పినా లాభం లేదనిపించింది.

తనని ఎవరూ గమనించడం లేదని నిర్ధారణ చేసుకుని, చేతిలోని దరఖాస్తు సంఖ్య బుర్రలోకి ఎక్కించేసి, మేనేజరుగారికి కాగితం ఇచ్చి వచ్చేశాడు సత్యం.

ఆ సాయంత్రం ఇంటికి వెళ్ళి తన రహస్య పుస్తకంలో ఆ దరఖాస్తు సంఖ్య అవాల్టి తారీకు అన్నీ నమోదు చేశాడు.

ఆ రోజు నించి తన పని తాను చేస్తూనే భాస్కర్ కదలికలని మరింత నిశితంగా గమనించసాగాడు సత్యం.

ఇలా రోజు ఎవరో ఒకరు రావటం భాస్కర్ దగ్గరనించి దరఖాస్తు తీసుకెళ్లి గుంపులో కూర్చున్న ఒక పేద రైతుతో వేలిముద్ర వేయించుకుని తిరిగి భాస్కర్ కి ఇవ్వటం, ఆ కాగితం సత్యం మేనేజరుగారికి ఇవ్వటం ..... ఇలా రుణాల కోసం అర్జీలు పెట్టుకునే గడువు ముగిసేదాకా సాగింది.

సత్యం కూడా అన్ని దరఖాస్తుల సంఖ్యలు వరుసక్రమంలో తన రహస్య పుస్తకంలో వ్రాస్తూ వచ్చాడు.

కొన్ని రోజుల తరువాత అర్హులైన రైతులకు రుణాలు మంజూరు చేస్తూ జాబితా విడుదల చేసి బ్యాంకు నోటీసు బోర్డులో అతికించారు.

ఆ రోజు సాయంత్రం బ్యాంకు మూసేసి వెళ్ళేటప్పుడు యథాలాపంగా చూసినట్లు నటిస్తూ సత్యం జేబులోంచి ఒక కాగితం తీసి అందులో ఉన్న దరఖాస్తు సంఖ్యలని అక్కడ అతికించిన జాబితాలో ఉన్న సంఖ్యలతో పోల్చి చూస్తే విచిత్రంగా ఒక రెండు తప్పిస్తే మిగిలిన అన్నీ అవే సంఖ్యలు.

'ఇదంతా చూస్తుంటే, ఈ భాస్కర్ ఆ మోతుబరి రైతులు కుమ్మక్కై పేద రైతులతో సంతకాలు పెట్టించుకున్న దరఖాస్తులన్నింటికీ, ఒక్కొక్కరికి లక్ష రూపాయల చొప్పున రుణాలు మంజూరు చేయబడినట్లుగా తెలుస్తోంది' మేనేజరుగారికి చెప్దామా అనే ఆలోచన వచ్చింది కానీ 'నువ్వు చెప్పేది నిజమే అని నమ్మకమేమిటని ప్రశ్నిస్తే నిరూపించటానికి నా దగ్గర బలమైన సాక్ష్యాలేమీ లేవే! అయినా మేనేజరుగారికి తెలియకుండా ఇదంతా జరిగే అవకాశమే లేదు, అంటే ఆయనకి కూడా ఇందులో భాగం ఉందా?' ఇలా పరి పరి విధాల ఆలోచిస్తుంటే ఠక్కున జ్ఞాపకం వచ్చింది, ఆ మధ్య తరచూ బ్యాంకు సమయం అయిపోయిన తరువాత కూడా భాస్కర్, మేనేజరుగారు, ఆయన క్యాబిన్ లో
మాట్లాడుకుంటూ ఉండటం తాళాలు వాళ్ళకి ఇచ్చి తనని ఇంటికి వెళ్లిపొమ్మనడం!

కళ్లెదురుకుండా అవినీతి జరుగుతోందని తెలుస్తూనే ఉన్నప్పటికీ ఏమీ చేయకుండా చూస్తూ ఊరుకోవడం సాధ్యం కావడం లేదు సత్యానికి. అయితే తొందరపాటుతో తాను తీసుకునే ఎటువంటి నిర్ణయమైనా ఎదుటివారిని జాగ్రత్త పడమని హెచ్చరిస్తుంది. అప్పుడు ఇన్నాళ్ళూ తాను పడిన శ్రమ అంతా వ్యర్థమవుతుంది. ఈ పేద రైతులకు మేలు చేయకపోగా ఎదురు కీడు చేసిన వాడవుతాడు తాను అని ఆలోచించి సరైన సమయం కోసం ఎదురుచూడ సాగాడు సత్యం.

ఒక సెలవు రోజున సాయంకాలం ఊరవతల ఉన్న దేవాలయానికి వెళ్ళాడు. ఆలయానికి వెళ్ళేటప్పటికే చిరు చీకట్లు కమ్ముకుంటున్నాయి. జనం పెద్దగా లేరు. ప్రదక్షిణాలు చేస్తుండగా దేవాలయం వెనుక గుమ్మం ప్రహరీ అవతలనించి ఏవో మాటలు వినిపిస్తుంటే చూడటానికి వెళ్ళాడు.

అక్కడ సుమారు ఆరుగురు మనుషులు లాంతర్ల వెలుగులో పేకాట ఆడుతున్నారు. అందరి ముందూ డబ్బులు పెట్టి ఉన్నాయి వాళ్ళ ముఖాలన్నీ వెలుగుకి దగ్గరగా ఉండటంతో ఒక మోస్తరు స్పష్టంగానే కనిపించాయి సత్యానికి. వాళ్ళలో ఆ మధ్య బ్యాంకులో రుణాలు తీసుకున్న పేద రైతులు నలుగురు ఉన్నారు.

'ఒక పక్క పొలానికి పెట్టడానికి డబ్బులు లేవని రుణాలు తీసుకుంటూ ఇంకో పక్క పేకాట ఆడటానికి వీళ్ళ దగ్గిర డబ్బులు ఎక్కడనించి వచ్చాయో?' ఇదేదో తనకి పనికి వచ్చే వ్యవహారంలానే ఉంది అనుకున్నాడు సత్యం.

అప్పుడే వెళ్ళినట్లుగా వాళ్ళ దగ్గరికి వెళ్ళి "ఏం రామయ్య బాగున్నావా?" అంటూ అందులో ఒకడిని పలకరించాడు.

ఆటలో నిమగ్నమై ఉన్న వాళ్ళందరూ ఒక్కసారిగా ఉలిక్కపడి తలలెత్తి చూశారు. గబగబా పేకలు వదిలేసి పరుగు లంకించుకున్నారు. ఇది ముందే ఊహించిన సత్యం ఆ రామయ్య అనేవాడిని పారిపోకుండా గబుక్కున చొక్కా పట్టుకుని దొరకబుచ్చుకున్నాడు. రామయ్య కూడా సత్యాన్ని గుర్తుపట్టాడు.

"పొలం కోసం రుణం తీసుకుని ఆ డబ్బులు ఇలా వృధా చేస్తున్నావా? నిజం చెప్పు లేకపోతే పేకాట ఆడుతున్నావని చెప్పి పోలీసులకి పట్టిస్తాను" అని బెదిరించేటప్పటికి రామయ్య భయపడిపోయాడు.

"మేమేం చేయగలం బాబూ, మా పొలాల పట్టాలన్నీ ఆ పెద్దోళ్ళ దగ్గిరే తాకట్టులో ఉన్నాయండి. అవే ఆళ్ళు మళ్ళీ బ్యాంకులో కుదువ బెట్టి రుణాలు తీసుకుంటారు బాబూ. అందుకు మా యేలిముద్రలు కావాలి కాబట్టి మాకు కొంత సొమ్మిచ్చి మిగిలినదంతా ఆళ్ళు తీసేసుకుంటారండీ ! ఇలా ఎప్పటాలమించో జరుగుతున్నాదండి. మీరు కొత్తోరు అందుకే మీకు తెలవదేమోనండి" రామయ్య చెప్పినదంతా విన్న సత్యం విభ్రాంతికి గురయ్యాడు.

ఆలోచనలో పడి సత్యం ఏమరపాటుగా ఉండటం గమనించి అతని పట్టునించి చొక్కా వదుల్చుకొని తుర్రుమని పారిపోయాడు రామయ్య.

అప్పటికే, తెలివిగా, రామయ్యకి తెలియకుండా, తమ సంభాషణ తన సెల్ ఫోన్ లో రికార్డ్ చేశాడు సత్యం.

'ఇప్పుడేం చేయాలి? ఎవరితో చెప్పాలి? చెప్పినా నా మాట ఎవరు నమ్ముతారు?' పరిపరివిధాలా ఆలోచిస్తూ ఇంటికి వచ్చాడు.

ఆ మర్నాడే ఒంట్లో బాగోలేదని ఒక వారం రోజులు బ్యాంకుకి సెలవు పెట్టాడు. జరిగినదంతా తన దగ్గర ఉన్న ఆధారాలతో సహా ఒక ఉత్తరంలో వ్రాసి పట్నంలో ఉన్న తన స్నేహితుడు సూర్యకి ఇచ్చాడు. వెంటనే సూర్య, సత్యం కలిసి పాత్రికేయుడైన సూర్య అన్నగారి దగ్గరకు వెళ్లి ఆ ఉత్తరం చూపించారు.

ఈ వ్యవహారమంతా ఆ మర్నాడే ఆ పత్రిక మొదటి పేజీలో పెద్దక్షరాలతో ముద్రించబడింది.

నిప్పులేనిదే పొగరాదని, ఇది బ్యాంకు పరువు ప్రతిష్ఠలతో కూడుకున్న వ్యవహారం కాబట్టి ఆ సదరు బ్యాంకు వారు వెంటనే విచారణకి ఆదేశించారు.

రామయ్యని పట్టుకుని బెదిరించేటప్పటికి భయంతో అసలు విషయం బయటపెట్టడమే కాక సత్యం రికార్డ్ చేసిన మాటలు తనవేనని ఒప్పుకున్నాడు కూడా.

తీగ లాగితే డొంకంతా కదిలింది......బ్యాంకు మేనేజరుతో సహా ఈ రుణ మాఫియా వ్యవహారంలో ఉన్నవారందరి భాగోతాలు వెలుగులోకి వచ్చాయి. కోట్లాది రూపాయలు రుణాల రూపంలో స్వాహా చేయబడుతున్నట్లు, ఆ డబ్బంతా పట్నంలోని పెద్ద పెద్ద పేకాట క్లబ్బులకి తరలి వెళుతున్నట్లు విచారణలో బయట పడింది.

తుంటి కొడితే పళ్ళు రాలినట్లు.....బ్యాంకులో ఘోటాలా పట్టుకుందామని వెళితే పేకాట క్లబ్బుల అక్రమాలు వెలుగులోకి వచ్చాయి. అంతే లైసెన్సు లేకుండా నడుస్తున్న పేకాట క్లబ్బులు మూతపడటమే కాకుండా వాటిని నడిపిస్తున్న పెద్ద మనుషులు అదుపులోకి తీసుకోబడ్డారు.

ఈ వ్యవహారానికి అత్యంత ప్రాధాన్యమిచ్చి త్వరితగతిన నేరస్థులను పట్టుకుని కఠినమైన శిక్షపడేలా చూడవలసినదిగా ప్రభుత్వంనించి ఆయా కార్యాలయాలకు ఆదేశాలు జారీ చేయబడ్డాయి.

ఈ వ్యవహారమంతా అసలు బయటకు ఎలా వచ్చింది, దీనికంతటికి కారణం ఎవరు అనేది మాత్రం గోప్యంగానే ఉండిపోయింది.

ఈ హడావిడిలో, బ్యాంకులో ఒక వ్యక్తి, అదీ ఒక ప్యూను, సత్యం, ఏమయ్యాడనే విషయాన్ని ఎవరూ పెద్దగా పట్టించుకోనేలేదు.

సెలవు పూర్తవటంతో సత్యం తిరిగి యథాప్రకారం బ్యాంకుకి వచ్చి తన ఉద్యోగంలో పడ్డాడు.

బ్యాంకులో అందరూ ఏదో (ఈ) విషయం గురించి మాట్లాడుకోవడం విని, వాళ్ళలో చేరి, ఏమి ఎరగనట్లే “అవునా ఇంత పెద్ద కాండ జరిగిందా నేను లేని ఈ కొద్ది రోజుల్లో?” అంటూ ఆశ్చర్యం వెలిబుచ్చాడు సత్యం!

----★★-----

పరిచయం

శ్రీమతి దినవహి సత్యవతి
సెల్ : 9790752180

స్వస్థలం గుంటూరు, ఆంధ్రప్రదేశ్

విద్యార్హతలు : బి.టెక్(సివిల్) & ఎం.సి.ఎ.,(ఐ.జి.ఎన్.ఒ.యు.)

భాషలలో ప్రావీణ్యత : తెలుగు, ఆంగ్లం, హిందీ

వృత్తి : విశ్రాంత ఉపాధ్యాయురాలు (కంప్యూటర్ సైన్స్ –**Sr. Lecturer**)

ప్రవృత్తి : ఫ్రీ లాంస్ రచయిత్రి (తెలుగులో)

ఫోన్: 97907 52180

సాహితీ ప్రస్థానం....

సుమారు 250 వరకు : కథలు, కవితలు(వచన, పద్య), గజల్స్, పంచపదులు, పద్యాలు, వ్యాసములు, పదప్రహేళికలు, లఘు నాటికలు, పంచతంత్రం కథలు వివిధ దేశీయ & అంతర్జాల పత్రికలు, ప్రచురణ వేదికల లో ప్రచురితమైనవి.

సన్మానాలు & బహుమతులు

- జన జాగృతి సాహితి సమాఖ్య : జాతీయ స్థాయి పోటీలలో 'జోహార్లు' కవితకు 'ఉత్తమ కవిత'
- జి.వి.ఆర్ కల్చరల్ ఫౌండేషన్ హైదరాబాద్, 2017 అంతర్జాతీయ మహిళా దినోత్సవంలో 'నవరత్న మహిళ'
- ప్రతిలిపి వారిచే 'కథా కిరీటి' బిరుదు ప్రదానం, సన్మానం, మొమెంటో బహుకరణ
- కళానిలయం, వరంగల్ వారిచే 'తెలంగాణ సరస్వతి' బిరుదు ప్రదానం.
- పలు దేశీయ పత్రికలు నిర్వహించిన పోటీలలో ప్రథమ, ద్వితీయ, ప్రత్యేక బహుమతులు.
- పలు కథా, కవితా, పద్య సంకలనములలో కథలు & కవితలు ప్రచురితమైనవి.

ముద్రితములు: 'చైతన్య దీపికలు' (బాలల కథల సంపుటి) & 'ఇంద్రధనుస్సు' (సప్త కథా సంపుటి) & 'పంచతన్రం కథలు' (బాలసాహిత్యం (పునర్లిఖితం)) చైతన్య దీపికలు బాలల కథా సంపుటిలోని కథ 'దీక్ష' మహారాష్ట్ర ప్రభుత్వపు పాఠశాలలలో 12 వ తరగతి విద్యార్థుల తెలుగు వాచకములో పాఠ్యాంశముగా చేర్చబడింది.

స్వీయ బ్లాగు(My Blog) : "మనోవేదిక": Blog – id : http://satya-dsp.blogspot.in

ఈతరాని పడవ

❖ డా॥ ఎమ్. వి. జె. భువనేశ్వరరావు

"కన్ను తెరిస్తే జననం... కన్ను మూస్తే మరణం... రెప్పపాటు ఈ జీవితం" ఈ మాట పదేపదే గుర్తుకు వస్తోంది.

తన జీవితంలోని వెలుతురు వెనక ముసురుకున్న దట్టమైన చీకట్లు ఆమెను ఊపిరి సలుపుకోనీయటం లేదు...

జగదీశ్వరి మనసంతా నిండిపోయిన వేదాంతం, కన్ను మూసే క్షణాలకి చేరువవుతున్న జీవితం, కన్నులు మూయనీకుండా చేస్తోంది. పుట్టినది చనిపోవటం కోసమేనా అని తను ఎన్నడూ భావించలేదు. పుట్టిన తర్వాత తన ఉనికిని చాటుకోవాలనుకుంది. నటనే పరమావధిగా జీవించింది. ఇంకా చెప్పాలంటే తనకోసం తానెప్పుడూ బ్రతకలేదు. ఇతరుల కోసమే బ్రతికింది. అయినా ఎవరి తోడూ లేని నిస్సహాయ పరిస్థితుల్లో నిలవ నీడలేని దుస్థితిలో దయనీయంగా, దీనంగా ఆఖరి ప్రయాణం కోసం ఎదురు చూడాల్సి రావడమే హృదయాన్ని కలచివేస్తోంది.

దారుణాతి దారుణమైన ఈ పరిణామం తను ఎదుర్కోవల్సి రావటం మరీ బాధను రేపుతోంది. తాను చేసిన తప్పేంటోనని ఆలోచిస్తూ జగదీశ్వరి మనస్సు గతంలోకి పయనించింది.

★★★

''ఆడపిల్ల అంటేనే సమాజంలో చిన్నచూపు.... కొడుకు కన్నా కూతురు తక్కువనే భావంతో తల్లిదండ్రులూ, ఆడది సబల కాదు అబల అని చుట్టూ ఉన్నవారూ పెళ్లి చేసుకుని పిల్లల్ని కని ఇంటికి పరిమితమవ్వాల్సిన ఆడదానికి ఇతర విషయాలు అనవసరం, చదువుకుని ఏం చేస్తుంది.... ఉద్యోగం చేసి ఎవర్ని ఉద్ధరిస్తుంది – అని అందరూ చెప్పే ఈ కాలంలో నువ్వు కళాకారిణిగా, అదీ వీధివీధిన ప్రదర్శించే నాటికల్లో మగ పాత్రధారులతో కలిసి తిరుగుతున్నావంటే ఎవరైనా చూస్తూ ఊరుకుంటారా.... కుటుంబం నుండి, సమాజం నుండి, ఊరు నుండి వెలివేస్తారు. ఇవన్నీ మనకెందుకమ్మా.....'' నచ్చచెప్పాడు రంగారావు.

''లేదు నాన్నా! కళ కోసమే నేను బ్రతకాలి. పెళ్లే జీవితం కాదు....కళ కళకోసమే. నేనూ కళ కోసమే.... మీకు మచ్చ తెచ్చే పని నేను చేయను. దయచేసి నన్ను వదిలేయండి. అవసరమైతే జీవితాంతం ఒంటరిగా, మీ సేవ చేసుకుంటూ బ్రతుకుతాను.....'' ప్రాధేయపడింది జగదీశ్వరి.

జగదీశ్వరి చెప్పింది కాదనలేకపోయింది కుటుంబం. కళాకారిణిగా ఉండడం తన ఊపిరిగా, కుటుంబం తన ప్రాణంగా, చివరికి జీవిత ప్రాధాన్యాలుగా వాటినే ఎంచుకుంది. బాలనటిగా మొదలైన తన ప్రస్థానం సీనియర్ నటిగా నిన్నటి వరకూ కొనసాగుతూనే వుంది.

గతంలో నెలకి ఒకటో రెండో ప్రదర్శనలు వచ్చేవి. నేడయితే వారంలో రెండు
వస్తున్నాయి. ఒక్కొక్కసారి వారంలో అన్ని రోజులూ కూడా చెయ్యాల్సి వస్తోంది....

నటిగా ఉండేవారూ, దానినొక వృత్తిగా స్వీకరించేవారు చాలా తక్కువమంది ఉండడం కారణాన, ఫిమేల్ ఆర్టిస్ట్‌కి డిమాండ్ ఎక్కువగా ఉంటోంది.

నాటికలూ, నాటకాలూ వేయలేక – రికార్డింగ్ డ్యాన్సులుకే పరిమితమై పోయిన వారున్నారు.... కాని జగదీశ్వరి తనకంటూ కొన్ని నిబంధనలు పెట్టుకుని నాటికల కళాకారిణిగా హుందాగానే ప్రవర్తిస్తోంది. తల్లిదండ్రులిద్దరూ వృద్ధులై పోయిన కారణంగా కుటుంబ భారం పూర్తిగా జగదీశ్వరి పైనే పడింది.

కూతురైనా, కొడుకైనా, కోడలైనా, అల్లుడైనా – అన్నీ తనే. ఒక నాటికలో నటించాలంటే నాటికను పూర్తిగా చదవాలి. పాత్రల గురించి సంపూర్ణంగా అవగాహన పెంచుకోవాలి. తన పాత్రను కూలంకుషంగా పరిశీలించుకుని, సంభాషణలను కంఠస్థం చేసి, సందర్భానుసారంగా సరియైన హావభావాలతో 'పాత్రను రంగస్థలంపై ప్రదర్శించాలి. దీనికోసం స్వంతంగా, ఇతర పాత్రధారులతో కలిసి, దూరమైనా, రాత్రయినా వెరవకుండా ఎన్నిసార్లు అవసరమైతే అన్నిసార్లు రిహార్సల్స్ వెయ్యాలి. పారితోషికం ఎంతిచ్చినా సరిపెట్టుకోవాలి. సినిమా నటీమణులకు కావాల్సినంత డబ్బు ఇస్తారు. కాని నాటికలను ప్రోత్సహించేవారు తక్కువ. డబ్బులిచ్చి సినిమాను చూసేవాళ్లుంటారు గాని, డబ్బులిచ్చి నాటికలను చూసేవాళ్లుండరు. ఉన్నంతలో వచ్చిన కొద్దో గొప్పో డబ్బులతోనే పాత్రలకు అవసరమైన వస్త్రాలూ, పరికరాలూ కొనుక్కోవాలి. కుటుంబాన్ని నెట్టుకు రావాలి.
జగదీశ్వరి ఆ పనిలోనే ఉంటోంది.
తల్లిదండ్రుల ఆలనాపాలనా చక్కగా చూసుకుంటోంది.... నాటికలు కూడా ఏవి పడితే అవి వేయటం లేదు. సందేశాత్మకంగా, సమాజ హితకారకంగా ఉండే పాత్రలైతే పారితోషికం తక్కువైనా, అసలేమీ లేకున్నా నటిస్తోంది. కాలగమనంలో జగదీశ్వరికి ఓ సమస్య వచ్చిపడింది. రోజులు నిరాటంకంగా, నిరాశ లేకుండా గడిచిపోతున్న సమయంలో తల్లిదండ్రులిద్దరూ చాలా గొడవ చేసారు.

''అమ్మా! ఇప్పటికైనా నువ్వు మేం చెప్పిన మాట వినాలి... మాకు రోజులు దగ్గర పడ్డాయి. నువ్వు ఒంటరిదానివైపోతావు. కులమతాలు, ధనిక పేద తారతమ్యాలు మాకు లేవు. నీకు నచ్చిన వారిని ఎవరో ఒకర్ని పెళ్లి చేసేస్కో, మా ఈ కోరిక మన్నించు.....'' అని బ్రతిమలాడారు.

జగదీశ్వరి మనసు కరిగిపోయింది.

పెళ్లనేది జీవితానికే కాదు, తన నట ప్రయాణానికి కూడా అడ్డే. కానీ దాదాపుగా తల్లిదండ్రుల చివరి కోరిక అది. కాదనలేకపోయింది.

దగ్గర బంధువైన రమణని పెళ్లి చేసుకుంది. ఆ ఆనందం ఎన్నాళ్లో నిలవలేదు. తల్లిదండ్రులిద్దరూ ఒకరి తర్వాత మరొకరు రెండు నెలల తేడాతోనే గతించారు.

ప్రారంభంలో బాగానే ఉన్నా భర్త రమణ, కాలక్రమేణా అనుమానపు పిశాచిగా మారాడు.

అందమైన పురుష నటులతో నటించకూడదనేవాడు. హత్తుకునే సన్నివేశాలలో ఉండకూడదనేవాడు. అడుగడుగునా అభ్యంతరాలే.

ఇద్దరు పిల్లల తల్లి అయిన తర్వాత కూడా జగదీశ్వరిపై రమణ పడగనీడ పడుతూనే ఉండేది.

తాను సంపాదించేవాడు కాదు....

ఆమెని నటించనిచ్చేవాడు కాదు.....

పైగా త్రాగుడుకి అలవాటు పడిపోయాడు.....

జగదీశ్వరి నటనా జీవితం విచ్ఛిన్నమవసాగింది. ఆమె పాత్ర వేయటానికి ఒప్పుకున్నా, ఆమె భర్త ఎప్పుడొచ్చి ఏ గొడవ చేస్తాడో తెలీదు. అసలామె రిహార్సల్స్‌కి వస్తుందో లేదో అనుమానమే. రిహార్సల్స్ పూర్తి చేసినా, నాటిక ప్రదర్శించే రోజు ఆమె రాక కచ్చితమో కాదో చెప్పలేము. ఒకవేళ వచ్చినా, పూర్తి నాటిక ప్రదర్శించే వరకూ, ఆమె భర్త ఏ రాద్ధాంతమూ చేయకుండా ఉంటాడో లేదో చెప్పటం కూడా కష్టమే... కాని నటన తన ఊపిరి.

అలాంటి నటనను తాను వదులుకోలేదు...

ఆ 'పాత్ర'లోనైనా ఓ గంటపాటు నిజ జీవితాన్ని మరిచిపోయి, ప్రశాంతతను అనుభవించవచ్చు.

ఆరోజు రసవత్తరంగా ప్రదర్శన జరుగుతున్న సమయంలో, రంగస్థల వేదికపైకి మెరుపులా దూసుకువచ్చాడు రమణ.

జగదీశ్వరిని గట్టిగా పాత్రోచితంగా హత్తుకోబోతున్న హీరో పాత్రధారిని దుడ్డుకర్రతో సరాసరి వచ్చి బాదాడు. చుట్టూ గందరగోళం చెలరేగింది. అవమానభారంతో కృంగిపోయింది జగదీశ్వరి. భర్తను వదిలేయాలా... నటనను వదిలేయాలా....నటనను వదిలేస్తే నటిగా చచ్చిపోయినట్లే!

నటిగా చచ్చిపోతే మనిషిగా బ్రతికున్నా చచ్చిపోయినట్లే లెక్క....చాలా గొడవలు జరిగాయి.

నటిగా జీవితాన్ని కొనసాగించలేని పరిస్థితులు ఎదురయ్యాయి. పిల్లల పోషణ కూడా భారమైంది. త్రాగుడుకు అలవాటు పడిన రమణ త్రాగకుండా ఉండలేకపోతున్నాడు. ఎక్కడో దొరికితే కల్తీసారా త్రాగాడు... ఈ లోకాన్నే వదిలిపోయాడు.

జగదీశ్వరి మరలా ఒంటరైంది.

చచ్చిపోవాలనుకున్న తనకు పిల్లలు గుర్తుకొచ్చారు. వాళ్లకోసమైనా బ్రతకాలని నిర్ణయించుకుంది. మరల నట జీవితాన్ని ప్రారంభించింది.

వయసు పెరిగింది. గతంలోలా క్రేజీ హీరోయిన్ పాత్రలు రావటంలేదు. అయినా తన నటనతోనే, అంకిత భావంతోనే పేక్షకుల్ని ఆకట్టుకోగలిగింది. ఆదాయం కొంచెం పెరిగింది.

పిల్లలు పెద్దవాళ్లవుతున్నారు.

ఉన్నంతలో పేద కళాకారులనూ, వృద్ధ కళాకారులనూ ఆదుకుంటోంది. కనీసం వారికి ఆకలి మంటలైనా ఉండకూడదని, ప్రభుత్వ పింఛను వచ్చేలా ఎవరో ఒక రాజకీయ కార్యకర్తని సంప్రదించి, సహాయపడింది.

కళాకారులకి కేవలం కడుపు నిండితే తృప్తి కలగదు... ఏదో ఒక పాత్రలో నటించాలి. అప్పుడే వారికి నిజమైన సంతృప్తి కలుగుతుంది. ఏదో ఒక నాటికలో ఏదో ఒక సన్నివేశాన్ని జొప్పించి, వారిచే నటింపజేస్తోంది. వారికి ఎంతో కొంత పారితోషికం ఇచ్చేటట్లు ఏర్పాట్లు చేస్తోంది. అనారోగ్యంతో ఉన్నవాళ్లకి సహాయపడుతోంది. చనిపోయిన ఆర్టిస్టుల పేరున ఏదో ఒక కార్యక్రమం నిర్వహిస్తోంది. నాటకానికి ప్రాముఖ్యత తీసుకురావాలనీ, ఉచిత ప్రదర్శనలు ఏర్పాటుచేసి కళాతృష్ణ, సామాజిక సేవా సంతృప్తి రెండూ దక్కించుకుంటోంది. ప్రభుత్వ కార్యక్రమాన్ని ప్రచారం చేయటానికి అందరికన్నా ముందుంటోంది. కష్టంలో ఉన్న కళాకారున్ని ఆకలితో ఉన్న పేదవాడిని చూస్తే తన మనసు చలించిపోయేది. అందుకనే అప్పు చేసైనా వారికి సాయం చేస్తోంది. వారు కోలుకునేదాకా వారికి చేదోడు వాదోడుగా ఉంటోంది జగదీశ్వరి.

పిల్లలు పెద్దవాళ్లయ్యారు. ఏదోలా ప్రయత్నించి, వారికి పెళ్లిళ్లు జరిపించింది. వారి కాళ్ళమీద వాళ్లు నిలబడ్డారు. వారే తనకి కొండంత ధైర్యం అనుకుంది. కాని పెళ్ళిళ్లు కాగానే వారికి రెక్కలొచ్చాయి. తల్లి చేదయ్యింది. పెళ్లాం బెల్లం అయింది. కన్నతల్లితో కలిసుండలేమన్నారు. దూరం జరిగారు. ఇంటినిండా కళాకారులుంటే తమ భార్యలూ, పిల్లలూ కూడా పాడవుతారని వాదించారు. జగదీశ్వరికిది ఊహించని పరాభవం! గుండె గతుక్కుమంది.

"నువ్వెలాగూ చెడిపోయావు..... మా వాళ్ళూ చెడిపోవాలా... దయచేసి మమ్మల్ని వదిలేయమ్మా" అన్నారు కొడుకులు. జగదీశ్వరికి గుండె పగిలింది. మనసు చెదిరింది.

జగదీశ్వరి తనది జగదైక కుటుంబం అని భావించింది. కాని తన కుటుంబమే తనది కాకుండా పోయింది. ఎవరికోసమైతే తాను బ్రతికిందో, ఏ కుటుంబం కోసమైతే తాను తపించిందో, ఏ రక్త సంబంధం కోసమైతే తాను వెంపర్లాడిందో, కళారాధనా, కుటుంబ పోషణా యని మానసిక సంఘర్షణకు గురయిందో, అపరిమిత వేదననుభవించిందో అదంతా భ్రమయని అర్ధమయ్యేసరికి జీవితమే పూర్తయిపోయింది. ఒక జీవితకాలం వ్యర్థమైపోయింది.

ఎన్నో సందేశాత్మక నాటకాల్లో నటించిన తనకే తన కుటుంబం గొప్ప సందేశాన్ని అందించింది. తన ఆశయాలూ, ఆశలూ – అన్నీ ఇతరులకు చెప్పటానికే గాని తన కుటుంబానికి అర్థం కాలేకపోయాయి....

సమాజంలోని ఎంతోమందిని చైతన్యవంతం చేసిన తన నాటకాలు, కుటుంబసభ్యుల్ని కనీసం కదిలించలేక పోయాయి.

జగదీశ్వరి కళ్లవెంట కన్నీళ్లు జలజలా రాలాయి.....

ఎంతోమందికి ఎన్నో రకాలుగా సహాయ పడిన తనకు సహాయం చేసేవారే కరువైపోయారు. స్వార్థం విడనాడి పరమార్థమే ధ్యేయంగా నడిచిన తనకి ఈ శాస్తి జరగాల్సిందే. స్వార్థపరుల జీవితాలు సుఖంగా

శుభప్రదంగా ఉంటాయి. నిస్వార్థంగా బ్రతకటమనేది తన బలహీనత..... సేవ చేయటమనేది తన దురలవాటు.... ఆత్మహత్య చేసుకుని చచ్చిపోవటానికి కూడా ఓపికలేని స్థితిలో, అనాథగా, ఆర్తిగా, కొన్ని క్షణాలలోనే తానో దిక్కుమాలిన శవంగా, అన్‌క్లయిమ్డ్ బాడీగా మారబోతోంది. రంగస్థలంపై తన అభినయంతో హొయలొలికించిన తాను, మరుభూమిలోనికి ఓ అనాథ శవంగా ప్రయాణం చేయబోతోంది. కళ్లు మూతలుబడుతున్నాయి. రెప్పలు బరువెక్కిపోయాయి. ఎవరో వచ్చారు. ఇంకెవరెవరో వస్తున్నారు. మసక మసకగా కన్పిస్తోంది. గుర్తు పట్టీపట్టని విధంగా ఉంది. అవన్నీ తెలిసిన ముఖాలే. స్పష్టాస్పష్టంగా గోచరిస్తున్నాయి. వచ్చేవారి సంఖ్య పెరిగింది. నలుగురు పదుగురయ్యారు.... పదిమంది ఇరవై మందయ్యారు. జగదీశ్వరి దీనస్థితి గురించి ఓ పత్రికలో అచ్చయిన వార్త ప్రభావమిదంతా.

వచ్చే జనం పెరుగుతూనే ఉన్నారు.

ఆసుపత్రికి జనం తాకిడి కూడా పెరిగింది.

"మా జగదీశ్వరి ఎలాగైనా బ్రతకాలి... ఎంత ఖర్చయినా మేం భరిస్తాం..." ఎవరికి వారు తోచినంత డబ్బు ప్రోగు చేస్తున్నారు. అవి లక్షలు కాకపోవచ్చు. అవి కేవలం పదులూ, వందలే... ఇస్తున్నది వందలాదిమంది కావడంతో ఆ సొమ్ము వేలకి చేరుతోంది. జోలె పట్టారు. బ్రతిమలాడుతున్నారు. భిక్షమెత్తుతున్నారు.... అప్పటికి కొంత సొమ్ము జమయ్యింది.

కాని చికిత్సకు అది చాలదు...

ఆసుపత్రి ముందు నుండి ముఖ్యమంత్రి కాన్వాయ్ వెళుతుందనే వార్త తెలిసి హడావుడి మొదలైంది. ఆర్టిస్టులంతా ఫ్ల కార్డులు పట్టుకొని నిలబడ్డారు...

"కళాకారిణిని కాపాడండి..."

"ఆర్టిస్ట్‌కి ప్రాణం పోయండి..."

"జగదీశ్వరి చికిత్సకై ప్రభుత్వం సహకరించాలి..."

వందలాదిమంది రోడ్డు పొడవునా బారులు తీరారు...

ముఖ్యమంత్రి కాన్వాయ్ రానే వచ్చింది...

ఆతృతగా అందరూ అడుగు ముందుకేసి, ప్ల కార్డులు ప్రదర్శించారు...

మెరుపు వేగంతో కాన్వాయ్ ఆసుపత్రిని దాటి వెళ్ళిపోయింది...

నిరాశగా నీరసంతో అంతా కూలబడి పోయారు.

కాని ఇదంతా రెండు నిముషాలు మాత్రమే..

అంతలోనే వాహన శ్రేణి నిలిచిన చప్పుడు...

ఒక్కసారిగా అందరూ అటువైపు తలతిప్పారు..

సాక్షాత్తూ జిల్లా కలెక్టర్ పరుగు పరుగున వెనక్కి వస్తున్నారు... అందరిలో క్రొత్త ఉత్సాహం

పెల్లుబికింది...

లేచి నిలబడ్డారు...

కలెక్టర్ చుట్టూ మూగిపోయారు అందరూ!

అందరిదీ ఒకేమాట

''మా జగదీశ్వరిని బ్రతికించండి...''

వారందరినీ ముఖ్యమంత్రి వాహనం వద్దకు తీసుకుపోయారు... వారి కోరికని మన్నించారు ముఖ్యమంత్రి.

అగమేఘాల మీద ఏర్పాట్లు మొదలైపోయాయి...

జగదీశ్వరిని మరో ఆసుపత్రికి తరలించారు..

జగదీశ్వరికి చికిత్స ప్రారంభమైంది..

గుండె శస్త్ర చికిత్స విజయవంతమైంది...

నమ్ముకున్న కొడుకులిద్దరూ చేసిన ద్రోహానికి బ్రద్దలైన గుండె, మరలా ఒక్కటైంది..

కళ్ళు తెరిచి, తన వెనుకనున్న కళాకారులను చూసిన ఆమె కళ్ళు చెమర్చాయి... కన్నీటి సంద్రమైంది హృదయం.. తాను నమ్మికొన్న సంతానం వెన్నుపోటు పొడిచింది కాని 'కళ' తనకి అన్యాయం చేయలేదు..

కళాకారుడు తనని ఆదుకొన్నాడు..

ఆపైన ముఖ్యమంత్రి ఆదుకొంటున్నాడు..

కళ కళ కోసమే..

కళాకారుడు సాటి కళాకారుని కోసమే కాదు, సమాజం కోసం కూడా. తను శక్తికి మించి డబ్బు ఇవ్వలేకపోవచ్చు. కాని వెలకట్టలేని, లెక్కలేనంత ప్రేమని తనకి పంచారు...

కుటుంబ సభ్యులూ, నా అనుకున్న ప్రతివారూ దూరం జరిగారు, ఒక్క సాటి కళాకారులు తప్ప.

వారి ప్రేమా, మనసూ తనతోనే ఉన్నాయి..

జన్మ సార్థకమైంది..

కళాకారిణిగా చచ్చిపోయినా, బ్రతికి ఉన్నట్లే!

తాను అనాథ కాదు.. సకల కళాకారుల హృదయనాడి. తృప్తిగా నిట్టూర్చింది.

నిజానికి జగదీశ్వరి అనారోగ్యం అంత తొందరగా నయమయ్యేది కాదు.. మానసికంగా ధైర్యం కూడగట్టుకోగలిగిననూ, వారంతా కష్టపడి పైసలు సమకూర్చిననూ మరలా, సాక్షాత్తూ ముఖ్యమంత్రి సహకారమే లభించిననూ, ఆమె గుండెకయిన గాయం అంత సులువుగా మానేది కాదు... అపరిమితమైన ఆలంబననూ, అభిమానాన్నీ ఆమె తట్టుకోలేకపోయింది. బరువెక్కిన గుండె మరోసారి బ్రద్దలైపోయింది. ఆవేదనో, వారందరి అంతులేని ఆరాధనో జగదీశ్వరిని ప్రాణం లేని ప్రతిమను చేసింది. ఆమె పాత్రలు సజీవమైనా, ఆమె జీవితం ఇక ముగిసిపోయింది. ఒక్కసారిగా ఏడుపులు మొదలయ్యేయి. ఆసుపత్రి శోక సంద్రమైంది.

ఊరంతా కదిలింది. ఆమె నటించిన నాటకాల కన్నా మిన్నగా ఆమె జీవితం ఆదర్శప్రాయమైందనీ, ఆచరణీయమని ప్రతినోటా విన్పించింది. సాక్షాత్తూ రాష్ట్ర ముఖ్యమంత్రే చొరవ తీసుకొన్న వార్తను పత్రికల్లో చదివి జగదీశ్వరి కొడుకులూ, కోడళ్లూ, మనుమలూ, మనుమరాళ్లూ పరుగెత్తుకు వచ్చారు. శవాన్ని తాకేందుకు సిద్ధమయ్యారు. కాని ఆ అవకాశం వారికి దొరకలేదు.

వందలాది జనంలో వాళ్లూ ఒక్కరయ్యారంతే... జగదీశ్వరిని ప్రేమిస్తున్న వందలాది జనాల మధ్య వారు ఇమడలేకపోయారు. ఎక్కడో దూరంగా.... వెనకన... దీనంగా నడుస్తున్న వారి వెనక ఎక్కడో ఉన్నారు. అంతకుముందెప్పుడో కన్నతల్లికి, ఆమెని ప్రేమించలేక దూరమైపోయిన వారు నేటికీ దగ్గరకాలేకపోతున్నారు. స్వార్థమే పరమార్థంగా బ్రతుకులు సాగించే అలాంటివారు ఇక ఎప్పటికీ ఆమె చెంతకు రాలేకపోవచ్చు... కన్నతల్లిగా మమకారం పంచిన ఆ మహాతల్లి ఋణం తీర్చుకునే అవకాశం ఈ జన్మకి వారికి దొరకకపోవచ్చు. అందనంత ఎత్తుకు ఎదిగిపోయిన కన్నతల్లి కళామతల్లి ముద్దుబిడ్డయై స్వర్గయాత్రకు పయనిస్తూంటే తమ స్వార్థమయ, నిరర్థక జీవితాల సంకెళ్ళలో బందీ అయినవారు ఇక అడుగులు ముందుకెలా వేయగలరు? జీవచ్ఛవాలై అక్కడే కూలబడిపోయారు.

----★★----

పరిచయం

డా. ఎమ్.వి.జె.భువనేశ్వరరావు

గత నలభై సంవత్సరాలుగా సాహిత్య రంగంలో ఉన్న ఎమ్.వి.జె.భువనేశ్వరరావు గారి పాపులర్ నేమ్ 'భువన్'. కార్టూనిస్ట్‌గా, కాలమిస్ట్‌గా, కథా రచయితగా దాదాపు 4000 పై చిలుకు రచనలు చేసిన వీరు ప్రస్తుతం విశాఖపట్నం స్టీల్ ప్లాంట్‌లో డిప్యూటీ జనరల్ మేనేజర్‌గా వృత్తి బాధ్యతలు నిర్వహిస్తున్నారు. వీరి కథలు అనేకం ఇతర భాషలలోనికి అనువాదం పొందాయి. ఇప్పటిదాకా తెలుగులో 3, హిందీలో 1, మరాఠీలో 2, ఒరియాలో 1, కన్నడంలో 1 కథాసంపుటాలు వెలువడ్డాయి. వీరి స్వస్థలం అనకాపల్లి. వీరు ఇటలీ, ఫ్రాన్స్, స్విట్జర్లాండ్, వాటికన్ సిటీ, దుబాయ్, మలేషియా, థాయ్‌లాండ్, ఇండోనేషియా, సింగపూర్ దేశాలను సందర్శించారు. ఆంధ్రా యూనివర్సిటీ నుండి "డాక్టరేట్" స్వీకరించారు. "డా. ఎమ్.వి.జె.భువనేశ్వరరావు కథా సృజన – ఒక పరిశీలన" అనే అంశంతో వీరి రచనలపై ఆచార్య నాగార్జున యూనివర్సిటీ పరిశోధక విద్యార్థి పి.హెచ్.డి. చేయడం వీరి సాహితీ సమున్నతికి గొప్ప నిదర్శనం.

గోడమీద బొమ్మ

❖ డాక్టర్ ఎమ్. సుగుణరావు

ఇంటర్ చదువుతున్న కొడుకు వేసిన ప్రశ్నకు నిరుత్తరాలు అయింది కృపాబాల. రక్తం తోడేసినట్టు ముఖం పాలిపోయింది. ఆ సమయంలో ఆమె తన ఇంటి బాల్కనీ లోని మొక్కలకు నీళ్ళు పోస్తోంది.

కొడుకు ఆమెను అలాంటి ప్రశ్నలు చిన్నప్పటి నుంచీ అడుగుతూనే ఉన్నాడు. ఊహ తెలిసిన తర్వాత అతడు వేసిన మొదటి ప్రశ్న "అమ్మా, నాన్న ఏడి?!" ఆ ప్రశ్న వేసినపుడు కొడుకు వయసు ఐదేళ్ళు. ఎల్‌కేజి చదువుతున్నాడు. వాడిని తన క్లాస్‌మేట్ అడిగాడు. "ఒరేయ్ మీ డాడీ స్కూలుకి రాలేదేం నిన్ను తీసుకువెళ్ళడానికి?!" అని. వాడికి తండ్రిని గురించి జ్ఞానోదయం కలిగింది.

అప్పుడు ఆమె డ్రాయింగ్ రూమ్‌లోని గోడ వైపు చూపించింది. ఆ బొమ్మకు ఒక దండ.
"ఆయనే మీ నాన్న" అంది.

వెంటనే కొడుకు అన్నాడు "ఏమయ్యారమ్మా డాడీ..." అని.

వెంటనే తల్లి చెప్పింది "ఆయన చనిపోయారు" అని.

కొడుకు ముఖం దిగులుతో ముడుచుకుపోయింది. కొడుకును దగ్గరకు తీసుకుంది. అప్పటికి అర్థం అయింది ఆ పసి మనసుకు. తనకు అమ్మా ప్లస్ నాన్నా రెండూ అమ్మే అని `అలా అప్పటి నుంచీ కొడుకు ఆమెను ఆ

ప్రశ్న వేయలేదు.

కొడుకు వేసిన ఆ ప్రశ్నను ఎవరూ వేయలేదు. కారణం ఒక ప్రభుత్వరంగ అధికారిగా ఆమె ఒక మహా నగరంలో అడుగు పెట్టింది, నెలల వయసున్న కొడుకుతో. తన కొడుకును సంరక్షించే తల్లి తండ్రులు తనకు తోడుగా వచ్చారు. పక్కవారి ఊసు పట్టించుకోని ఆ నగరంలో పదిహేనేళ్ళు గడిచిపోయాయి. తిరిగి ఆ నగరం నుంచి ఒక చిన్న పట్టణానికి ఆమె ఒక బ్రాంచి అధికారిగా పదోన్నతిపై బదిలీ అయి వచ్చింది. అది తన సొంత ఊరికి దగ్గర. వృద్ధులైన తల్లితండ్రులు తమ ఊరు వెళ్ళారు చూడడానికి. ఇపుడు తనూ, కొడుకూ ఇద్దరే కొత్తగా తాము దిగిన ఆ అపార్ట్‌మెంట్‌లో.

కొడుకును ఆ ఊళ్ళోని ఒక కార్పొరేట్ కాలేజీలో ఇంటర్‌లో చేర్పించింది. ఇంకా వెళ్ళి నెల కాలేదు. వీడు ఇలాంటి ప్రశ్నతో వచ్చాడేమిటి? అంటూ ఆమె ఆశ్చర్యపోయింది. "ఎవరు వేసారు నాన్నా నిన్ను ఈ ప్రశ్న?!" అని అడిగింది.

"నేను, నా స్నేహితుడు మా కాలేజీ పక్క నున్న గుడికి వెళ్ళాము. లోపల పూజారిగారు పూజ చేస్తూ, "మీ గోత్రం ఏమిటి బాబూ?" అని అడిగారు.

ఆ ప్రశ్నకు ఏం సమాధానం చెప్పాలో ఆమెకు అర్ధం కాలేదు. తనకు ఈ ప్రశ్న కొత్త కాదు. చాన్నాళ్ళ తర్వాత కొడుకు నోట్లోంచి ఆ ప్రశ్న రావడం ఆమెను అలజడికి గురి చేసింది. తన జీవితంతో ముడిపడిన ఆ ప్రశ్న అంటే ఆమెకు భయమే!

తల్లి మౌనంగా ఉండడం చూసి తనే సిస్టమ్ ముందు కూర్చుని గూగుల్‌లో వెతకడం మొదలుపెట్టాడు. ఐదు నిమిషాల తర్వాత అరిచాడు.

"అమ్మా గోత్రం అంటే తెలిసింది. పూర్వకాలం ఎవరికైనా ఎంత ధనం ఉందో, వారికి ఉన్న గోవులను చూసి లెక్క కట్టేవారట. అలా గోవులన్నిటినీ సామూహికంగా మేతకు తీసుకుని వెళ్ళేవారు. ఒకరి గోవు, ఇంకొకరి మందలో కలిసిపోతే, అవి ఫలానా వారివి అంటూ గుర్తు కోసం ఆ ఇంటి పెద్దాయన పేరో, వారి వీధి పేరో చెప్పేవారు. అలా గోవులను బట్టి గోత్రాలు ఏర్పడినాయని ఒక థియరీ.

ఇక ఇంకో సిద్ధాంతం. గోత్రాలు ఋషుల నుంచి ఏర్పడినాయనేది. దానినే ఋషి మూలం అంటారు. అలా సప్త ఋషులకు చెందివ వారి మూలాల నుంచి గోత్రాలు ఏర్పడినాయి. అంటే తండ్రి నుంచి కొడుకుకు, పెళ్ళవక ముందు కూతురికి, తండ్రి నుంచి. `పెళ్ళయిన తర్వాత భర్త నుంచి భార్యకు!" చెప్పడం ఆపి తల్లి వంక ప్రశ్నార్ధకంగా చూసాడు.

కొడుకు చూపులలోని ప్రశ్నార్ధకం ఆమెకు అర్ధమయింది.

'మనకూ గోత్రం ఉంది. పెళ్ళయిన తర్వాత భర్త గోత్రమే భార్యకు కదా... అలా నాన్న గోత్రం నాకు' అన్నట్టున్నాయి తన కొడుకు ఆలోచనలు అనుకుంటూ గబగబా తన బెడ్ రూమ్ లోకి వెళ్ళింది.

భళ్ళుమని తలుపు మూసుకున్న శబ్దం. తల్లికి గోత్రం గురించిన చర్చ జరపడం ఇష్టం లేదేమో! అనుకున్నాడు ఆ అబ్బాయి. తన దృష్టిని దారి మళ్ళించడానికి తన తరగతి పుస్తకం తెరిచాడు.

★★★

వారం రోజుల తర్వాత కృపాబాల ఇంటికి ఆఫీసులోని ఇద్దరు సహచరులు వచ్చారు. ఆ ఇద్దరిలో ఒక అమ్మాయి ముఖం ఉబ్బిపోయి కనిపించింది. కళ్ళు ఏడ్చినట్టుగా ఎర్రగా మారాయి. ఆ అమ్మాయి పేరు మార్గరెట్. ఆ అమ్మాయితో వచ్చిన ఇంకో అమ్మాయి పేరు దుర్గ.

ఆ ఇద్దరికీ మంచినీళ్ళు, కాఫీలు ఇస్తూ ''ఏమయ్యింది?!'' అంది కృపాబాల.

దుర్గ రెండు నిమిషాల్లో చెప్పడం ముగించింది.

అది పాత కథే! మార్గరెట్ ఫేస్‌బుక్‌లో పరిచయమైన అబ్బాయితో ప్రేమలో పడింది. అతనిది వేరే కులం. ఆ పరిచయం చాలా దూరం వెళ్ళింది. అతనితో కలిసి తిరిగింది. పెళ్ళి చేసుకుంటానని నమ్మించాడు. తన కోరికలు తీరిన తర్వాత ముఖం చాటేసాడు. ఆ అబ్బాయి ఇంటికి వెళ్ళింది. ఆ ఇంట్లోవాళ్ళు తిట్టి పంపేసారు. ఆ అబ్బాయి కాంటాక్ట్‌లోకి రావడం లేదు. మరోసారి మా అబ్బాయిని ప్రేమించాను. పెళ్ళి చేసుకుంటాను అంటే చంపేస్తాం అంటూ బెదిరించారట!

అదంతా విని 'ఓహ్... పరువు హత్య చేసేస్తారేమో!' అంది కృపాబాల భయంగా.

''ఈమెకు సామాజిక న్యాయం జరగాలి'' అంది దుర్గ, కృపాబాలకు చేతులు జోడిస్తూ.

''నాకు సామాజిక న్యాయం అంటే ఏంటో తెలీదు'' అంది కృపాబాల.

''అదేమిటి, బాగా చదువుకున్నారు. పెద్ద ఉద్యోగంలో ఉన్నారు. సామాజిక న్యాయం అంటే తెలీదా మేడమ్?'' అంది దుర్గ ఆశ్చర్యపోతూ.

''సామాజిక న్యాయం నాకు జరగలేదు కాబట్టి నాకు దాని గురించి తెలీదు. నాకు జరిగింది సామాజిక (అ)న్యాయం. దాని గురించి తెలుసు'' అంది క్లుప్తంగా.

అంతవరకూ ఆ పరిసరాలను గమనించని ఆ ఇద్దరూ గోడ మీద దండ వేసిన ఫోటో వంక చూసి ''అయ్యో! సారీ మేడమ్. మీ వారు పోయారా... ఎప్పుడు? మాకు తెలీదు ఆ విషయం'' అన్నారు బాధపడుతూ.

''అదంతా ఒక పెద్ద కథ...'' అంటూ చెప్పడం మొదలెట్టింది. ఆమె జరిగిపోయిన గతం ఒక దృశ్యంలా వారి ముందు ప్రత్యక్షపరిచింది.

★★★

పొలంలో కలుపు తీస్తున్న కృపాబాల గట్టు మీద నుంచుని, స్నేహితురాళ్ళు వేసిన కేకతో తలెత్తింది.

''కంగ్రాచ్యులేషన్స్, మన ఇంటర్ పరీక్ష ఫలితాలు వచ్చాయి. నువ్ ఫస్ట్ క్లాస్‌లో పాసయ్యావు.''

సంతోషంతో ఆ చేల మీద నుంచి గెంతుకుంటూ వెళ్ళి స్నేహితురాళ్ళను కలిసింది. అందరూ పాసయ్యారనే ఆనందంతో స్నేహితురాళ్ళతో సినిమాకు బయలుదేరింది. సినిమాకు ముందు గుడికి వెళదామన్నారు అంతా. సినిమా హాలుకు దగ్గర్లోని కోవెలకు బయలుదేరారు. స్నేహితురాళ్ళతో గర్భగుడిలోకి వెళ్ళింది. పూజారి తన స్నేహితురాళ్ళ నెత్తి మీద శఠగోపం పెట్టి వారి పేర్లు అడుగుతున్నారు. ఇంతలో తన వంతు వచ్చింది.

''తల్లీ నీ గోత్రం పేరు చెప్పమ్మా?'' అనడిగాడు పూజారి.

ఆమె తెల్ల ముఖం వేసింది.

''గోత్రాలు తెలీకుండా, లేకుండా గుళ్ళోకి ఎందుకు వస్తారో...'' అంటూ పూజారి విసుక్కున్నాడు.

''ఈమె ముఖాన బొట్టు లేదు. గోత్రం లేదేమో! స్తోత్రమే...'' అంటూ ఒక భక్తుడు అరిచాడు. అక్కడున్న వారంతా నవ్వారు.

కృపాబాలకు తల కొట్టేసినట్టయింది. ఆ గుడి లోంచి వేగంగా బైటకు పరిగెత్తింది. ఇంక సినిమాకు వెళ్ళాలనిపించలేదు. అలా ఇంటికి వెళ్ళిపోయింది. ఇంటి బయట గేదెకు దాణా పెడుతోంది తల్లి. కాసేపటికి పాలు పితుకుతుంది. కాలనీ వాళ్ళంతా పాల కోసం వస్తారు. అలా హడావుడిగా ఉన్న తల్లిని అడిగింది,
''అమ్మా! గోత్రం అంటే ఏమిటి?! మనది ఏం గోత్రం?!''
''నాకేటి తెల్సు. మీ అయ్యని అడుగు. గోత్రం.... గోంగూర...'' విసుక్కుంది తల్లి.

పొలం గట్టు వైపు పరిగెత్తింది. అప్పటికే పొలం పని చేసి అలసిపోయిన తండ్రి చుట్ట కాలుస్తూ సేద తీరుతున్నాడు. గొడ్లను కాసే బుడ్డోళ్ళంతా పశువులను స్వేచ్ఛగా మేతకు వదిలి, చెట్టు నీడలో కూర్చుని చద్దెన్నం కేరేజీలు విప్పారు. తండ్రిని అడిగింది. 'మన గోత్రం ఏమిటి నాన్నా?' అని... అతను బుర్ర గోక్కున్నాడు, ఆ ప్రశ్నకు సమాధానం తెలీక. అక్కడే ఉన్న పశువుల కాపర్లను అడిగింది. వాళ్ళూ తెల్ల ముఖం వేసారు. అలా ఆ ప్రశ్న ఆమెకు మొదటిసారి బాణంలా సూటిగా తగిలింది. గుండెను తాకింది. గాయం చేసింది. ఆ గాయం మానడం కోసం తన దృష్టి, చదువు మీదే ఉంచింది. ఇంజనీరింగ్ కాలేజీలో చేరి శ్రద్ధగా చదివింది. అప్పుడు పరిచయం అయ్యాడు పండరినాథ్.

అతనిది తమ జిల్లా కాదు. చాలా స్నేహంగా ఉండేవాడు. కాలేజీలో తమను 'లవ్ బర్డ్స్' అనేవారు. అలా నాలుగేళ్ళు ఒకరి కోసం ఒకరు అన్నట్టు బతికారు. ఆఖరి సంవత్సరం పరీక్షలు ముగిసి, ఇంకా అంతా ఎవరి ఇళ్ళకు వాళ్ళు వెళ్ళిపోతారనగా, అతడితో కలిసి ఒక జాలీ ట్రిప్ వేసింది. తనను పెళ్ళి చేసుకుంటానని ప్రామిస్ చేయడంతో అతడితో సరదాగా గడిపింది. మానసికంగా దగ్గరయ్యాము కదా అంటూ, శారీరకంగానూ దగ్గరయింది. ముందు మా వాళ్ళకు చెప్పి ఒప్పించి, నిన్ను పెళ్ళి చేసుకుంటాను అని చెప్పి పండరినాథ్ తన ఊరికి వెళ్ళే రైలెక్కాడు.

★★★

చెప్పడం ఆపింది కృపాబాల.

''అలా రైల్లో వెళ్ళిన ఆయన తరువాత వచ్చి మిమ్మల్ని పెళ్ళి చేసుకున్నాడా మేడమ్?!''
అడిగారు ఆ ఇద్దరూ.

''లేదు.... అలా ఊరెళ్ళిన పండరినాథ్ తిరిగి రాలేదు. కళ్ళు కాయలు కాసేలా రెండు నెలలు ఎదురుచూసాను. ఇక తప్పదని ఆ ఊళ్ళో పండరినాథ్ ఇంటి ఎడ్రస్ పట్టుకొని వెళ్ళాను. ఇంట్లోవాళ్ళు కూర్చోబెట్టి కుశలప్రశ్నలు అడిగారు. పండరినాథ్ మాత్రం కనిపించలేదు. నేను అడగ్గా అడగ్గా పండరినాథ్ తండ్రిగారు గోడ మీద పండరినాథ్ ఫోటో చూపించారు. అప్పటికే ఆ ఫోటోకు వేళ్ళాడుతోన్న తాజా పూలదండ.''

ఆమె చెప్పడం పూర్తి కాక మునుపే ఆ గదిలోని ఆ ఇద్దరు అమ్మాయిల కళ్ళల్లో నీళ్ళు నిలిచాయి.

కృపాబాల మళ్ళీ చెప్పడం మొదలుపెట్టింది. ''సరే నేను వెళతానండీ... నా ఖర్మ ఇలా రాసి పెట్టి వుంది'' అంటూ భోరుమని ఏడ్చాను. వాళ్ళు నా వంక జాలిగా చూసారు. అంతకంటే ఏం చెయ్యగలరు? అనిపించింది. ఆ దుఃఖంలో నా గొంతు పూడుకుపోయింది. పండరినాథ్ ఎలా పోయాడు? ఎప్పుడు

పోయాడు? అని అడగాలనిపించలేదు. వారిని ఒక కోరిక కోరాను. ఆ గోడ మీద పండరినాథ్ ఫోటో అడిగాను. వెంటనే ఆయన నాకు ఆ ఫోటోను కాగితంలో చుట్టి ఇచ్చేసారు. ఇంటికొచ్చిన తర్వాత, బ్రతుకు శూన్యం అనిపించింది. చచ్చిపోదామనుకున్నాను. కానీ నాతో పాటూ పండరినాథ్ మిగిల్చిన తీపి జ్ఞాపకాన్ని చంపేయడం ఇష్టం లేదు. చనిపోయిన పండరినాథ్ నా మెడలో తాళి కట్టకపోయినా భర్తగానే భావించాను. అలాగే జీవితం కొనసాగించడానికి నిశ్చయించుకున్నాను. ఇదీ నా కథ'' అంటూ చెప్పడం ముగించింది కృపాబాల.

''మీకు సామాజిక అన్యాయం ఏం జరిగింది?! ప్రేమించిన వ్యక్తి పెళ్ళి చేసుకుందామనుకునేసరికి మీకు అందనంత దూరాలకు వెళ్ళిపోయాడు కదా!!'' అంది దుర్గ.

''ఔను. అందనంత దూరం వెళ్ళిపోయాడు. సుదూర తీరాలకు చేరుకున్నాడు. 13,595 కిలోమీటర్ల దూరంలో అమెరికాలోని ఒక నగరంలో సంవత్సరానికి లక్ష డాలర్లు సంపాదించే ఒక సాఫ్ట్‌వేర్ ఉద్యోగి ఆయన'' అంది కృపాబాల ముక్తాయింపుగా.

చివరికి ఆమె చెప్పిన ఆ అనుకోని ముగింపు విని ఆ ఇద్దరు అమ్మాయిలు ఉలిక్కిపడ్డారు. ఇంకా ప్రశ్నార్థకంగానే చూస్తూ ఉన్నారు.

''నన్ను వదిలించుకోవడానికి పండరినాథ్ నాన్నగారు కొడుకు ఫోటోకు దండ వేసేసారు. ఆ అబద్ధాన్ని నేను కొనసాగిస్తున్నాను. ఇన్నేళ్ళుగా నన్ను 'వదిలి' పోయిన అతగాడిని నేను 'పోయిన'వాడిగానే గుర్తు పెట్టుకుంటున్నాను'' అంది కృపాబాల.

ఆ ఇద్దరి అమ్మాయిలకీ కృపాబాల జీవిత కథ షాక్ కలిగించింది. తనలాగా మోసపోయిన కృపాబాల జీవితమే ఒక సందేశం అనుకొంది మార్గరెట్.

ఆ గోడ మీది ఫోటోను చూస్తూనే ఆ ఇద్దరు అమ్మాయిలు ఆ గదిలోంచి బైటకు నడిచారు.

----★★----

పరిచయం

డాక్టర్ ఎమ్. సుగుణరావు

సెల్ : 9393129945, 9704677930

స్వస్థలం : నరసాపురం, పశ్చిమ గోదావరి జిల్లా

స్థిరపడిరది : విశాఖపట్నం

విద్యార్హతలు : వెటర్నరీ సైన్సులో మాస్టర్స్ డిగ్రీ

ఉద్యోగం : భారత ప్రభుత్వరంగ బీమా సంస్థ నుండి సీనియర్ డివిజనల్ మేనేజర్ స్థాయి అధికారిగా పదవీ విరమణ

ఎప్పటి నుండి కథలు : దాదాపు ముప్పయ్యేళ్ళుగా రాస్తున్నాను.

ఇప్పటి వరకు వెలువరించిన : 1. జాబిలి మీద సంతకం

2. నేలకు దిగిన నక్షత్రం

గుర్తింపు తెచ్చిన కొన్ని కథల పేర్లు :

1. ఆకాశంలో ఒక నక్షత్రం `ఉపాధ్యాయ మాసపత్రికలో బహుమతి పొందిన ఈ కథ ఇండియన్ ఎన్సాంబుల్ ద్వారా ఇంగ్లీషు నాటకంగా రూపుదిద్దికుంది.

2. దేవుడిని చూసినవాడు, మంచుపల్లకి, దుర్గమ్మ కూతురు కథలు కన్నడంలోకి అనువాదం చేయబడ్డాయి.

బహుమతులు / పురస్కారాలు :

1. 2020 సం॥లో రాసిన 'క్షమాభిక్ష' కథకు స్వాతి మాసపత్రిక ప్రతిష్ఠాత్మక అనిల్ అవార్డు రూ. 25000 లు లభించింది.

2. 2020 సం॥లో నార్త్ అమెరికా తెలుగు అసోసియేషన్ వారి కథల పోటీలో 'పోలేరమ్మ' కథకు రూ. 15000 లు లభించింది.

3. 2021 సం॥లో రాసిన 'స్పందన' కథకు మక్కెన రామసుబ్బయ్య అత్యున్నత కథా పురస్కారం లభించింది.

4. అక్షరాల తోవ, పాలపిట్ట, సాహో, సహరి, షార్వాణి, విశాలాక్షి మొదలైన పత్రికల సంస్థల ద్వారా కథా పురస్కారాలు లభించాయి.

సాహిత్యం పై జరిగిన పిహెచ్డిలు :

1. ఆంధ్రా యూనివర్శిటీ విశాఖపట్నం నుంచి నరకబోయిన రాము అనే విద్యార్థి 2019 సం॥లో డాక్టర్ ఎమ్. సుగుణరావు హాస్య కథలు పరిశీలన అనే అంశంపై ఎం.ఫిల్. సాధించారు.

2. ఆంధ్రా యూనివర్శిటీ విశాఖపట్నం నుంచి చింతల పరశురామయ్య అనే విద్యార్థి 2017 సం॥లో డాక్టర్ ఎమ్. సుగుణరావు కథా సాహిత్యంపై పిహెచ్డి చేసి పట్టా పొందారు.

3. ఆంధ్రా యూనివర్శిటీ విశాఖపట్నం నుంచి తాళ్ళూరి రవికిరణ్ అనే విద్యార్థి 2009 సం॥లో డాక్టర్ ఎమ్. సుగుణరావు కథలు 'పరిశీలన అనే అంశంపై ఎం.ఫిల్. పొందారు.

నూతిలో కప్పలు

❖ శ్రీ మేడిశెట్టి శంకర్రావు

"శేషగిరి ఉండే శ్రీ అపార్ట్ మెంట్ ఈ ప్రక్క వీధిలోనే కదూ! వెళ్లి పలకరిద్దామా? ఇంట్లోనే ఉంటాడు. ఎటూ వెళ్లడు... చేతివాచీ చూశాను. టైము ఆరు అవుతోంది. వేసవి రాబోతోంది ఏమో ఇంకా వెలుతురుగానే ఉంది. ఇప్పుడిపుడే ఇంటికిపోయి చేసేదేముంది. పలకరిస్తే సంతోషిస్తాడు. మా ఇద్దరి మధ్య స్నేహం ఈనాటిదా? యాభైఏళ్ల నాటిది."

రిక్షాలో కూర్చున్నానేమో వాడ్ని ఆ సందు మొదట్లో ఆపమన్నాను "తమరి ఇల్లు న్యూకాలనీలో కదా బాబయ్య" అంటున్నాడు వాడు "లేదు , ఇక్కడ మా ఫ్రెండ్ ఉన్నాడు. అతడ్ని పలకరించి వెళతాను. నీ డబ్బులు నీవు తీసుకో" అని నేను మొదట బేరమాడిన పన్నెండు రూపాయలు అతడి చేతుల్లో పెట్టాను.

వెనక్కి నాలుగడుగులు వేసానో లేదో ....

"ఇంకా బాగా కాల్చాలి." అన్న మాట వినపడింది. అది శేషగిరి గొంతే ! పక్కకి చూస్తే లేత నీలం రంగు చొక్కా, నల్లని ప్యాంట్ లో జొన్న పొత్తులు కాలుస్తున్న ముసలామెకు ఆర్డర్ లు ఇస్తూ కాస్త ఒంగి ఉన్నాడు శేషగిరి. వెనక్కి పెట్టిన చేతిలో మరి రెండు కాల్చిన పొత్తులు కనిపిస్తున్నాయి. చీకులు కాలకుండా జొన్నరేకుల్లో మడిచి ఉన్నాయి అవి.

"ఇక్కడున్నావా! శేషగిరి" అన్నాను."

వెనక్కి తిరిగి బిగ్గరగా నవ్వుతూ మనవరాలు జొన్న పొత్తులు తింటానంటేను .... రా..... రా!. వెళదాం అదిగో ఆ పొత్తొకటీ సరిగ్గా కాలితే ....."

అలాగే అన్నాను.

ఈ లోపున అదీ కాలింది. ఆ పొత్తును రేకుల్తో మడిచి ఇచ్చింది ఆ ముసలిది.

బయలు దేరాం ! ఎదురు గా ఉన్న మూడో ఇల్లు వాడిదే ....!

“నాకందుకే మన దేశమంటే ఇష్టం ఈ పాటి అందం, స్వేచ్ఛ, హాయి ఆ దేశాలలో లేవనుకో అయితే ప్రతి దేశానికి ఏదో ఒక దరిద్రం ఉండనే ఉంటుంది. మన మైనస్ పాయింట్ ఏమంటే కుల రోగం.” ....

శేషగిరి విదేశాలలో ఉండి వచ్చాడు. ఆగని ఆలోచనలు వేడిగా ఉండవచ్చు. అతని వైపు చూశాను. ముఖం వెలిగిపోతోంది. వేడి జొన్న పొత్తులు చేతిలో ఉన్నాయనా! అసలు విషయం అది కాదు. సివిల్ ఇంజనీరుగా విదేశాల పిలుపుమేర అవకాశం వచ్చో సౌత్ అమెరికా 'వెనుజులా' వెళ్ళాడు. సర్వీస్ అంతా అక్కడే చేసి చివర రెండు సంవత్సరాలు అమెరికాలోని హ్యూస్టన్ లో గడిపి ఇండియా వచ్చేశాడు. కూతురు డాక్టర్ చేసి, తనకి ఇష్టమైన కో–డాక్టర్ అయిన తెల్ల వాడిని పెళ్లాడి హ్యూస్టన్ లోనే సెటిల్ అయ్యింది.

"ఇలా వేడి వేడి జొన్న పొత్తులు రోడ్డు పక్కన తింటే చిన్న నాటి అనుభూతులు గుర్తుకు రావూ – నాకదే కావాలి. ఈ హాయి విదేశాలలో ఎక్కడ దొరుకుతుంది చెప్పు. అది సరే గాని మీ
చెల్లెలు నేనూ నీ గురించే అనుకుంటున్నాం ... మనవాడీ మధ్య నల్ల పూసయి పోయాడనీ "

ఇంటి కి చేరుకున్నాం ... వాళ్లావిడ పార్వతి ఎదురొచ్చి “నీవెప్పుడొచ్చావు అన్నయ్యా” అని వాడి చేతిలోని పొత్తులు తీసుకొంటూ, మరొకటి తేవలసింది “అన్నయ్య గారూ వచ్చారు” అంది.

"మనవరాలి చేతిలో పెట్టడానికా" అన్నాడు శేషగిరి. అప్పటికే నా చేతిలో శేషగిరి పెట్టిన పొత్తుల్లో సగం విరిచి “ఆ పసి దానికి ఇవ్వమ్మా” అన్నాను. దాన్ని తీసుకొని పార్వతి నవ్వుతూ వెళ్లిపోయింది. లోనికి హాల్లో సోఫాలో చతికిలబడ్డాం. జొన్న పొత్తుల్లోని వేడి వేడి గింజలుతో శేషగిరి నోటికి పని చెబుతున్నాడు.

“పని మనిషి కొండమ్మ కూతుర్ని తన మనవరాలుగా చూసుకుంటుంది మీ చెల్లెలు పార్వతి. నీకా సంగతి తెలుసు అనుకుంటాను”.. తల ఆడించాను. ఆ మాటలో ఏదో సన్నని విషాద గీతము వినపడుతోంది. అవును, అది నాకు తెలుసు. పార్వతికి ఈ వయసులో మనవలు కావాలి. ముని మనవలూ కావాలి. హ్యూస్టన్‌లో సెటిల్ అయిన కూతురికి మనవలే వచ్చేశారు. అయితే వారు ఇండియా రారు కదా ! వచ్చినా చుట్టపు చూపుగా ఓ పది రోజులుంటారు. వీరు అమెరికా వెళ్లినా కొన్ని నెలలు మాత్రమే .

వయసు అరవై దాటిన పార్వతిలో ఈ పని పిల్ల కూతురు అయిన పసి దానిని ముని మనవరాలుగా చూడడంలో తప్పేముంది. అంతేకాదు ఆ ఇంట్లో కొండమ్మ పనిమనిషిలా ఉండదు. ఇంటి ఆడపడుచులా అన్నీ చూసుకుంటుంది. పార్వతికి మందూమాకు అందచేయడం గుర్తు చేయడం ఆమె పనే. వంటల్లో సాయం చేయడం కూడానూ...

ఇదంతా అప్పుడపుడు చుట్టపు చూపుగా రాజమండ్రి నుండి వచ్చే పార్వతి మరిది నరసింహ
శాస్త్రి వెటకారాలూ, చులకనలూ చేశాడు. “మీరెంత విదేశాలకు వెళ్లితే మాత్రం “అంటరాని పిల్లల చేతి కూడు తింటారా అని.”

పార్వతమ్మ నవ్వుతుంది. శేషగిరీ నవ్వుతాడు.

అసలు విషయానికి వస్తే ...

వెనుజులాలో శేషగిరి అనుభవం ఇది. ఆ అనుభవాన్ని చెబుతూ “మనం మన దేశాన్ని ప్రేమిద్దాం ! అయితే కాలానికి అనుగుణంగా--” అన్నాడొకసారి.

వెనుజులాలో ఎంతో మంది ఇండియన్స్ స్థిరపడ్డారు. ఎక్కువ శాతం గుజరాతీవారు, వారంతా వ్యాపారస్తులు. చాల తక్కువ శాతం ఉద్యోగస్తులు రెండు, మూడు హిందూ దేవాలయాలతో పాటు స్వామి నారాయణ్ గుడిని అద్భుతంగా కట్టించారు. హాస్పిటల్స్ కట్టించారు. అన్ని వస్తువులు దొరుకుతాయి. ఒక్కో మాట ఇవన్నీ చూస్తోంటే మన దేశంలోనే ఏదో ప్రాంతం లో ఉన్నట్టనిపిస్తుంది గానీ వేల మైళ్ల దూరంలో ఉన్న విదేశంలా అనిపించదు.

నేనూ, పార్వతీ వీలు దొరికినపుడల్లా దగ్గరిలో ఉన్న సాయిబాబా ఆలయానికి వెళ్లే వాళ్లం! మన తెలుగు వారితో పాటు బీహారీయులు, మళయాళీలు వచ్చేవారు. దానివల్ల పరిచయాలు పెరిగి నన్ను ప్రెసిడెంట్ గా ఎన్నుకున్నారు కూడా. పండుగ రోజుల్లో ఉదయం పూట భజనలు చేసేవారు. ఒక రోజు అలా భజన సాగుతోంది. పార్వతి లోనికి వెళ్లి పోయింది. నేను మెట్ల మీద చెప్పులు విప్పుతుంటే మన తెలుగు వ్యక్తి లాగే ఉన్నాడు. తెల్లబట్టలు, భుజాన తువ్వాలు ఉంది. ముందుకు రాబోతున్న కుర్రాడిని వాడికి ఓ పదేళ్లుంటాయి చొక్కా పట్టుకొని వెనక్కి లాగుతున్నాడు. నేను క్షణం ఆలోచించి వారి దగ్గరకు వెళ్ళాను. "మీరు తెలుగువారా? అన్నాను. అతని జవాబు తెలుగులోనే ఉన్నట్టుంది గాని స్పెయిన్, ఇంగ్లీష్ మిక్సింగ్ లా ఉంది. అవునని తల ఆడించాడు. లోనికి రమ్మన్నాను.

కిందకు చూస్తూ అన్నాడు. “మేం అన్ టచ్‌బుల్స్” అని నేను ఆశ్చర్యపోయాను. ఈ మాటను దేశం కాని దేశం లో వినడమేటి ? ఆ పదేళ్ల కుర్రవానికి ఉత్సాహంగా ఉంది. అతని భుజం మీద చేయి వేసి లోపలికి తీసుకెళ్ళాను. భజన ముగిసిన తర్వాత ప్రసాదం అతని చేతుల్లో ఉంచుతూ పక్కనున్న గదిలోకి తీసుకెళ్లి వివరాలు అడిగాను. అతని పేరు కొండన్నట. ఆ చూపుల్లో రవ్వంత భయం, మాటల్లో చెప్పలేని అపరాధనా భావం ఉంది. ఈ క్షణంలో అతడి నుండి నా అనుమానాలు తీర్చుకోవడం కుదరదు. పరిచయం పెరగాలి.

అతనెక్కడుంటాడో అడిగి, నేనుండే ఇంటి చిరునామా చెప్పాను. ఆదివారం తప్పక కలుసుకోవాలన్నాను. శెలవు తీసుకొని వెళ్లిపోయాడు. శేషగిరి చెబుతోంటే నాకూ సరదాగ, సస్పెన్స్ గా ఉంది. పొత్తును చెట్టు మొదలకు విసిరేస్తూ చెప్పడం మొదలెట్టాడు.

“మరో రెండు రోజులకే ఆదివారం వచ్చింది. ముందు గదిలో కుర్చీలు అమర్చి అతడి కోసం ఎదురు చూస్తూ కూర్చున్నాను. అనుకున్న టైమ్ కే వచ్చాడు. అతని వెనుక మరో ఇద్దరున్నారు. ఇతని చేతిలో ఏవో పుస్తకాలున్నాయి. లోనికి రావడానికి తటపటాయిస్తున్నారు. గబగబ మెట్లు దిగి
కొండన్నను పలకరిస్తూ ఆయన చేతిని పట్టుకొని లోనికి ఆహ్వానించాను.

ఇందులో వయసు మళ్ళినాయన తన చిన్నాన్న అని, మరొకడు తన తమ్ముడు అని, మొన్న తనతో వచ్చిన కుర్రవాడు ఈ తమ్ముని కొడుకని చెప్పాడు. పరిచయాలు అవుతున్నాయి. పార్వతి కాఫీలతో , బిస్కెట్‌లతో వచ్చి పక్కనున్న బల్లమీద పెట్టింది.

కొండన్న తన చేతిలోని పుస్తకాలు నాకందించాడు. అవి అలవోకగా తిరగేశాను. అవన్నీ పాత పుస్తకాలు. అందులో తెలుగులో రాసిన ఏవేవో పాటలు, పద్యాలు ఉన్నాయి.

ఆ పెద్దాయన నాకు నమస్కరిస్తూ చెప్పాడు. అతని మాటలు బాగానే అర్థమవుతున్నాయి. "మా పెద్దోళ్ళు సెప్పే వోరు బాబు! మా బతుకులు గురించి ఈ దేశం రావడం గురించిన్నీ" అన్నాడు.

"అలాగా చెప్పండి నేనూ ఒక సంవత్సరం క్రితం ఉద్యోగం నిమిత్తం ఈ దేశం వచ్చాను." అన్నాను అతడ్ని ఉత్సాహపరుస్తూ . "

ఇంగ్లీష్ వాళ్లు సారూ.. ఆ తెల్లోళ్లు ఎవరో పొలంపనులు దొరుకుతాయని, కూలీ డబ్బులు బాగా వస్తాయని చెబితే– మా తాతలతో పాటు మా ఊరోళ్లు, మా కులపోళ్ళు మొత్తం ఓడ ఎక్కేసారంట సారూ! ఆ ఓడ ఈడకి వచ్చేసినాది సార్ రంగం పోనేదట. మా ఊరోళ్ళందరూ రంగం పోదామనే ఓడ ఎక్కినారంట సారూ!" మాకు సిన్నతనం– మా తాత రామ్ భజనలు సేసేవోడు– ఆ పుస్తకంలో మా తాత ఏదో రాసినాడు. నాకు సదవడం రాదు." అన్నాడు.

"శేషగిరీ! ఆ ముసలాయన మాటలు నీ కర్థమయేవా" అన్నాను. "భేషుగ్గా ఆ ఊర్లోని వారందరిలో సగంమంది ఇక్కడే ఉన్నారు కదా! రాతలు లేవుగానీ ఒకరినొకరు మాట్లాడుకోవడంతో భాష బతికింది. పైగా అందరూ పొలం పనులు, కళాసీ పనులు చేస్తున్నట్టు తెలుస్తోంది." పరిచయమైన తరువాత మా ఇంటికి తరుచూ వచ్చేవారు. వారందరినీ పార్వతి గౌరవించేది. సరే! వారు నాకు ఇచ్చిన పుస్తకం లో ఒకటి బాగా పాతది. తిరగేసి అందులో ఉన్న కొన్ని విషయాలు గమనించాను . అందులో మూడవ పేజీలో ఇలా ఉంది. వీరి పూర్వీకులు ఈ దేశంలో అడుగు పెట్టిన సంవత్సరం 1836 బ్రిటిషర్స్ వీరితో వరి, చెరకు పనులు చేయించాలని వీరి సొంతవూరు అప్పటి సొంత జిల్లా విశాఖపట్నం తూర్పు ఇప్పుడు శ్రీకాకుళం జిల్లా ఆంధ్రప్రదేశ్ అయిన పార్వతీపురానికి నాలుగు మైళ్ల దూరంలో ఉన్న బొండపల్లి. వీరంతా తక్కువ కులం వారు. అప్పటిలో వర్షాలు సకాలంలో లేక కూలీ పనులు దొరక్క, తిరిగి ఎప్పటికయినా తమ ఊరు చేరుకుంటామన్న ఆశలో తెల్లవారి మాటలు నమ్మి ఓడ ఎక్కారు. వెళ్లేది రంగూన్ అనుకున్నారు. అప్పటి రంగూన్ లో ఇండియాకు సంబంధాలు ఉండేవి. వీరితో పాటు బ్రాహ్మణ పురోహితులూ వెళ్లారు. పంచాంగాలు పట్టుకొని వారి పెత్తనం, పరిచయంవల్ల ఆ ఓడ పేరు "బ్రాహ్మణ్ దర్శన్" అనే పేరు పెట్టారు. అయితే చివరకు చేరిందీ, జరిగిందీ వెనుజులా దేశం సౌత్ అమెరికా. కాని దేశంలో వీరు ఇన్ని సంవత్సరాలు గడిపినా వీరి మనసుల్లో పాతుకుపోయింది. వారిది వెనకబడిన కులం అని – పక్కనే బ్రాహ్మణులు చేరేరాయె! అంత బాగా సమాజాన్ని నాశనం చేశారీ అగ్రకుల వర్గీయులు
అంటే మనమే" శేషగిరి ఆపాడు.

పార్వతి ఈ విషయాలు అటు తిరిగి ఇటు తిరిగి వింటోంది కాబోలు" మనం తెలుసు కోవాలంటే, అన్నయ్యా! నూతిలో కప్పల్లా ఈ దేశంలోనే కాక బయట దేశంలో ఉంటే తెలుస్తుంది." అంది.

నేనూ ఏం చెప్పా లో తెలియక ఈ దేశ కుల దరిద్రాన్ని ఆలోచిస్తూ నేల చూపులు చూశాను.

----★★----

పరిచయం

శ్రీ మేడిశెట్టి శంకర్రావు

పెన్ నేమ్ బాలి (అప్పటి ఆంధ్ర జ్యోతి వీక్లీ ఎడిటర్ శ్రీ పురాణం గారు పెట్టిన పేరు)

పుట్టిన తేదీ 28-09-1942., పుట్టిన ఊరు విశాఖపట్టణం, చదువు అనకాపల్లి లోనే. స్వయం కృషితోనే చిత్ర కళను అభ్యసించాను.

చిత్రకళ మొదటి అనుభవం .... ఇదే మొదటి అనుభవం అనవచ్చు. హై స్కూల్‌లో చదివే రోజుల్లో మా డ్రాయింగ్ టీచర్ కొన్ని కొన్ని మెలకువలు చెప్పారు. ఆయన పేరు పెద్దపల్లి వెంకటరత్నంగారు, ఆయన కథా చిత్రా లోనూ, కార్టూన్ల గురించి పరిచయం ఉన్న వాడు. వాటిలోని తేడాలు చెప్పేవాడు. 1958 లో నా మొదటి బొమ్మ ఆంధ్ర పత్రిక వీక్లీ లో ప్రచురించబడింది.

1980 – 82లో ఈనాడు దిన పత్రికలో మొదటి పూర్తి వ్యంగ్య చిత్రకారుడి గా పని చేశాను.

1983 – 87 స్టాఫ్ ఆర్టిస్ట్ గా ఆంధ్ర జ్యోతి వార పత్రిక లోనూ దిన పత్రిక లోనూ తెనాలి, విజయవాడ, శ్రీకాకుళం, వెల్లటూరు నందు ప్రదర్శించబడ్డాయి.

అభినందనలు ఆంధ్ర ప్రదేశ్ లో చాలా చోట్ల సన్మానాలు అందుకున్నాను. అందులో ముఖ్యంగా గుంటూరు కళా పీఠం వారు చిత్రకళా సామ్రాట్ గా సన్మానించారు. అలాగే గుంటూరు వెంకటేశ్వర బాలకుటీర్ మంగాదేవి గారి అవార్డ్ అందుకున్నాను. తిరుమల తిరుపతి దేవస్థానం వారు సన్మానించారు.ఆంధ్ర ప్రదేశ్ ప్రభుత్వం వారిచే 2013 వ సంవత్సరంలో ఉగాది పర్వదినం నాడు హంస అవార్డు అందుకున్నాను.

నా పెయింటిగ్ లు 1. మునిసిపల్ కార్పోరేషన్ ఆఫీస్ విజయవాడ లో ఉన్నాయి.

2. డిప్యూటీ కలెక్టర్ ఆఫీసు (మచిలీపట్నం)

3. అమెరికా లో కొంత మంది మన వాళ్ళ ఇళ్లలో చోటు చేసుకున్నాయి.

4.8 వరకూ కార్టూన్ పుస్తకాలూ 2 జోన్‌లకు సంబంధించిన పుస్తకాలు చిత్ర కళా ఎలా నేర్చు కోవాలో? అని విషయం మీద పిల్లల కోసం ఒక పుస్తకం. ఇవి గాక రెండు పిల్లల నవలలు రాశాను. పత్రికలలో చిత్రకారుడి గా ఎదగాలంటే ఒకే స్టయిల్‌లో వేస్తే లాభం లేదు. సాంప్రదాయ చిత్ర కళ నుండి ఆధునిక చిత్ర కళా మెలకువలు, కార్టూన్ కథా చిత్రాలలోని ఒరవడులు తెలుసుకోవాలి ప్రాక్టీస్ చేయాలి

దొందూ దొందే...

❖ శ్రీమతి మీనాక్షి శ్రీనివాస్

“నారాయణా! కాస్త త్వరగా పోనీ!” కంగారు పెట్టాడు వీరబాబు. భార్య బాలమ్మ పెళ్ళైన చాన్నాళ్ళకి నీళ్ళోసుకుంది. ఉన్నట్టుండి నెలలు నిండకుండానే నొప్పులు మొదలయ్యాయి. ప్రసవానికి సమయం ఉంది కదాని ఇంట్లో వాళ్ళంతా బంధువులింట్లో పెళ్ళికెళ్ళారు.

వీరబాబు ఆ ఊరి ప్రెసిడెంట్ నరసింహకు కుడి భుజం. ఆయన చేసే 'అన్ని పనుల్లోనూ' చేదోడు వాదోడుగా ఉంటూ, తండ్రి ఇచ్చిన పదెకరాలనీ పాతిక చేసుకుని బాగుపడ్డాడు. అన్నీ ఉన్నా వారసుడు లేడే అనుకుంటున్నంతలో బీడు భూమిన తొలకరిలా ఆమె కడుపు పండింది. ఇంటిల్లిపాదీ సంతోషించారు. వీరబాబు ఆనందానికైతే అవధుల్లేవు.

ప్రస్తుతానికొస్తే, విలాసవంతమైన కారులో వెడుతున్నా అసలే నొప్పులతో సతమతమవుతున్న బాలమ్మకు ఒళ్ళు అదిరిపోయి అక్కడే ప్రసవం అయిపోయేలా ఉంది ఆ రోడ్.

'దేవుడా! లేకలేక కలగబోతున్న ఆనందాన్ని ఆదిలోనే హరించకు. తల్లీ, బిడ్డలను క్షేమంగా గట్టెక్కించు' మనసులోనే దైవాన్ని ప్రార్థిస్తున్న అతనికి వెంకటేశం మాష్టారి మాటలు గుర్తుకొచ్చాయి.

అవి తను ఇంటర్ తప్పి ఆవారాగా తిరుగుతున్న రోజులు, తనలాగే చదువు డింకీలు కొట్టి వారసత్వంగా యువజన నాయకుడైన నరసింహం చెంచాగా మారి ఊరి రాజకీయాల్లో కీలక పాత్ర పోషిస్తున్న తనను, తండ్రి తన మీద ఉన్న అపేక్షతో పిలిచి మందిలించిన సంగతి గుర్తొచ్చింది.

'రాజకీయాల్లోకి వెళ్ళగానే సరికాదు. మంచి, చెడుల విచక్షణ, అభివృద్ధి ఆకాంక్ష, మంచి చెయ్యాలనే తపనా ఉండాలి. యువతగా మంచి నాయకుణ్ణి ఎన్నుకోవడం మీ బాధ్యత'. తనేం చేసాడు! దోస్తులతో కలిసి నవ్వుకున్నాడు.

"అమ్మా! అబ్బా! ఏమయ్యా! ఆసుపత్రికెళ్ళేలోగా నేనీ నొప్పితో చచ్చిపోతానేమో!" బాలమ్మ మాటలతో ఆలోచనల్లోంచి బయటకొచ్చాడు వీరబాబు.

"నారాయణా! ఎలాగూ కుదుపులు తప్పవు, వేగంగా పోనీ! సమయానికీ డాక్టరమ్మ లేకపోవడం ఏమిటో! " భయంతో సుళ్ళు తిరుగుతున్న స్వరాన్ని అదుపులోకి తెచ్చుకుంటూ అన్నాడు.

"లేదయ్యా! ఈ రోడ్ మీద ఇంతకంటే వేగంగా వెడితే బండి అదుపు తప్పుద్ది" నారాయణకి ఐదేళ్ళ కింద ఇలాగే అవస్థ పడి చనిపోయిన తన చెల్లెలు గుర్తొచ్చింది. తమ చిన్నప్పటి నుండీ ఈ రోడ్డూ మారలేదు, తలరాతలూ మారలేదు.

నారాయణకు ఆ సమయంలో ఆదిశేషు గుర్తొచ్చాడు. 'ఎంత మంచోడూ, అహర్నిశమూ మంది కోసం ఆలోచించేటోడు, కనీస ఓట్లు కూడా పడక దరావత్ కోల్పోయాడు. అడుగడుగునా అడ్డు తగులుతున్నాడని లారీ ఎక్కించి చంపేసి, ప్రమాదంలో పోయాడన్నారు. చెయ్యాలి అనుకునేటోడికి వెన్నుదన్నుగా నిలబడేటోళ్ళుండాలి కదా! ప్రతోడూ నాకెందుకూ అనుకుంటే ఇంతే మరి.'

"ఒరేయ్ నారాయణా! తాగి కాని బండెక్కావా? ఏటా నడపడం? " వీరబాబు పొలికేకతో ఇహానికొచ్చి పడ్డాడు. చూసుకోలేదు క్షణం ఆగి ఉంటే కారు పక్కనున్న కాలవలోకి పల్టీ కొట్టేసును .. ఆలోచనలో పడి అడాటుగా వచ్చేసాడు, ఎంతలో ప్రమాదం తప్పిందీ?' కారు జాగ్రత్తగా రివర్స్ చేస్తూ అన్నాడు

"అయ్యా! ఈ రోడ్ వెంటనే యేయించాలయ్యా! బోలెడన్ని ప్రమాదాలు జరుగుతున్నై" ఆ మాటలు వీరబాబుకు చురుక్కున తగిలాయి 'ఇప్పుడైనా అర్థం అయిందా!' అన్నట్టు

"సరిసరి, ముందైతే చూసి నడుపు" అంటూ బాలమ్మతో .. " ఓర్చుకో బాలా! పది నిముషాలు, వచ్చేసాం! "

★★★

అరగంటలో ఫార్మాలిటీస్ పూర్తి చేసి బాలమ్మని జేర్చుకున్నారు. డాక్టర్ తిట్టిపోసారు, 'ఇంత ఆలశ్యంగానా తీసుకురావడం' అంటూ.

ఊళ్ళో పులిలా గర్జించే వీరబాబు ఇక్కడ పిల్లిలా ఒంగి ఒంగి దండాలు పెడుతూ ప్రాధేయపడ్డాడు. అత్యవసర కేస్ గా నమోదు చేసి అప్పటికప్పుడు శస్త్రచికిత్స చేసి తల్లినీ, బిడ్డనీ ఒడ్డున పడేశారు.

తన దగ్గర ఉన్న డబ్బు కాదు ఈ రోజు తన భార్యాబిడ్డలని బ్రతికించింది. వాళ్ళకు ఇంకా 'భూమ్మీద నూకలుండడమే' అన్నది గ్రహించిన వీరబాబులో అంతర్మథనం మొదలైంది. అర్థబలం, అంగబలం ఉన్న తన పరిస్థితే ఇలా ఉంటే ఇవేవీ లేని మిగతావారి పరిస్థితేమిటి?

"గదిలో పడుకోబెట్టాం, చూడచ్చు" అన్న నర్స్ చేతిలో ఐదు వందలు పెట్టి లోపలికి పరిగెట్టాడు వీరబాబు.

మగతగా పడుకునుంది బాల, పక్కనే ఉయ్యాలలో తన వంశాంకురం. అంతా సవ్యంగా జరిగింది కాబట్టి సరిపోయింది, లేకుంటే! ఊహ మాత్రంగానే ఒళ్ళు భయంతో వణికిపోయింది.

'నిజమే! ఇలాంటి సమస్యలు అనుభవించినపుడు మాత్రమే అర్థమవుతాయి. వీరబాబుకి ఆదిశేషు గుర్తుకొచ్చాడు. వాడూ చిన్నప్పటి నేస్తమే. ఆదిశేషు నామినేషన్ వేసే ముందు తనను కలిశాడు. తను నరసింహానికి కుడి భుజం అని తెలిసి తనను కలిశాడు. అప్పుడు అతను తనను అడిగిన ప్రశ్నలకు తను ఎంత వెటకారంగా సమాధానాలిచ్చాడు! కానీ అవి ఎంత అర్థవంతమైనవీ, అవసరమైనవీ అన్నది కేవలం ఈ రోజు మాత్రమే తనకు అర్థం అయింది. ఎన్నో ఏళ్ళుగా ఇదే రోడ్ మీద ప్రయాణం చేస్తూనే ఉన్నాడు. కానీ అప్పుడెప్పుడూ కలగని భయం ఈ రోజే ఎందుకు కలిగింది? ఈ రోజు ప్రాణాల మీదకు వచ్చింది తన మనిషికి కాబట్టి.

"వీరబాబూ! పదేళ్ళుగా నరసింహం ప్రెసిడెంట్ గా ఉండి ఊరు ఏం బాగుపడిందీ? అతని మీద కోపంతోనో, లేకపోతే నాకు ఓటు వెయ్యమనో ఇలా మాట్లాడడం లేదు. ఆలోచించమని చెబుతున్నా!"

"సొల్లు చెప్పకయ్యా! రాజకీయాల్లోకి వచ్చే ప్రతివాళ్ళూ మొదటగా చేసే పని అప్పటి దాకా ఉన్నవాళ్ళ మీద బురద జల్లడమే! ఏం ఇప్పుడు ఊరుకు వచ్చిన కష్టం ఏమిటీ? " ఎకసెక్కంగా అడిగాడు తను.

"నీకు తెలియకే అడుగుతున్నావా? బడీ, ఆసుపత్రి ఉన్నాయి కానీ అవి ఏ స్థితిలో అన్నది నీకు తెలియదా? ఇంక రోడ్ .. కడుపుతో ఉన్న అమ్మ పట్నం చేరే లోపే ప్రసవం అయిపోతుంది"

"మంచిదే కదా ఖర్చు కలిసొస్తుంది. చూడు శేషూ! జనాలకు కావలసింది నిత్యావసరాలు, అదీ ఉచితంగా. అంతే కానీ ఎప్పుడో ఓ సారి వచ్చే అనారోగ్యం, అప్పుడప్పుడు చేసే ప్రయాణ మార్గం కాదు .. వెళ్ళెళ్ళు! నువ్వెంత మొత్తుకున్నా ధరావత్ కూడా దక్కదు ' ఎంత హేళనగా అన్నాడు ఆ రోజు.

'నిజమే! ఎప్పుడో ఓ సారి వచ్చే అవసరాలే! కానీ తక్షణ సహాయం అందకపోతే అవే ప్రాణాంతకాలవుతాయీ అన్న విషయం తన దాకా వస్తే కానీ అర్థం కాలేదు. అలాగే నరసింహానికీ అర్థం కాదు. మారడు. నిజమే! మారాల్సింది నాయకులు కారు. వారిని ఎన్నుకునే వాళ్ళే మారాలి, వాళ్ళ ఆలోచనా విధానం మారాలి, తాత్కాలిక లబ్ధి కాకుండా శాశ్వత అభివృద్ధి దిశగా ఆలోచనలు సాగాలి.'

"పేషంట్ కి స్పృహ వచ్చింది, మీతో మాట్లాడాలి అంటున్నారు!" నర్స్ వచ్చి చెప్పేదాకా వీరబాబు గతంలోనే.

★★★

"అన్నా! ఇన్నేళ్ళలో చెప్పింది చెయ్యడమే కానీ, నిన్నేదీ అడగలేదు. ఇప్పుడడుగుతున్నా! కాదనకూడదన్నా! " కొడుకుని చూడవచ్చిన నరసింహతో అన్నాడు వీరబాబు.

"ఏటీ? కొత్తగా మాటాడుతున్నావ్? కొడుక్కోసం ఆస్తులు కూడబెట్టనాకి వాటాలు పెంచాల్నా? " కిసుక్కున నవ్వేడు నరసింహ.

"కాదన్నా! పట్నానికి పొయ్యే రోడ్డు పక్కాగా వేయించాలి, అధ్వానంగా ఉంది, మొన్న అదృష్టం బాగుండి.." చలించిపోతూ అన్నాడు వీరబాబు.

"ఇదేటి కొత్తగా! ఆ రోడ్డేవన్నా కొత్తగా అడిగిందా ఏటి? ఎన్నికల ముందు కూతంత మట్టి పోయిద్దార్లే! " లేచాడు సంభాషణ ఆపేయమన్నట్టు.

ఎప్పుడూ వీరబాబు వెన్నంటే ఉండే నారాయణకి కాస్త ఆశ పుట్టింది, ఆ మాట వినగానే. మనూరికీ మంచి రోజులొచ్చే సూచనలగపడతన్నయ్' మనసులోనే మురిసిపోయాడు.

వీరబాబు గుర్తు చెయ్యడం, నరసింహం అదే మాట అనడం.

కొన్నాళ్ళకి ఆ ఊసే మరచిపోయాడు వీరబాబు. కాలం గడుస్తోంది. ప్రమాదాల బారిన పడుతూనే ఉన్నారు.

ఎన్నికలు వచ్చేస్తున్నాయి. ఓ రోజు మాటల్లో

"తమ్మీ! ఆ మధ్య పట్నం పోయే రాదారి ఏపిద్దామంటివిగదా! ఇప్పుడా పని మొదలెట్టు, ఆ కాంట్రాక్ట్ నువ్వే తీసుకో! కట్టం, సుకం తెల్సినోడివి, జార్తగా పక్కా రోడ్ ఏపిస్తావ్" గుబురు మీసాల చాటుగా నవ్వు అదిమిపెట్టి అన్నాడు నరసింహ.

"ఇప్పుడోనలేం లేవు కదన్నా! ఆ కొట్టుకుపోయిన మేర కంకరేయించి, మట్టి తోలిస్తా, దానికే బోలెడంత అవుతది " కళ్ళ ముందు కనకమాలక్ష్మి చిందులేస్తుండ ఆనందంగా అన్నాడు వీరబాబు.

"అప్పుడేదో అంటివి, పక్కా రోడ్ ఏపించాలి అదీ, ఇదీ అని .. ? "

"ఏ ఊరుకో అన్నా! బాధల ఉన్నప్పుడు వేయంటం. అన్నా! ఆ కాంట్రాక్ట్ నాకే ఇస్తావా " ఆశగా అడిగాడు.

"అసలికే ఈ పాలి ఎం. ఎల్.ఏ టికట్ ఇత్తన్నారు, చానా ఖర్చుంటది, నీ వాటా పెంచుతాలే! " తాపీగా దమ్ము లాగుతూ అన్నాడు.

క్షణ కాలం ముఖం మాడినా అంతలోకే సర్దుకున్నాడు. "అట్టా కానీలే అన్నా!" అంటూ.

★★★

నారాయణ ఆశ నీరుగారిపోయింది. ' ఛ! నా బుద్ధి తక్కువ గాకుంటే ఈళ్ళ ఎంబడి ఎప్పటినుంచి తిరుగుతున్నా! యెర్రోడిలా ఎలా నమ్మేసా! గొర్రె కసాయోడినే నమ్ముతుందని .... '

'ఏటి నారాయణా! ఏదో మా సెడ్డ ఆలోచనల పడ్డవ్! ఈసారి ఎలచన్ల నేనేమో రోడ్ యేపించి, ఆసుపత్రి, బడి గట్రా బాగులు సేపిద్దామంటున్న, అన్నేమో ఇనకుండే. దానివల్ల ఓడికి నాబం, మందికి తలా రెండేలూ పంచుదామంటుండు...నువ్వేటంటవ్? " ఓరగా చూస్తూ అన్నాడు వీరబాబు.

వింటున్న నారాయణ కళ్ళు తళుక్కుమన్నె. తలా రెండేలు, తనది ఉమ్మడి కుటుంబం, ఓటేసే తలలు ఎనిమిది, పదారు వేలు... ఊర్ల అయన్నీ బాగుంటే తమకేటి, నేకుంటే ఏటి?' నారాయణ ఆలోచనలను తెంపుతూ వీరబాబు మాటలు.

"ఈసారి అన్నతో తగువాడైనా సరే, అయన్నీ సేపించాలి, మందికి మంచి జరగాలి అనుకుంటున్న .. కాతంత నువ్వు కూడా మాట సాయం చెయ్యాలొరే!"నిజంగా చేసేటోడిలా చెప్పాడు వీరబాబు.

"అదేటొద్దులే అన్నా! రెండేసేలు కాదుగానీ, కనీసం తలకా నాలుగేలు వచ్చేట్టు సూడన్నా! అట్టానే తమ్ముడికి ఉద్యోగం లేదు, ఆ మాటకొస్తే నాది ఉద్యోగమా ఏటి? ఐదేలు సేతిలో ఎడతవ్, ఇద్దరికీ నిరుద్యోగ భృతీ, అమ్మా , అయ్యలకు వృద్ధాప్యపు పింఛనూ, నీకు తెల్సు కదా, మా గౌరి మొగుడు .. ఉన్నాడో, ఊడాడో ఎవురికీ ఎరుకనే, దానికి వితంతు పింఛను వచ్చేలా సూడుమీ! సచ్చి నీ కడుపునబుడతా! " కావలసినదేమిటో చెప్పకనే చెప్పాడు. అతను సామాన్య ఓటర్ కు ప్రతినిధిలా అనిపించాడు ఆ క్షణాన.

నారాయణ ద్వారా ఊర్లో తెలుస్తుందన్న విషయం వాళ్ళకు తెలుసు. అది చాలు, తమను ప్రశ్నించేటోళ్ళూ, అడ్డుపడేటోళ్ళూ ఉండరు. సాయంత్రం మందేస్తూ పగలబడి నవ్వుకున్నారు.

అదంతే నీకేంటి? నాకేంటి? నీకెంత? నాకెంత? 'లోకం మొత్తం ఈ ఇరుసు మీదే తిరుగుతోంది మరి.

★★★

'అనుకున్నామని జరగవు అన్నీ, అనుకోలేదని ఆగవుకొన్నీ' అంటూ రాసిన పెద్దమనిషి, జీవితాన్ని కాచి వడబోసింది నిజం.

నరసింహ పార్టీ పెద్దలను కలవడానికి తెల్లవారుఝామునే పట్నం ప్రయాణమయ్యాడు. పార్టీకి ముఖ్యులు మాత్రమే హాజరయ్యే సమావేశం. గాల్లో తేలిపోతున్నాడు. అతని డ్రైవర్ జ్వరపడితే నారాయణే వచ్చాడు.

"నారాయణా! మనం ఏడింటికల్లా 'బాపూజీ గ్రౌండ్ ' దగ్గరుండాలి. మనకి సానా యాల్యూ ఇచ్చారు. సమయానికల్లా ఉండాలి. జార్త .. నిద్రకళ్ళతో తోలకొరే! సూసుకు నడుపు " జాగ్రత్తలు చెబుతూ మెట్లు దిగుతున్న నరసింహం, కాలు మడతబడి అదాటుగా కుప్పకూలిపోయాడు, ఎముకలు పటపటమన్నాయి. లేవబోయినా సాధ్యం కాలేదు.

నారాయణా, భార్య వనజ, పరిగెత్తుకుంటూ దగ్గరకొచ్చారు 'ఏమైందేమైంది ' అంటూ.

"అమ్మా! చచ్చానురా దేవుడా! ఎముకలెయ్యో ఇరిగినట్టున్నాయ్! బాధ భరించలేకున్నా! " లబలబలాడసాగాడు.

"కూసింత ఓర్సుకోండి, ఎట్టానో కారెక్కితే ఆసుపత్రికి పోదాం " లేపబోయాడు నారాయణ. గుండెలవిసిపోయేలా బొబ్బలెట్టాడు నరసింహ.

"కాస్త ఓర్చుకోండి, లేవండి "భార్య కూడా ప్రయత్నించింది.

"నా వల్ల కాదు నాయనోయ్, నెగలేను, కూసోలేపోతున్నా. యావే! అట్టా సూడకపోతే యాంబులెన్స్ కి ఫోన్ సేరాదూ "అగ్గిమీద గుగ్గిలం అయిపోయాడు..

"చేస్తున్నానండీ, ఎవరూ తియ్యడంలా " అప్పటికే ఆ ప్రయత్నంలో ఉన్న వనజ అంది.

"ఊరుకోండి! ఈ టయాన ఎవులు తియ్యాలి? ఆల్లు వచ్చేదెప్పుడూ, మనం ఆసుపత్రికి పోయేదెప్పుడు? చనం ఓర్చుకోండి! అమ్మా! మీరా తలుపట్టుకోండి " అతన్ని అమాంతం ఎత్తి కారులో కూలేసాడు. కూర్చోలేక జారిపోతూ, దిక్కులు పిక్కటిల్లేలా అరిచాడు నరసింహం.

ఇద్దరూ కలిపి సాయంపట్టి సీటు మీద పడుకోబెట్టి, జారిపోకుండా తాళ్ళతో సీట్ కు కట్టేసారు. అతని భార్య ఇంట్లోకి వెళ్ళి డబ్బూ, సాయానికి మనిషినీ వెంటబెట్టుకుని వచ్చింది.

అరగంట తరువాత కారు బయలుదేరింది. రోడెక్కాకా మొదలయ్యాయి అసలు పాట్లు.

నెప్పితో విలవిల్లాడుతూ, గొంతు పగిలేలా, గుండెలవిసేలా అరుస్తూనే ఉన్నాడు. ఎముకలు విరిగితేనే నరకం, దానికి తోడు గతుకుల రోడ్ లో వెడుతుంటే నరసింహానికి నరకం జానెడు దూరంలో.

"ఒరేయ్! ఇంకా ఎంత సేపురా! ఈడ కూసాలు కదిలిపోతున్నాయ్ " గొంతు పగిలిపోయేలా అరిచాడు.

"అబ్బా! ఏటి సార్! మీ అరుపులకే నాకు గుండెపోటు వచ్చేలా ఉంది. అరకుండా పడుకోండి, కొంచెం ఉంటే స్టీరింగ్ వదిలేద్దును " నారాయణ ముందున్న అడుగు లోతు గుంతను గమనించలేదు.

కారు ఎగిరిపడి, మనుషులు పెనం మీద పేలాపు గింజల్లా ఎగిరెగిరి పడ్డారు.

"చంపేసేవురోయ్, దేవుడా! "గగ్గోలు పెట్టేసాడు నరసింహ.

ఈసారి నిజంగానే స్టీరింగ్ వదిలేసాడు నారాయణ. కారు కంట్రోల్ తప్పి ఊగిపోతోంది.

అంతా అదిరిపోయారు. నారాయణ ఇంజన్ ఆపేసి దిగిపోయాడు.

"అమ్మా! నా వల్ల కాదు. తెల్లారేకా అంబులెన్స్ తెప్పిద్దాం "

"అయ్యో నారాయణా, నువ్వే అలా అంటే ఎలా! బాధ తట్టుకోలేక అరుస్తున్నారులే! ఓ పని చేద్దాం" హేండ్ బేగ్ లోంచి రుమాలు తీసి నరసింహ నోటిలో కుక్కేసింది.

మొత్తానికి ఎలాగైతే ఆసుపత్రి చేరారు, వనజ తెలుసున్న డాక్టర్ కు ఫోన్ చేసి పరిస్థితి వివరించడంతో ఫార్మలిటీస్ పూర్తి చేసి శస్త్రచికిత్స ప్రారంభించేరు.

సుమారు నెల్లాళ్ళు అక్కడే ప్రత్యేక గది ఇచ్చి రోజూ ఫిజియో థెరపీ, దానా .. దీనా బిల్లు పది లకారాలు దాటింది.

ఒక్కసారిగా గుండె ఆగినంత పనయింది నరసింహానికి తెలిసాకా. కానీ తప్పదు కదా.

★★★

'మీకు జరిగిన ప్రమాదం మల్టిపుల్ ఫ్రాక్చర్స్, కనీసం ఆరు నెలల పాటు ఫిజియో థెరపీ చేయించుకోవాలి, మరోమాట మీకు మరోసారి ఏ ఎముకలైనా విరిగితే చాలా కష్టం. ఇప్పుడు జాగ్రత్తగా అంబులెన్స్ లో ఇల్లు చేరాలి, కానీ ఎటువంటి కుదుపులూ, లేకుండా చాలా జాగ్రత్తగా ప్రయాణించాలి' డాక్టర్స్ మాటలు చెవుల్లో మారుమోగుతున్నాయి.

నరసింహం పై ప్రాణాలు పైనే పోయాయి. నాసిరకం రోడ్డుకు వాటాగా వచ్చింది చచ్చు రెండు లక్షలు, ఈ రోజు అదే రోడ్ వలన నరకం అంచుల దాకా వెళ్ళడమే కాక, బోనస్ గా పది లక్షల బిల్లు. అదే రోడ్ మీద వెడితే ఎముకలు ఎక్కడివక్కడ ఊడడం ఖాయం. ఏదో ఒకటి చెయ్యాలి తను ఇంటికి చేరాలంటే. ఆలోచించాడు.

★★★

"అన్నా! నిన్ను ఇంటికి తీసికెళ్ళచ్చు అన్నారు, కూడా ఓ కీళ్ళ డాక్టర్ ని... "

"ఒరే బాబూ! అయన్నీ తొరాత, ఏగిరం మనూరి రోడ్ యేయించే పని సూడు, అదయ్యాకే నేనింటికి రాడం, డబ్బుకు సూడకొరే, పక్కాగా యేయించు, ఏటి సేత్తాం?" ఏ ఖాతాలో జమేయాలా అని ఆలోచిస్తూ చెక్ రాసిచ్చాడు.

"ఈ బుద్ధి ముందే ఉంటే ఈ నరకమన్నా తప్పేది. "మనసులో నిట్టూర్చాడు నరసింహం.

మొత్తానికి రోడ్డడింది 'ఆ దెబ్బతో'.

----★★-----

స్వపరిచయం

శ్రీమతి మీనాక్షీ శ్రీనివాస్

కథల ప్రయోజనం సమాజపరంగా, ఉన్నత విలువలతో కూడిన వ్యక్తిత్వం పెంపొందించేవిగా ఉండాలన్నదే నా నమ్మకం, ఆశా. ఆంధ్రా బ్యాంక్ (ప్రస్తుతం యూనియన్ బ్యాంక్) మానేజర్ గా స్వచ్ఛంద పదవీ విరమణ చేసిన నేను ఇంతవరకూ సమయాభావంచేత మరీ ఎక్కువగా రచనలు చేయలేకపోయినా, నా రచనా వ్యాసంగం 2000 సంవత్సరం నుండీ మొదలయి పడుతూ, లేస్తూ సాగుతోంది. ఉద్యోగపర్వ ప్రారంభ దశలో విశాఖ రేడియో కేంద్రం లో డ్రామా ఆర్టిస్ట్ గా ఎంపికయి కొన్ని ఏళ్ళ పాటు కొనసాగి తరువాత బదిలీల కారణంగా విరమించడం జరిగింది. నా తొలి రచన రేడియో నాటకంతోటే ప్రారంభమై. నాలుగు రేడియో నాటికలు, కొన్ని కవితలూ, సుమారు 200 పైగా కథలు అన్ని పత్రికలలోనూ ప్రచురితమయ్యాయి. కొన్నింటికి బహుమతులు వచ్చాయి. 22 కథలు ఒక సంకలనం గా ' నిశీధిలో నక్షత్రం ' అక్టోబర్ 2016 లో వెలువడింది. నా రచనలు కొన్ని కథా నిలయంలో (2295)చోటు కల్పించిన కారా మాష్టారికి ధన్యవాదములు.

నా తొలి నవల 'ప్రేమా నీకోనమస్కారం ' 2002 జనవరి చతురలో, ఏళ్ళ వ్యవధితో ఆంధ్ర భూమి మాస పత్రిక {మదిలో మోహనరాగం సీరియల్ గా అక్టోబర్ 2015), ఆంధ్ర భూమి దినపత్రికలో ((బడబాగ్ని, మార్చి 2017), స్వాతి అనిల్ అవార్డ్ సాధారణ ప్రచురణ (తీరం చేరిన నావ, మార్చ్ 2017) వెలువడ్డాయి. ఏటిలో కెరటాలు చతుర ఏప్రిల్ 2019లో ప్రచురితమయ్యాయి. ఇంకా 'రామాపురం బంగ్లా, కానరాని శత్రువు ' (అపరాధ పరిశోధక నవలలు) పూలూ ముళ్ళూ, తొలకరి, బుషి గాడి ప్రేమ కథ, నవలలు ప్రచురితం అయ్యాయి.

'జాఫర్సాబ్'

❖ ఇక్బాల్

నీవెన్ని సుద్దులన్న చెప్పబ్బా... మీ పెద్దేటవుతలోల్లను నమ్మరాదు. ..గిది నాను జెప్పే మాటనేగాదు... మనూరి గడిలనే ఆ పేరు ఇంటెనే వొనుకు బుట్టేదంట... కొడవల్లు వట్టుకోని కమ్ముకోని వొస్తరు. కామిరేడ్లు పెద్దేటవుతలికెల్లి... అంటుండె గౌడని మా యబ్బ రసూల్ సాబు జెప్తుండె...

నాను కూనలాగుంటిలే... సన్నపిలగాన్ని. జపజెయ్యనీకె నస్కుననే లేసిపోతుండె గదా... ఆయనెన్క పాత సినిగిన అడ్డపంచ బట్టల మాయమ్మ మాలన్ ఆకురాయి మీద నూరి సుట్టిచ్చిన కత్తులు భుజం మీద బెట్టుకోని సంకల యాలాడె సంచిల ఖాలిటిపను గిన్నె ఏసుకోని ఎన్కెన్క వోతుంటి. ఎంత ఉర్కులాడినా అందుకోకుంటి. పోత పోత ఎప్పుడెప్పుడివో సుద్దులు జెప్పుకుంట పద్యాలు పాడుకుంట పోతుండె. "చల్ బే కాల్లు జాడిచ్చి నడ్సలేవా"ని గద్దిచ్చినట్లున్నా గోముగా అరుస్తుండె నాయ్న. ఆయప్ప అడుగులెంట నడ్సలేక ఎన్కవడ్తుంటి.

వో... యాడి బస్సాపురమూ... యాడ కోతుల గిద్ద...! తుమ్మల సెర్వడనే ఈపెన్క... అట్లా పాతపాలెం... కేటుదొడ్డి... నందిన్నె మట్టం బోతుంటిమి సూడు కాల్నడకనే...

ఎన్కటి సంది అన్ని ఊర్ల మొల్లతనముండె గద... గోకార్సాబేమి... ఉదూర్ సాబేమి... యా ఉర్సు జేసినా ద్యావర్లు జేసినా మొల్లసావుండాల్సిందే!

పూనకం వొచ్చినోని తీరుగ చెప్పుకుంట బోతనే ఉండదు జాఫర్సాబు తన చిన్నప్పటి సంగతులు.

అప్పుడే యాలగాకున్నా కస్కింత పొద్దుగాల మొబ్బుల బువ్వ తినివొచ్చి వాకిట్ల పర్సిన బర్కం మీద అట్లగూసున్ననో లేదో ఎట్లకెల్లి వచ్చెనో ఏమో రయ్యిన వొచ్చి ఎదురుగా నిలువురాల్ల మీద అడ్డంగ పెట్టిన సాబాదు బండ మీద కూసోని ఎప్పటెప్పటివో యావ్యావో కథలన్ని కలెసి ఆగకుండ జెప్పవట్టిండు జాఫర్సాబు.

ఊఁ గొట్టుకుంట... నద్మ నద్మ ఇంటివ్యా అంటుంటె ఆఁ ఇంటుండని అవులే... అవులే... అనుకుంట ఆయన సెప్పుకుపోతున్న తీరు కండ్లార్పకుండ సూస్తనే ఉండ నేను.

జాఫర్సాబుకు దాటీ దాటక యాభై ఏళ్ళుంటయ్. దినాం ఎండల్ల వానల్ల తిరుగులాడిన శరీరం కాబట్టి పయ్యంత తాటిజెగ్గల తీరు రంగిడిసి ఎనవై ఏండ్లోని లాగ కనిపిస్తడు సూడనీకె. సూపు గూడ తగ్గిందనే జెప్పాలె. కండ్లు అదో తీర్గ వెట్టి పౌరుషం మాటలు చెప్పెటప్పుడు సూడాలె ఆయన మొఖం. కండ్లల్ల కెల్లి అగ్గిరాలిపడతదా అన్నట్లుంటది.

"పడమటున్న రైచూర్ల... ఉత్తరంకున్న మైబునగర్లా యా ఊర్ల జూడు సాటిలేనట్లు ఆస్థులు గల్లోడు మా ఊరి జమిందారు... మా గౌడలే...!" దమ్ముంటె సూపండి ఈయన లాగ యా ఊర్లనన్నా..." గౌని ఆస్థంతా తనదే అనేంత గర్వం పొంగిచ్చి తొడగొట్టి సవాల్ జేస్తుండె జాఫర్సాబు వాదులాటలు పెరిగినప్పుడు.

నిజమే... ఆ ఊరి పెద్ద గౌడుకు యా ఊర్ల జూసినా పొలాలే! ఈ ఒక్క ఊర్లనే వెయ్యెకరాల పొలమూ, రొండొందల బావులూ, తన ఒక్కని ఆయకట్టుకు తప్ప సుక్కనీరు వేరెవ్వరికీ పారని సొంత చెరువూ గల్లోడు. జీవాల సంగతి సెప్పనే రాదు. ఎద్దులూ, ఎనుములూ, బర్రెలూ మున్నూరు మీదనే ఉండె. ఇంగ గొర్లు మేకలైతే లెక్కనే లేదు. ఆరెడు మందలు మేపలేక సస్తరు కుర్వలు. అయ్యన్నీ అయ్నవే... ఆలూరు పెద్ద గౌడువే...

కులానికి బలిజెలయినా పక్కన్నే వున్న కర్నాటకం లాగా ఊరి పెద్దరికానికి గుర్తుగా గౌరంగల్ల బిరుదై నిల్సింది గౌడనే పేరు.

గాడి పాట్లల్ల, దొడ్లల్ల పెండకసెత్తనీకె యాభై మంది పిల్లలైనా ఉంటరు. ఆడా మగా కల్సి. ఒక్క రోజెత్తిపోసిన పెండకసు నాలుగ్గద్యాల సేద్యగాని యాడాది దిబ్బకు మించి కుప్పైతది. దున్ని పాసినంక పొలాలల్ల సల్లనీకె సేన్లకు గొట్టనీకె వొందల ఎద్దుల బండ్లైన వొర్సిపోవు గౌని దిబ్బలు. అస్సొంటి జిరాతు, జాయెజాతు, దర్పం గల్లోడు గౌడు..."

"...కుమ్మరోని కుంట, బాపనోని మాన్యం, పాతూరు గడ్డ, మంగలోల్ల మిట్ట, సింతల తోపు, తాటిమాన్ల దిబ్బ, ఈడిగోల్ల బర్క, కోమటికుంట, బాయోని గర్క అని పొలాలకు పేర్లు సిత్రంగ ఉండేవి. అంతోటి కాపుదనం జెయ్యనీకి గాసగాల్లు గాక సుట్టూ అయిదారు ఊర్ల దుడ్డెగాల్లకు ముడ్డిదిప్పనీకె పుర్సతులేకుండ పనులుంటుండె.

ఆండాలకు ఆండాలు అంబలి గాసెటోల్లు గాస్తుంటె... పోసెటోల్లు పోస్తుంటె ఒక జాతరనుకో... ఏం జెప్పుదా సుద్ది..."

పొద్దెంతైందన్న ధ్యాసనే లేకుండ మాట్లాడుకుంటపోతనే ఉండడు జాఫర్సాబు.

ఆ సుద్దీ ఈ సుద్దీ సెవులేసుకుందమని బువ్వల్దినొచ్చి కూసోని ఇంటున్న గేరోల్లు ఆవులింతలు సురుజేసి ఒక్కొక్కరు లేసి పోవట్టిను.

సాలెలకు సెలవులిచ్చింద్రు రేపో ఎల్లుండో ఊరెల్యాలె. లేటుగ లేసిన ఇబ్బంది లేదని వినుకుంటనే వుండనేను. వినుడుకంటె జాఫర్సాబు మాటల్లోంచి అతని లోపల దాగిన అసలు మనిషిని పట్టుకుందమని

సూపు దిప్పకుండ సూస్కుంట కూసున్న.

ఏందో యాదొచ్చినట్లు మాసిపోయిన తెల్ల జుబ్బ జేబుల సెయ్యివెట్టి సెకుముకి సంచి దీసి సుట్ట సిద్ధం జేసిండు. నాపరాయి తున్కకు ఇనుప ముక్కను గొట్టి అగ్గిరవ్వలు బుట్టిచ్చిండు. దూదిలాంటిది అంటిచ్చి సుట్ట మూతికి వెట్టి పీల్సవట్టిండు.

"... పెద్ద గౌడు... పెద్ద గౌడు అని శాస అడుగుతరు. ఈయనేం పెద్ద గౌడు... దత్తుకు దెచ్చుకున్నరీయన్ని. వీల్ల మాముండే ఆయన దిల్దారు. ఒక్కటే బిడ్డ వుండె. ఆయమ్మకే ఘర్దామాద్1 జేసుకున్నరు.

అప్పుడు కింద ఈడ గద్వాల్ల రాణి రాజరికం జేస్తుండె. పైన నిజాము సర్కారు హుకూమతుండె. ఊర్లల్ల జాగీర్దార్లు జనిగెలై జనం నెత్తురు దాగి జానుదీస్తుండిరి. ఏంజేసినా పడుండాలె. ఎదురు జెప్తే ఎంకలిర్సి బొంద వెడ్తుండిరి. దాదులేదు ఫిర్యాదు లేదు. కారువై మాటనేలేదు. ఈపులు వలగ ఎట్టి జేస్కుంట ఎర్రమంట్ల గల్సెటోల్ల కండ్లు ఎర్రగ్గావట్టినయ్. గప్పుడే తూర్పు దేశంల దున్నెటోల్లకు భూమి గావాల్నని లొల్లి లేస్తున్న సుద్ది అట్లట్ల తెల్సుకున్న దొరలు, గౌండ్లు రాణినెక్కించి సిఫార్సు జేపిచ్చి రాజ్జంబోతదని బొంకి రజాకార్లను తెప్పించుకునిరి. జనానికి బెదురు వెట్టిరి.

ఆ వొచ్చినోల్లు తుపాకులేసుకొని ఊరిగేర్లన్ని దిర్గి గప్‌చుప్ జేసిరి.

దినాం యాటలే యాటలు... కేసులు కేసులు కల్లు, డ్రమ్ములకొద్ది సరాయి పొంగిస్తె సెయ్యని ఘోరం లేదు సిపాయిలు. ఆ పెద్ద గౌడుండే... గట్టి పైర ఉండె ఊర్ల. గట్లుండె ఆ దినాలు.

ఈయన్న సిన్నగౌడు... ఈ ఆలెగౌడు ఈడోన్ని నేను. అన్ని ఎర్కనే ఉందయ్. జాఫర్ సాబంటె గౌడు గూడ ఇజ్జతిస్తడు. ఒగ దినం మునిమాపుయాల "జాఫర్సాబ్ ఇదరావ్" అని పిల్సి మట్టసంగ పదెకరాల పొలం నా ప్యార రాసిన కాయితమని నా సేతుల వెట్టి "ఖుష్ హైనా" జావ్. కొయి ఆకె పూఛాతో జమీన్ మేరీ హై కహెనా..." యాదిలుంచుకో అన్నడు.

భూములన్ని ఇగ్గి పంచనీకె తెల్లార్తె తైసిల్దార్లొస్తుండరని తెల్సుకోని పీకలబస్సు కిలీనర్ ఖాజగానికీ తుకారం బస్సు ఖాదర్భాషాగాని ప్యార గూడ భూమిరాసిండు ఆ గౌడు. మిల్గింది ఊరంచున బడి సుట్టున్న బయల్ల రాత్రింరాతిరి ఎయ్యిటెంకాయ సెట్లు నాటిచ్చి తెల్లారెతాలకు నాటకమాడి ఖానూన్ను ఆటవట్టిచ్చినోడు మాగౌడబ్బా. ఏమన్కుంటివి?!

ఆరిపోయిన సుట్టను మల్ల ఎల్గిచ్చుకుంట గడిసిపోయిన దినాలను కథలు కథలుగా కండ్లముందర పర్సిండు జాఫర్సాబు.

సుక్క కడుపుల వడి సుడి ఎత్తుకున్నప్పుడు సెప్పతరంగాదు అతని వీర విహార విన్యాసం.

అట్లా ఆ రాత్రి బాగా పొద్దుపోయేదాకా సాగిన మాటలినుకుంట నేనూ, మాదిగ బజారన్న, పూజారి నర్సింలూ, ఈడిగె ఆంజనేయులూ, మంగలి క్రిష్ణ, లంబడి గోపాలూ, ప్రజల కష్టాలకూ కన్నీళ్ళకూ కరిగిపోయి ఆ బాధల్ని గొంతెత్తి గానం చేసే లాలూ మేం ఏడుగురం మిగిలినం.

"కాల్మడ్సిపొయి ఇంత అడ్డం బడ్త పొండబ్బపోదం... నస్కున లేసి రైచూర్‌కు బోవాలె..." అనుకుంట లేసిండు జాఫర్సాబు.

ఓ అరగంట ఆయన పరిచిన జ్ఞాపకాలని తడుముకొని ఆ కాలపు పడవాట్లు తలుసుకొని మేమూ అడ్డపడ్డాం గాని నిద్రరాలె!

★★★

ఓ రోజు ఆడ్నే ఉండి. మర్రోజు మా ఊరి బస్సెక్కిన.

ఈ సెలవుల్లనన్న కడుపునొప్పితోని అయాసపడుతున్న అమ్మకు ఆపరేషన్ చేయించడం గురించి అక్కలందరితో కల్సి మాట్లాడి అమ్మను ఒప్పించే కోషిష్ చేద్దామని తమ్ముడు అన్వర్ పెట్టిన ప్రతిపాదన ఆచరణలో పెడదామని ఊరికొచ్చిన.

వారం గడిచిందేమో రోజులాగానే పొద్దున్నే మా ఊరి బస్టాండు కాడున్న కొత్త లైబ్రరీల పేపర్లు సూస్తుంటే పాత లైబ్రేరియన్ మిత్రుడు ఫయాజ్ భాయ్ పల్కరిచ్చిండు. పట్టి పట్టి పలికె తన యాసలో ''దేఖేక్యా గద్వాల్‌క న్యూస్'' అని పేజి మడిచి చేతుల బెట్టిండు.

అది ఆ రోజుటి ఆంధ్రభూమి పత్రిక. ''ఎలుకను పట్టడానికి పిల్లి ఎగిరితే దీపం దొర్లి ఆలూర్‌లో ఇల్లు దగ్ధం.. మొల్ల జాఫర్ సాబ్ మృతి.. చావు బతుకుల్లో భార్య''..

వార్త సదువుతుంటె పయ్యంతా జలదరించింది.

నా కళ్ళ నిండా ఉబికి వచ్చిన చెమ్మలో అక్షరాలు కల్సిపోయినయ్.

''... గప్పుడెప్పుడో ఎవరో ముసలోడు తాగి అలాయిల వడ్డదని బహాన జెప్పి పడావు జేసింద్రు సావిడ్ని!.. సారూ నీవైతె రావాలె సూడీ... ఈ ఏడు పీర్ల పండక్కి.'' మళ్ళీ మళ్ళీ జెప్పుకుంట ప్రాధేయ పడ్డట్లు సూసిన జాఫర్సాబు ఇంగెట్ల గలుస్తడు?? ఎట్ల పల్కుతడు!?

''... అయిదారు మంది తురక దుడ్డెగాల్లు కల్సి సావిడ్ల సాపుజేసుకొని నమాజు జేస్తుందరని శికాయతొచ్చిందని కండ్లు మండి మతలబుగ మాన్పిచ్చిరి మా ఊరోని గాల్లు...''

పీర్ల సావిడ్ల పీర్లే గూస వెట్టాలె... నమాజు జేస్తరా... అని కచేరికి పిలిపిచ్చి పొద్దుమూకె దాక కూసుండబెట్టి ఉప్పాసం జంపిరి...

ఈసారి పీర్ల పండుగకు పీర్లు నిలవెడ్త... ఎవడడ్డ మొస్తడో జూస్త... ఊరందర్కి బువ్వొండి పెట్టి బెల్లమూ సబ్జాకు పాన్కం జేసి కుమ్మరి బుడ్డన జేసిన కొత్త కాగుల నింపి తాపుత...

ఆ దినం నీవు బాడిరటె ఇనింటిసూడూ అలాయిపాటలు...

నీవు పాడాలె సూడనుకుంట ఒక్కో నురుగు పాడిరడు.

''దండంటా బలెసుకమంటా పదాసి రాయే నా ఎంటా...''

''వొచ్చీ మూడు రోజులాయె పోతడంటర కాశిమా...''

''లాలుగూడెం బోరుమిట్టన క్యాకబెట్టెర కాశిమా..''

ఏసిన మల్లెలు వాడలేదు పోతడంటర కాశిమా

''ఇంగేమేమి గావాలె సామికీ యానగుంద మౌలాలికీ...''

''ముగ్గ పాడాలె... జగ్గి ఆడాలె... ఊరంత వొక్కటై ఆడిదుంకాలె''

''అవ్... అవ్వబ్బ సావిడి పీర్లదే... పీర్ల సావిడ్ల పీర్లనే గూసవెడ్త...''

నాకు బాగా గుర్తుంది... సరిగ్గా ఇవే మాటలు...

నిషా దిగుతుండగా జాఫర్సాబు ఆ రాతిరి నిద్దరొస్తలేదని తిరిగొచ్చి తెల్లారే దాంక కూసోని మాట్లాడిపోయిన ఆఖరి మాటలివే...!

కూర్చున్నా లేసినా... సదువుకుంటున్నా... రాసుకుంటున్నా... ఎవరితో మాట్లాడుతున్నా... ఏంజేసినా... జాఫర్సాబే కండ్ల నిండ కదలాడ్తున్నడు.

★★★

మూడు వారాలైనట్లుంది నేను మా ఊరెళ్ళి. నాలుగు బస్సులు మారి ఆలూరికి వచ్చే సరికి సాయంత్రం గావచ్చింది. దుమ్ము దుమ్మైంది ఇల్లంత నేను లేకుంటే పిల్లలు గూడ రారు. మాటలు రాని సూగమ్మ బిడ్డ తిక్కమ్మ బైట పడ్సాల ఊడ్సుకొని పండుకుంటది. నడ్మ ఎప్పుడన్న మాల నర్సప్ప వొచ్చి సూసిపోతుంటడు.

ఊడ్సి కాల్మొఖం కడుక్కోని వాకిట్ల కొచ్చి ఇంటి యజమాని బుడ్డను కేకేసి పిల్సిన.
నా ధ్వని కోసమే ఎదురు చూస్తున్నట్లు కాలి మసిబారి కూలిన బోడి గోడ మీంచి దుంకి వచ్చిండు షాలిమియ.

భై... భై... గై... చలేగై...
గుజర్గై... మాలుంక్యా....

పొగులు కొచ్చిన దుఃఖం మాటను కమ్మేస్తుంటే కన్నీటి వరదైండు జాఫర్సాబ్ కొడుకు.
''మాష్టర్ సాబ్ అచ్చె అద్మిరే... బోల్తేథే...''
''అబ్ కిస్తే బాత్ కర్తే భై... ఆది ఆది రాత్ తక్...!?''
ఎట్లా ఓదార్చను తండ్రిని కోల్పోయిన ఆ కొడుకును. కనురెప్పలాపేసి మానులా ఉండిపోయిన...

''ఏయ్... క్యారోత... బస్లే... పరేషాన్ నక్కోకర్ సార్కు...''

అన్నను ఓదార్చిండు లాలు జాఫర్సాబ్ చిన్నకొడుకు. సంగాల్ల దిర్గినోల్ల సోపతుండి తెంపున్నోడు ఆ పిలగాడు.

ఎట్లా జరిగిందని అడిగిన... ఏమైందని అడిగిన... యాదడిగినా కాలిన ఇంటి గోడల దిక్కు సూపి..

అగ్గంటుకున్నది... అల్లాడి సచ్చిండు నిద్రల్నే. బొగ్గయ్యిండు సూస్కోని తీసెటాలకే. పక్కన్నే నులకమంచం మీద పండుకున్న అమ్మ ఈపంత కాలి తోలంత పెరుక్కొచ్చింది. ఆ గోస సూడలేకపోతుంటిమి. నొప్పులకు ఒకటే ఒర్లుతుండె. తెచ్చుకున్న ట్యూబులు అయిపాయె. పుండె మానపాయె... అట్లనే గోడాడి గోడాడి... పాయ్.

మాట్లాడలేకపోతున్నడు షాలిమియ.

కర్రెమ్మ గుడెన్క దిబ్బల దిక్కు మొకమైన ఆగేరి ఆరేడు ఇండ్లోల్లు వొచ్చి గుంపుగ మూగిర్రదు.
దుఃఖంల మునిగిండ్రు... అంతా మౌనం...
''.... యబ్బో... ఏమన్న గోడాడెనా... ఆయాల మొగోల్లెవరూ లేకుండిరి.

అంతెత్తు మంటలు.. ఆర్పనీకె నీల్లు లేవు... ఆడికి సీదుబాయిల గీరి గీరి దెచ్చి ఎడెనిమిది కడవలు సల్లిరి ఆ బోయోల్ల పిల్లలు...''

కొంగు వొత్తుకోని కండ్ల నీల్లు దుడుసుకుంట సెప్పవట్టింది పొంటన్న పెండ్లం.

''..పాయమోడయ్యింటె గద తట్కోనీకె... ముసిలోడు ఏట్కే పానంబాయె...''

కుమ్మరి బుడ్డన్న పెండ్లం, కోడండ్లు ఒకరెన్క ఒకరు సెప్పుకొచ్చింద్రు.

ఏమాట మాట్లాడినా తత్వాన్ని జోడియ్యంది చెప్పడు కుమ్మరిబుడ్డన్న.

అంత దూరం నుంచే పాటెత్తుకున్నడు.

నరజన్మ అన్నంక నరకాలు దియ్యాలె
ప్యాదయ్యి పుట్టాక పానాలు ఇడవాలె
ఎలిగేటి దీపాలె ఇండ్లంటు బెడ్తాయి
గుగ్గిలు దిన్నట్లు సెయ్‌గడుక్కోవాలె
ఊరి మతలబులెల్ల.. బొడ్రాయి నడగాలె...

''జర్గండి జర్గండయ్య వొచ్చిండోలేదో సుట్టుకున్నరు... గాలన్న ఆడనీ'' అనుకుంట తిప్పుతున్న సారె మీంచి కుండను దింపేసి సట్టిలగడుకున్న మట్టి సేతులను తుడ్సుకోని పుర్రసేత వోల్లెవట్ట ఇసురుకుంట అంబడ్సేతుల ఉడ్కుడుకు రొట్టె మీద సెవులకాయ కూరేసుకోనొచ్చి ''..తినయ్య తినుముందని'' నా సేతుల వెట్టిండు. ''అంకసీరి మాట్లాడుదువులే...'' అనుకుంట.

ఎవరిండ్లకు వాల్లు వొయినంక వాకిట్లనే పండినం మాట్లాడుకుంట నేనూ బుడ్డన్న.

★★★

దినాలు గడిసిపోతుండయ్. తల్లిపిల్ల గూడి ఈదులకొయ్యి ఈతాకు కొట్టేస్తే. బండి గట్టి ఏసుకొచ్చిండు బుడ్డన్న. వొరుసకు అన్నైన బుడ్డన్న ఇంట్లనే ముదురుకునే ఇల్లిడుపు లేనట్టి మునెన్న, సూగమ్మలు గుడిసెకప్పేసుడుల ఆసరైంద్రు.

వొగనాడు మునిపంట పెదాలు అదుముకుంట పొద్దున్నె వొచ్చిండు శాలిమియ.

''రాత్‌భర్ బచ్చే భుక్కేమరే... దిన్ గుజర్నా తక్లీఫ్ హోగయా...'' మిషను గుట్టినా... పన్నెండు మంది పిల్లల కడుపాకలి తీర్చలేని దయనీయత ఎల్ల గక్కిండు.

సర్పంచు ఓ దినమొచ్చి అయిదొందలిచ్చి మల్ల రానేలేదంట.

సర్కారుతోని సాయం జేపిస్త అన్నోల్లు యాడబోయిరో...

కడుపుల బాదల్ల చెప్పుకోని తలదించుకున్న షాలిమియ సేతుల్ల నా జేబుల ఉన్నది తీసిపెట్టిన.

దయగల్ల భాగ్యమ్మలు స్యాటలేసి పంపిన బియ్యమూ బ్యాళ్ళూ ఇచ్చి పంపిన.

ఒక్కపూట గడవొచ్చు. రేపెట్ల!!

గూడు సిన్నది... గరీబోల్ల గోస గొప్పది నిజమే కదా!

అన్నదమ్ములు గల్సి తిర్గని ఆఫీసు లేదు. కలువని లీడరు లేదు.

''... పించనిస్తం... నౌకరిస్తం... పనిజూపుతం... ఇల్లేసిస్తం... ఏమేమో జెప్పిరి ఏంగాకపాయె...''

పనిజేసే మొగోల్లు ఆఫీసులపోంటి తిర్గులాడుకుంట ఉంటె ఇల్లుగడ్సుడు తక్లిపాయని అల్లాడిరి ఆడోల్లు... పూట గడవక సిన్న సిన్న కూనలతో ఏగలేక నెత్తినోరు గొట్టుకోని వొలపోసి ఇల్లిలు దిర్గి అడుక్కోని తెచ్చింది పిల్లలకింత పెట్టి నీల్లుదాగి పండిరది ఆ ఇంటి కోడలు దరేష్బి.

దుకనాలు... ఓటల్లు. బస్సులూ... బండ్లూ అన్నీ నడుస్తూనే ఉండయ్ ఊర్ల. జాఫర్సాబింట్లనే జరుగుబాటయితలేదు. దినాలు దినాలు ఉపాసాలు. ఇండ్లపోంటి పిల్లలు! ఇజ్జతుకు ఇంట్లనే ఎన్నాళ్ళు ముర్గుతరు ఆడోళ్ళు. ప్యాదోల్లే అందరు. సిన్న సిన్న పానాలు. ఏమిచ్చేరు ఎంతిచ్చేరు ప్యాద జనం.
ప్రపంచానికి పెద్దరికం సాటుకున్న ఊరి పెద్దలు మర్సింద్రు ఆ కుటుంబాన్ని!
రెండ్రెండు ఏర్లు పారేటి నడిగడ్డ నేలన లీడర్లు మర్సింద్రు!! సర్కారు మర్సింది!!

★★★

ఆడాడ పనిపాటలిడిసి ఆడోల్ల కూలి దుడ్లెత్తుకొచ్చి పత్తాలు, సెర్రుపర్రులు ఆడి తినతాగ మర్గి మొరిగెటోల్లు "సీలింగుల ఇచ్చిన భూమి ఉంది గద.. ఆనిగాల్లకేం తక్కువైందనవట్టింద్రు"
... వెకిలిగా.

అప్పుడెప్పుడో యాడ్యాడ్నో సీలింగని ఇచ్చిన పొలం యాడుందో సూసిగూడ ఎరుగదాకుటుంబం.

సూపినా రాళ్ళు, రప్పలు, గుండ్లు, కంపలు కమ్మిన మొర్సు బీళ్ళు బుక్కనీకె వొస్తయా... బదులన్న ఇస్తయా... అవి గూడ ఎవనెవని ప్యారనో ఎక్కినై...

★★★

కాలమెట్ల గడుస్తదో సమజైతనే లేదు ఆ కుటుంబానికి. ఊరిడ్సి పోదమనుకున్నరు... ఏమన్న తాగిసత్తమనుకున్నరు. అందరెట్లంటె అట్ల అన్నట్లుండడు అదురు బోయిందు షాలిమియ పెద్దోడు అయినా...

"ఎదవడాకని నేన్యాదన్న అంగట్ల గాసముండి సాకుత..." ధైర్యం జెప్పిందు చిన్న కొడుకు లాలుసాబ్.
కష్టాలొచ్చినప్పుడే బతికి సూపాలె అనలేదా మాష్టారు.
ఆపతీ, అవసరాల్ల ఆదుకునేటోల్లు ఈడనేగాదు బయట గూడ ఉండరు.
కోర్టులూ కచేర్లే గాదు కలెక్టరాఫీసులా కారువై జేద్దం... అందరం బొయ్యి అడ్నే గూసుందం...
ప్యాదలగతి ఇంతేనా అని లోకాన్కి చెప్పుదం!
సర్కారు ఏంటికని గొంతెత్తి అడుగుదాం!!
నిన్న రాతిరి నాయినను దల్సుకోనీకె సారింట్ల జర్పుకున్న మీటింగుల
జమైన పిల్లలు పెద్దలు గొంతు గలిపి పాడిన పాట మరిస్తిర్యా...

కష్టజీవులం మనం... భూతల్లి బిడ్డలం
బరువైనా బాధైనా బతికి సూపుదాం
ఏమొచ్చిన ఆపతులు ఎదురుతిరుగుదాం
కలోగంజో పంచుకోని కలిసి బతుకుదాం
ఒక్కో పాదాన్నీ కుదిరిచ్చి గానం చేస్తున్న తమ్ముడు లాల్సాబెంట

గొంతు గల్పిందు షాలిమియ
కల్సి బతుకుతం... కల్సి బతుకుతం
కలో గంజో పంచుకోని కల్సి బతుకుతం
గెల్సి తీరుతం మనం గెల్సి తీరుతం

తల్లీ పిల్లా అందరేకమై గంభీరంగా గానం చేస్తున్న వాళ్ళ వాకిట్ల

ఏడెనిమిది మందెంట నేనూ కల్సి గొంతు కల్పినవిషయం లాలు దప్ప ఎవ్వరు గుర్తువట్టలె.

దూరాన ఏదో తప్పెడ గొడుతున్న సప్పిడి విన్న శాలిమియ భార్య దరేశ్‌బీ ''సునోఁ... సునోఁ... క్యాకీ ధండోర పీట్‌రీఁ'' అన్నది.

అందరూ సెవులు వెట్టి వినవట్టింద్రు.

అవు తప్పెటనే.. మన మాదిగ బజారన్న తండ్రి సవారన్న మోగిస్తున్న దప్పు సప్పిడే అది.

''ఇయ్యాల శుక్రవారం, తెల్లారితే శనివారం ఎల్లుండి ఆయితారం గోకర్సాబు ఉర్సు జెయ్యాలని తీర్మానం జర్గిందహో...''

''జాతరెంట జతగూడి వొచ్చే జనం పండుగ ఉర్సు
మనల్ని బతుకనీకె పిలుస్తున్నది'' అన్నది శాలిమియ పెద్ద బిడ్డ పదేండ్ల ఫాతిమ.

గోకరిసాబు ఉర్సు ఊరంతా యాటకుడుపుతో జేస్తరు. ఊరూరి సుట్టాల్ని పిల్సుకోని ఉషారుగా జేసుకునే పర్వం అది. నాలుగైదొండల యాటలు తెగుతై. మొల్లోల్ల భాగం గుండెకాయ కార్జాలు కుప్పె పడ్తయ్. కందూరు జేసేటి జనమల్ల మోతుకాకు దొప్పలకు పెట్టుకొచ్చిన పులావు బువ్వ మూడు దినాలొస్తది. కొబ్బరి సిప్పలు.. కానుక దుడ్లు.. తోల్లమ్మిన దుడ్లల్లా మొల్లోల్ల హక్కై దక్కుతయ్.

ఈసారి పండిన పంటల్ల ప్యాదరైతులు గూడ ఊరందరి జ్ఞాపకాల్లో వొదిగిపోయిన జాఫర్సాబు కుటుంబానికి స్యాటలు నిండిన ధాన్యమై అభిమానం జూపి ఆదుకుంటరని బతుకు సాలియ్యాలనుకున్న జాఫర్సాబు వారసులకు భరోసా ఇచ్చింది సాటింపేసిన సవరన్న దండోర గొంతు.

వొదినె గుండెల్లో దిగులు దూరమైందని... ఉర్సెల్లిపోయినంక జిల్లకేంద్రంల టెంటెయ్యవచ్చని సంబర పడిన లాలు సాబ్ తనకిష్టమైన పాటెత్తుకుని
గొంతెత్తి పాడిరడు అందరూ గొంతు గలిపింద్రు...
నీ కన్నీరూ... నా కన్నీరూ
కల్గీనోళ్ళకు పన్నీరాయె
ఒంటిగా ఓ శోకం బెట్టే
సిన్నీ తమ్మయ్యా...
నీ జంటగా నేనుంటారారా
సిన్నీ తమ్మయ్యా...

....

కన్నోరెరుగవు ఉన్నోరెరుగవు
సర్కారుండీ ఏమి లాభం

దీన్ని సత్తెనాశనం

జెయ్యాలయ్యో సిన్నీ తమ్మయ్యా...

ఉద్యమానికి ముందుగ నడువు

సిన్నీ తమ్మయ్యా...

నీ జంటగా నేనుంటారారా సిన్నీ తమ్మయ్యా....

-----★★-----

పరిచయం

ఇక్బాల్
మొబైల్ నెం: 9440775732
మెయిల్ ఐడి : eqbalpasha9@gmail.com

తండ్రి పేరు: ఇబ్రాహీం సాబ్

విద్యార్హతలు: M.Sc.సైకాలజీ,MA(Eng), MA(Eco), LLM

నివాసం : గద్వాల్ , జోగులాంబ గద్వాల జిల్లా, తెలంగాణ రాష్ట్రం,ఇండియా

జన్మ స్థలం: వరిద్యాల, కొల్లాపూర్ , నాగర్ కర్నూల్ జిల్లా (తె.రా)

వృత్తి: రిటైర్డ్ ఇంగ్లీష్ టీచర్, అడ్వకేట్

వెలువడిన రచనా సంకలనాలు:

స్పందన – కవితా సంకలనం
కఫన్ – కథా సంకలనం
సేద్యం – కవితా సంకలనం
రాహేc – కవితా సంకలనం
జాబిలి ఖైదు – కవితా సంకలనం
దగ్ధ స్వప్నం – కవితా సంకలనం
Song Of Furrows – కవితా సంకలనం (ఆంగ్ల అనువాదం)
కళచెదరని స్వప్నం – కవితా సంకలనం

1984 నుండి మొదలైంది నా రచనా వ్యాసంగం. ప్రజాసాహితి ,అరసం , విరసం తో సాహితీ పయనం. 1997 లో ఆటా కథల పోటీలో ప్రత్యేక బహుమతి పొంది అమెరికా భారతి పత్రికలో ప్రచురితమైన నా కథ పేరు ★ఆకలి పరుగుల్లోనూ. విముక్తి పోరుల్లోనూ.. ఎటుచూసినా వాడే....!!★

మోటివేషనల్ స్పీకర్, సైకోథెరపిస్ట్, ఫామిలీ కౌన్సిలర్ , అడ్వకేట్ గా కొనసాగుతూ కవిత్వం , కథలూ , వ్యాసాలూ , పాటలూ రాస్తున్నాను. వర్తమాన సమస్యలపై వీధి నాటకాలు రాస్తూ , వేస్తూ కళా సృజనలో కొనసాగుతున్నాను.

అసలైన తీర్పు

❖ శ్రీ కొత్తపల్లి రవి కుమార్

"ఇందాక లాయర్ గారు వచ్చారు. రేపు కేసు వాయిదా ఉందని గుర్తు చేయడానికి వచ్చారుట. మీరు లేరని చెప్పాను. వీలుంటే వచ్చాక ఒక్కసారి ఫోన్ చేయమని చెప్పారు" అని చెప్పింది రాజేశ్వరి, అప్పుడే వచ్చిన సుందరరావు తో.వెంటనే సుందరరావు లాయర్ కి ఫోన్ చేసి వివరాలు కనుకున్నాడు. "ఏమన్నారండీ లాయర్ గారు?" అని అడిగింది రాజేశ్వరి. "ఏముందీ? నీకు చెప్పిందే మళ్ళీ నాకు చెప్పాడు. మనిద్దరినీ పది గంటల కల్లా కోర్టుకు రమ్మన్నాడు. పిల్లలకి పంచిన లెక్కలన్నీ ఒక్కటి కూడా మర్చిపోకుండా రాసుకు రమ్మన్నాడు. అది సరే గానీ లాయర్ గారు వచ్చినప్పుడు నీ దగ్గరికి ఎవరైనా వచ్చారా?" అని అడిగాడు సుందరరావు.

"ఎవరూ రాలేదు గానీ లాయర్ గారు వెళ్ళిపోతుండగా కృష్ణ మూర్తి గారు వచ్చారు. ఎవరు, ఏంటి అని ఆరా తీస్తే కేసు విషయం చెప్పాను" అని చెప్పింది రాజేశ్వరి.

"కేసు విషయం విని కృష్ణమూర్తి గారు ఏమన్నారు?" అని అడిగాడు సుందరరావు. "కొడుకుల మీద కేసులు వేయడం గురించి గురువు గారిని ఒకసారి ఆలోచించుకోమనండి. ఇప్పటికే మిమ్మల్ని వృద్ధాశ్రమానికి చేర్చారు. వాళ్ళు ఎంతకైనా తెగిస్తారు. జాగ్రత్త!" అని చెప్పారని చెప్పింది రాజేశ్వరి. ఇది విన్న సుందరరావు ఆలోచనలో పడ్డాడు.

★ ★ ★

సుందరరావు స్కూల్ టీచర్ గా చేసి రిటైరయ్యాడు. తన జాగ్రత్తతో, తెలివితో తన జీతంలో కొంచెం కొంచెం కూడబెట్టి రిటైర్మెంట్ టైమ్ కి ఏ స్కూల్ టీచర్ సంపాదించనంత సంపాదించాడు. అనవసరమైన ఖర్చులకు ఏ రోజూ వెళ్ళలేదు. ఇద్దరు కొడుకులని బాగా చదివించి మంచి ప్రయోజకుల్ని చేసాడు. మంచి స్టేటస్ ఉన్న సంబంధాలు చూసి పెళ్ళిళ్ళు చేసాడు. ఎప్పుడో పోయిన తర్వాత తన ఆస్తి కొడుకులకి అందడం కన్నా , ఇప్పుడే అవసరమైనప్పుడే ఆస్తి పంచి ఇవ్వడం మంచిదని ఆలోచించి ఆస్తి మొత్తం కొడుకులకి పంచేసాడు. ఆస్తి పంచిన తర్వాత తను ఎంత పొరపాటు చేసాడో తెలిసి వచ్చింది సుందరరావు కి. ఆస్తి పంపకాలయిన తర్వాత కొడుకుల అసలు రంగు బయటపడింది. తల్లితండ్రులను తమ వద్ద ఉంచుకోవడానికి కొడుకులు వంతులు వేసుకోవడం సుందరరావుకి రుచించలేదు. అందుకే అవస్థలు పడుతూ కొడుకుల దగ్గర ఉండే కన్నా వచ్చే పెన్షన్ తో ఏదో ఒక వృద్ధాశ్రమంలో ఉందామని రాజేశ్వరికి నచ్చజెప్పి ఇదిగో కృష్ణమూర్తి నడిపే వృద్ధాశ్రమంలో ఉంటున్నారు. వాళ్ళు వృద్ధాశ్రమంలో ఉంటున్నారు అనడం కన్నా పిల్లల చేత ఉంచబడ్డారు అనడం సమంజసమేమో!

సమయానుకూలంగా టిఫిన్లు, భోజనాలు అందుతున్నాయి. కొడుకులు, కూతుళ్ళ చేతుల్లో మోసపోయిన తోటి వృద్ధులతో కబుర్లు చెప్పుకుంటూ కాలక్షేపం చేస్తున్నారు. అందరూ అన్ని పనులలో సాయం చేసుకుంటూ ఆనందంగా జీవితాన్ని గడుపుతున్నారు. ఆ ఆనందం వెనుక వాళ్ళు పైకి చెప్పుకోలేని మానసిక క్షోభ, తమ రక్తం పంచుకుని పుట్టిన నరరూప రాక్షసుల కరుడు కట్టిన మానవతా రహిత హృదయాలు ఉన్నాయి. కానీ అవి పైకి కనిపించనీయకుండా అందరూ బాగా నటిస్తూ కాలాన్ని గడిపేస్తున్నారు. ఎంతో మంది విద్యార్థుల మనసులు చదివిన సుందరరావు కి కన్న పిల్లలచేత వెలి వేయబడిన వయోవృద్ధులను అర్థం చేసుకోవడం తేలికే అయ్యింది. అందరూ తనలాగే పిల్లల చేతిలో ఓడిపోయారని తెలిసి రక్తం ఉడికిపోయింది. కానీ ఆ ఓటమి తాము ఏ ఆటా ఆడకుండానే ఫలించిందని గట్టిగా నమ్మిన సుందరరావు తన కోసం కాకపోయినా మిగతా అందరి కోసమయినా కసితీరా కన్నపిల్లల మీద నెగ్గాలనుకున్నాడు. అందుకే తన కొడుకుల మీద కేసు వేశాడు. కని, పెంచి, వృద్ధి లోనికి తీసుకొచ్చి, తమకున్నదంతా వారికే ఊడ్చి పెట్టి తీరా వాళ్ళు మమ్మల్ని చూడవల్సిన సమయం వచ్చినప్పుడు కాలితో తన్ని పొమ్మనడం ఎంత వరకూ సబబు అని, ఈ వృద్ధాప్యంలో జీవితాన్ని లాగలేక లాగలేక వెళ్ళదీస్తున్న మా లాంటి ముసలాళ్ళకు పిల్లల తోడు నీడ ఎంతైనా అవసరమని కోర్టులో కేసు వేసాడు. ఎంతమంది వద్దని వారించినా ఈ కేసు అంతు చూడాలనుకున్నాడు సుందరరావు. ఆ కేసు సంగతే ఇందాక లాయర్ తో సుందరరావు మాట్లాడింది.

★★★

కోర్టు లోనికి రాగానే తండ్రి కేసి కసిగా చూస్తున్నారు కొడుకులిద్దరూ. తమ మీద ఏమి కక్ష సాధిస్తావని వ్యంగ్యంగా ఒక నవ్వు విసిరి చూస్తున్నారు. అవేమీ తనకు పట్టనట్టు కూర్చున్నాడు సుందరరావు.

జడ్జి రాగానే కేసు వాదన ప్రారంభించమన్నాడు. సుందరరావు కొడుకుల వైపు వాదించే లాయరు కిషోర్ లేచాడు. "యువరానర్! కన్న పిల్లలను పెంచాల్సిన బాధ్యత తల్లిదండ్రులకు ఖచ్చితంగా ఉంది. అలాగే సంపాదించిన సంపాదన కొడుకులకు ఇవ్వాల్సిన బాధ్యత కూడా తల్లిదండ్రులకు ఉంది. ఎప్పుడో వయసు అయిపోయిన తర్వాత ఆ ఆస్తి పిల్లలకిచ్చినా ఉపయోగానికి రాదు. అవసరమున్నప్పుడు ఇస్తేనే కదా పిల్లలకి ఏదో రకంగా ఉపయోగపడుతుంది. ఇప్పుడు ఉన్న పరిస్థితుల రీత్యా, చేసే ఉద్యోగాల రీత్యా ఈ రోజుల్లో తమ

సంసారాన్ని లాగడమే కష్టమవుతోంది. ఈ పరిస్థితుల్లో ఇంట్లో తల్లిదండ్రులను ఉంచుకుని ఎలా సుఖంగా చూడగలరు. అందుకే నా క్లైంట్ లు తమ తల్లిదండ్రులను తమ వద్ద ఉంచుకుని కష్టపెట్టే కన్నా వాళ్ళని మంచి వృద్ధాశ్రమంలో ఉంచి సంతోషంగా చూడాలనుకున్నారు. దీనికి వాళ్ళేదో తప్పు చేసిన వారిగా నా క్లైంట్ లను ముద్దాయిల్లా చూసి కేసు పెట్టి వేధిస్తున్నారు ఈ సుందరరావు గారు. మా క్లైంట్ లు ఉన్నతమైన ఉద్యోగాలు చేసుకుంటున్నారు. చీటికిమాటికి ఇలా కేసులతో కోర్టు గుమ్మం ఎక్కితే వాళ్ళ పరువుకి భంగం కలుగుతుంది యువరానర్! అందుకే ఈ కేసును తగు విధంగా చర్చించి సరియైన తీర్పు ఇవ్వవలసినదిగా కోరుతున్నాను యువరానర్! " అని తన వాదన వినిపించాడు కిషోర్.

జడ్జి ప్రతివాదన వినిపించమనగానే సుందరరావు తరపు లాయర్ విశ్వనాథం లేచాడు. "యువరానర్! చిన్నప్పటినుంచి కని పెంచి పెద్ద ఉన్నత స్థాయికి తీసుకొచ్చిన కొడుకుల దగ్గర ఉండాలనుకోవడం తప్పు కాదు కదా యువరానర్! ఈ వయసుడిగిన వయస్సులో ఎవరి ఆధారం లేకుండా ఎలా ఉండగలరు? ఉన్నదంతా ఊడ్చి కన్న పిల్లలకు ఇచ్చేసి ఈ ముసలాళ్ళు ఎలా జీవితాన్ని లాగగలరు యువరానర్! వీళ్ళకి పెళ్ళయ్యేంత వరకు కంటికి రెప్పలా చూసుకుని పెళ్ళయిన తర్వాత తమ దగ్గర ఉన్నది ఇచ్చేసిన ఈ తల్లిదండ్రులను ఇప్పుడు జాగ్రత్తగా చూడవల్సిన బాధ్యత ఖచ్చితంగా కొడుకులుగా వీళ్ళకి ఉంది. అందుకే నా క్లైంట్ తమని చూడాలని కొడుకుల మీద కేసు వేసారు. దట్సాల్ యువరానర్!" అని వాదించాడు విశ్వనాథం.

"దీనికి మీ నుండి సమాధానం ఏమిటి?" అని కిషోర్ ని జడ్జి అడగగానే కిషోర్ లేచాడు.

"యువరానర్! ఇదంతా సుందరరావు గారు నా క్లైంట్ ల మీద చేస్తున్న అనవసరపు రాద్ధాంతం. ఒక్కసారి ఆస్తి వాళ్ళ పేరు మీద రాసిన తర్వాత మరలా తిరిగి తనకు ఎలా రాయమంటారు? ఇదంతా సుందరరావు గారు తెలివుండగానే రాసిన వీలునామాయే కదా! మరలా తిరిగి రాసిమ్మని కోర్టు గుమ్మం ఎక్కారంటే వారి మానసిక స్థితి గురించి ఆలోచించాల్సిన అవసరముంది యువరానర్! మీరే దీని మీద సమగ్ర విచారణ జరిపి మా క్లైంట్ లకు న్యాయం చేయవలసినదిగా కోరుకుంటున్నాను యువరానర్!" అని తన వాదన వినిపించాడు కిషోర్.

"దీనికి మీ సమాధానం ఏమిటి?" అని విశ్వనాథాన్ని అడిగాడు జడ్జి. విశ్వనాథం లేచే లోపల సుందరరావు లేచాడు.

"మీరు పర్మిషన్ ఇస్తే నా కేసు నేనే వాదించుకుంటాను జడ్జి గారు. నా అంతర్గతంగా నేను పడే మనో వేదన నేను మాత్రమే చెప్పుకోగలను సార్! నా కేసు నేను వాదించటానికి నాకు అనుమతినివ్వండి జడ్జి గారు" అని అడిగాడు సుందరరావు.

"సరే మీ ఇష్టం సుందరరావు గారు. మీరేమి చెప్పదల్చుకున్నా ఈ బోనులోకి వచ్చి చెప్పండి" అని వాదించుకోవడానికి అవకాశమిచ్చాడు జడ్జి.

సార్! నేను నా కొడుకులకి అదే సార్ ఈ రాక్షసులకి నేను పంచి ఇచ్చినది నాకు తరతరాలుగా వచ్చిన ఆస్తి కానే కాదు సార్! నేను ఒక్కొక్క పైసా ఒక్కొక్క పైసా కూడబెట్టిన ఆస్తి. ఇది నా ఒక్కడి రెక్కల కష్టార్జితం సార్. నా చెమటల కంపుతో పోగు బడిన పచ్చ కాగితాల సంపద సార్!

ఇందాక సదరు లాయర్ గారు నేను తెలివుండగానే రాసిన వీలునామా అని అన్నారు. అవును సార్! నాకు తెలివుండే నేను ఈ మూర్ఖులకు నా ఆస్తినంతా రాసిచ్చాను సార్! కానీ నేను ఎంత తప్పు చేసానో ఆ

తర్వాత తెలిసొచ్చింది. ఇప్పుడు అదే తెలివితో నా ఆస్తి నాకు కావాలని కేసు పెట్టాను సార్

కాలు, చెయ్యి మూలపడిన తర్వాత ప్రతీ మనిషి చంటిపిల్లాడే అవుతాడు సార్! వీళ్ళు చిన్నప్పుడు నడిస్తే ఎక్కడ కందిపోతారో అని మేము కంటికి రెప్పలా చూడలేదా? ఇప్పుడు మమ్మల్ని చూడవలసిన టైమ్ వచ్చినప్పుడు వీళ్ళు ఎందుకు చూడరు? మమ్మల్ని చూడాల్సిన సమయంలో సంపాదన, పని ఒత్తిడి, చాలీ చాలని జీతాలని వంకలు చెప్పి వంతులుగా మమ్మల్ని అంగట్లో సరుకులా పంచుకుంటున్నారే! వీళ్ళని పెంచి, పెద్ద చేసి, ఇంతటి ప్రయోజకులని చేయడానికి మేము ఎన్ని పూటలు పస్తులున్నాము సార్! వీళ్ళు ఇప్పుడు మమ్మల్ని భారమని అనాథల్లా వృద్ధాశ్రమంలో వదిలేసారే! అప్పుడు మేము కూడా పెంచలేక వీళ్ళని అనాథ శిశువుల్లా ఏ పెంట కుప్పల మీదో వదిలేసుంటే వీళ్ళ పరిస్థితి ఏమయ్యుండేది సార్!

ఇది నా ఒక్కడి ఆవేదన కాదు సార్! నాలాగా కన్న పిల్లల చేతిలో ఘోరాతిఘోరంగా ఓడిపోయిన ప్రతీ తల్లీ తండ్రి ఆవేదన సార్! తమను తాము స్వచ్ఛందంగా కన్న బిడ్డల దగ్గర తాకట్టు పెట్టుకుని విగతజీవులుగా కాలాన్ని వెళ్ళదీస్తున్న అభాగ్యుల ఆత్మ ఘోష సార్! వీళ్ళు కన్న వాళ్ళ నుండి వచ్చిన ఆస్తికి వారసులమని అంటారు కదా సార్! మరి కని, పెంచి, అభివృద్ధిలోకి తీసుకొచ్చిన తల్లిదండ్రుల అవసాన దశలో వారి పూర్తి బాధ్యత కూడా కన్నబిడ్డలదే కదా సార్! కన్న బిడ్డలు ఈ దశలో చూడక ఇదిగో ఈ వయసులో ఇక్కడున్న ముసలి వాళ్ళను ఈ వృద్ధాశ్రమాలు అక్కున చేర్చుకుంటున్నాయి సార్! ఆ మాత్రం అనురాగం, ఆప్యాయతలు వీళ్ళు చూపించలేక పోయారు సార్! అందుకే కావాలనే, వీళ్ళకి తెలిసి రావాలనే మళ్ళీ నా ఆస్తి నాకు రావాలని కేసు వేసాను సార్! మీరే దయచేసి ఈ కేసును క్షుణ్ణంగా పరిశీలించి మాకు న్యాయం చేయాలని కోరుకుంటున్నాను సార్!" అని తన వాదన వినిపించాడు సుందరరావు.

"కేసు పూర్వాపరాలు పరిశీలించిన తర్వాత తన స్వార్జితాన్ని ఎవరికైనా ఎప్పుడైనా రాసివ్వచ్చు. అలాగే కన్న తల్లిదండ్రులను చూడాల్సిన బాధ్యత కన్న పిల్లలకి ఖచ్చితంగా ఉంది. అలా చూడని మరుక్షణంలో తన ఆస్తిని తనకు అడిగే హక్కు మరల కన్న తండ్రికి ఉందని ఈ కోర్టు భావిస్తోంది. న్యాయ చరిత్రలో ఇప్పటివరకూ ఎవరూ వేయని కేసు వేసారు సుందరరావు గారు. ఆయన మనసు ఎంత రగలకపోతే కన్న కొడుకుల మీద కేసు పెడతారు. అందుకే కొడుకులు ఈ అవసాన దశలో తల్లిదండ్రులను చూడనప్పుడు మరల తిరిగి తాము పంచిన ఆస్తిని మరల నయా పైసలతో సహా పొందే హక్కు ఉందని, తక్షణమే సుందరరావు దంపతులకి వారు పంచిన ఆస్తిని తిరిగి ఇవ్వమని వారి కొడుకులకు ఈ కోర్టు ద్వారా ఆర్డర్ వేస్తున్నాను" అని సంచలన తీర్పును చెప్పాడు జడ్జి.

వృద్ధాశ్రమం నుండి వచ్చిన అందరి వృద్ధుల కరతాళ ధ్వనులతో కోర్టు మార్మోగిపోయింది. తాము చేసిన తప్పేమిటో తెలుసుకుని తలదించుకున్నారు కొడుకులిద్దరూ. తన కొడుకుల మీద కేసు నెగ్గినందుకు ఇది కోర్టు అని కూడా మరచిపోయి వికటాట్టహాసం చేసాడు సుందరరావు. ఆ నవ్వుకి అందరూ సుందరరావుని ఆశ్చర్యంగా చూస్తుండిపోయారు.

"ఇది నేను కేవలం నా కొడుకుల మీద నెగ్గిన కేసు కాదు సార్! పచ్చ కాగితాలకు ఇచ్చిన విలువ పచ్చని జీవితాలకు ఇవ్వని కసాయి కొడుకుల మీద నెగ్గిన కేసు కూడా. తీసుకెళ్ళలేని పైసల కోసం కన్న తల్లి దండ్రుల ఊసు కూడా ఎత్తని అసురుల మీద యుద్ధం లేకుండా నెగ్గిన కేసు. ఈ కేసు కళ్ళు మూసుకొని పోయి కన్న తల్లి దండ్రులను రోడ్డు మీద వదిలేసే అవకాశవాదుల కళ్ళు తెరిపించాలి. ఆకలేస్తే కన్న వాళ్ళకి పట్టెడన్నం పెట్టని నరరూప రాక్షసులకి కనువిప్పు కావాలి. ఈ కేసులో నెగ్గి ఆ ఆస్తి తో సుఖసంతోషాలతో

భోగభాగ్యాలు అనుభవిద్దామని ఈ కేసు వేయలేదు సార్! వాళ్ళ చేతి నుండి వచ్చిన నా ఆస్తి మరల నేను ముట్టుకోను. మీ చేతులతోనే ఆ ఆస్తి మొత్తం వృద్ధాశ్రమానికి చెందేటట్టు రాయండి సార్! నాలాంటి వాళ్ళు ఇచ్చే ఇలాంటి సంపదతో వృద్ధాశ్రమాలు ఎదిగి ఎంతోమంది అనాథ వృద్ధులకు నీడ నివ్వాలని కోరుకుంటున్నాను సార్! నా ఈ కోరికను కాదనుకుండా తక్షణమే తీర్చండి సార్!" అని వినయంగా జడ్జిని కోరాడు సుందరరావు.

సుందరరావు తీసుకున్న నిర్ణయానికి అక్కడున్న ప్రతీ ఒక్కరూ చేతులెత్తి నమస్కరించారు, జడ్జితో సహా.

----★★----

స్వపరిచయం

శ్రీ కొత్తపల్లి రవి కుమార్
ఫోన్ : **9491804844**.

గోదావరి తీరాన పుట్టి, ఆ గోదారమ్మ నీళ్ళు తాగి, ఆ అమ్మ ఒడిలో పెరిగి, ఆ చల్లని తల్లి దీవెనలతో ఎదిగిన ఎందరో మహానుభావులు తెలుగు సంస్కృతీ సాంప్రదాయాలకు వన్నె తెచ్చారు. తెలుగు సాహిత్యానికి కొత్త భాష్యం చెప్పారు. తెలుగు కవిత్వానికి సరైన నిర్వచనాన్ని అందించారు. ఆ గోదారమ్మ ఒడిలో పుట్టినందుకో, అటువంటి మహానుభావులు వ్రాసిన కవిత్వాలు, కథలు చదివినందుకో తెలియదు కానీ నాకు తెలుగు సాహిత్యం మీద మక్కువ ఏర్పడింది. ఆ మక్కువే నేను కథలు, కవితలు వ్రాయడానికి నాంది అయ్యింది.

మా నాన్నగారు శ్రీ కొత్తపల్లి గోపాల కృష్ణా రావు గారు,అమ్మగారు శ్రీ కొత్తపల్లి శారదా దేవి గారు. నాన్న, పశ్చిమ గోదావరి జిల్లా కొవ్వూరు లోని సంస్కృత కళాశాలలో తెలుగులో భాషా ప్రవీణ చేసి అదే జిల్లాలో తెలుగు పండితులుగా ఆయన ప్రస్థానం కొనసాగించారు. ఇదే స్కూల్ లోనే నేను పదవ తరగతి వరకు చదువుకున్నాను. తెలుగు మీద ఉన్న పట్టు నేను ఇలా కవితలు రాయడానికి పట్టుకొమ్మఅయ్యిందేమో! నేను గణితంలో మాస్టర్ డిగ్రీ చేసి ప్రయివేటు విద్యా సంస్థల్లో గణిత లెక్చరర్ గా ఎదిగాను. ఈ రోజు ఈ స్థాయిలో ఉన్నానంటే వారి ఆశీస్సులే ప్రధాన కారణం.

ఇక వయసు పై బడితేనే గానీ దేవుడు గుర్తుకు రాడంటారు. కానీ నా అదృష్టమేమో గానీ ఆ శ్రీరాముడి పాదాలను ఈ వయసులోనే ఆశ్రయించమని హిత బోధ చేసి, ఆధ్యాత్మికం వైపు నన్ను నడిపించిన ప్రవచన చక్రవర్తి, శారదా జ్ఞానపుత్ర, వాచస్పతి, బ్రహ్మశ్రీ చాగంటి కోటేశ్వరరావు గారి పాద పద్మములకు నా శిరస్సు తాకించి వందనం సమర్పిస్తున్నాను.

ఆ అదృష్టమే నా కవితా సంపుటి "తొలకరి జల్లులు" వ్రాసేటట్టు చేసింది. ప్రస్తుతం నేను వ్రాసిన కథా సంపుటి "కొత్తపల్లి కథలు", బాల నీతి కథల సంపుటి "బాల విశ్వంభర", మరొక కవితా సంపుటి "రవి కిరణాలు" ప్రచురణలో ఉన్నాయి.

సాహసం శ్వాసగా సాగిపో

❖ శ్రీ జి.రంగబాబు

"హేయ్ రమ్యా...! ఈరోజు కాలేజ్ కి లేటుగా వచ్చావేం?" అడిగాడు హరీష్ లేటుగా వచ్చిన రమ్యను చూసి.

"మేథ్స్ సార్ ఇచ్చిన హోమ్ వర్క్ సమ్స్ పూర్తి చేసుకుని వచ్చేసరికి లేటయింది..." అంది హరీష్ అడిగిన ప్రశ్నకు సమాధానంగా.

"నువ్వు బ్రిలియంట్ వి రమ్యా...! మాష్టార్లు ఇచ్చిన వర్క్ ని వదిలిపెట్టకుండా చేస్తావు. లెసన్స్ కూడా ఏకాగ్రత తో విని నోట్స్ ప్రిపేర్ చేసుకుంటావు. క్లాస్ లో ఫస్ట్ ర్యాంక్ కూడా నీదే. అందరికన్నా ఎక్కువ మార్కులు నీకే. అందానికి అందం , దానికి తగినట్లు గా తెలివితేటలు.. నీకే సొంతం." హరీష్ దేనికో బిస్కెట్ వేస్తున్నాడనిపిస్తోంది రమ్యకు.

అదొక ప్రయివేటు జూనియర్ కాలేజ్. హరీష్, రమ్య అక్కడ ఇంటర్మీడియట్ మొదటి సంవత్సరం చదువుతున్నారు. హరీష్ రమ్య కంటే ఒక సంవత్సరం పెద్ద. టెన్త్ లో ఒక సంవత్సరం డింకీ కొట్టడం వలన ఇప్పుడు ఇద్దరూ ఒకే క్లాసు చదువుతున్నారు.

హరీష్ ఆ సిటీ లో ఒక కార్పొరేటర్ కొడుకు. అతడికి ఆడింది ఆట పాడింది పాట. డబ్బుకు లోటు లేదు. విచ్చలవిడిగా డబ్బు ఖర్చు పెడుతూ స్నేహితులను వెంటేసుకుని తిరుగుతుంటాడు. అమ్మాయిలను ఆట

పట్టించడం , వారితో వెకిలిగా ప్రవర్తించడం చేస్తుంటాడు. కాస్త అందంగా , బొద్దుగా ఉన్న అమ్మాయిలను ట్రాప్ చెయ్యడం, వాళ్ళని సినిమాలకూ, షికార్లకు తిప్పడం అతని హాబీ.

రమ్య చాలా అందంగా ఉంటుంది. పదహారేళ్ల పరువాలతో మిస మిస లాడుతూ ఉంటుంది. వయసుకు మించిన సొగసులతో అప్పుడే విచ్చుకుంటున్న మొగ్గలా మెరిసిపోతూ ఉంటుంది. అందంతో పాటు చదువు కూడా తోడవడంతో వింత శోభతో కళ కళలాడిపోతూ ఉంటుంది.

హరీష్ కళ్ళు రమ్యపై పడ్డాయి. ఎలాగైనా రమ్యను తన దారిలోకి తెచ్చుకోవాలని చూస్తున్నాడు తగిన సమయం కోసం కాచుకుని ఉన్నాడు. రమ్యను ట్రాప్ చేసి ఎక్కడికైనా ఒంటరి ప్రదేశానికి తీసికెళ్లి ఆమెతో గడపాలని ప్లాన్ చేస్తున్నాడు. దానికి అవసరమైన ప్రణాళిక ను కూడా సిద్ధం చేసి ఉంచుకున్నాడు.

రెండు రోజుల తర్వాత – " రమ్యా..ఆదివారం మనం గోల్కొండ కోట కి వెళ్దాం..!" అది రిక్వెస్ట్ లా లేదు. అతడు నిర్ణయిం చేసి ఆమెకు చెబుతున్నట్లుగా వుంది.. "ఎందుకూ...?" అంది అమాయకంగా కళ్ళు త్రిప్పుతూ.

"ఎందుకేమిటి...? సరదాగా గడపడానికి..!" అన్నాడు. "ఇక్కడ మనం సరదాగానే ఉన్నాముగా... అంత దూరం వెళ్లడం దేనికి...?"

"ఆ సరదా వేరు రమ్యా...! ఇక్కడి సరదా లాంటిది కాదు. ఆ మజాయే వేరు...ఒక్కసారి వెళ్లి వస్తే తెలుస్తుంది.." అన్నాడు.

"నాకర్థం కావడం లేదు...ఏం సరదానో...! ఏం మజానో" అంది అమాయకంగా.

"నువ్వొక ట్యూబ్ లైట్ వి...చూడు...నీ తోటి అమ్మాయిలు బోయ్ ఫ్రెండ్స్ ని వెంటబెట్టుకుని ఎంత బాగా ఎంజాయ్ చేస్తున్నారో... నువ్వు వున్నావు...ముద్ద పప్పు లాగా...పప్పు సుద్ద లాగా... ఎప్పుడూ చదువు ధ్యాసే గానీ మరో ధ్యాసే ఉండదు నీకు...! పరమ బోర్..!" అన్నాడు హరీష్.

"మనం చదువుకోవడానికి కదా వస్తున్నాం ఇక్కడికి...మిగిలిన వారెలా పోతే నాకెందుకు.? అయినా బోయ్ ఫ్రెండ్స్ ని వేసుకుని తిరగడం తప్పు కాదూ..?" అంది.

"ఏంటి తప్పు...? దేవుడు మనకింత అందమైన రూపం , వయసు ఎందుకిచ్చాడు..?"

"హా...ఎందుకిచ్చాడు...?" ప్రశ్నించింది రమ్య.

"అనుభవించడానికి...! వయసు పోతే తిరిగి రాదు. అందుకని వయసున్నపుడే అనుభవించాలి. కోరికలు కలిగినప్పుడే తీర్చుకోవాలి.." అన్నాడు హరీష్.

"ఏం కోరికలు...?"

"అబ్బా...! నీకన్నీ విడమరిచి చెప్పాలి.అక్కడికి వెళ్తే నువ్వే స్వయంగా తెలుసుకుంటావు.అన్నీ నీకు అర్థం అవుతాయి."

"నీకెలా తెలుసు...? ఇదివరకెవరితోనైనా వెళ్ళావా..?"

తడబడ్డాడు ఆమె ప్రశ్నకు. "అహ... నేను వెళ్ళలేదు. నా ఫ్రెండ్ అచ్యుత్ లేదూ..? వాడు చెప్పాడు. వాడు రెండు మూడు సార్లు వెళ్లాడట."

"మజాగా వుంటుందన్నావు... ఏం మజా...? ఎలాంటి మజా...? కాస్త వివరంగా చెప్పు..తెలుసుకోవాలని ఉంది..!"

"అలా అడిగి తెలుసుకోవాలి...అప్పుడే నువ్వు మరింత నచ్చేస్తావు...నిజంగా నువ్వొక మొద్దువి. బయట జరుగుతున్న వేవీ నువ్వు పట్టించుకోవడం లేదు. నీ ఈడు వారే అయిన ఆ కోమలి , రేష్మ చూడు..ఎంత హుషారుగా వుంటారో..! ఎంత ఫాస్టు గా మూవ్ అవుతారో..! "

"వాళ్ళ సంగతి నాకు తెలియదు గానీ నువ్వు చెప్పు...నీ నోటి ద్వారా విందామని...!"

"అలా ఆడిటోరియం దగ్గరకు రా...! అక్కడైతే ఎవరూ ఉండరు.అక్కడ చెప్పుకుందాం..!" అన్నాడు హరీష్.

"అయితే పద...!" అంటూ హరీష్ వెంట నడిచింది రమ్య.

ఆడిటోరియం దగ్గర నిర్మానుష్యంగా ఉంటుంది.. పని లేకుండా ఎవరూ అటువైపు రారు. గోడ చాటుకు రమ్యను తీసుకెళ్లాడు హరీష్.

"ఎందుకింత చాటుకి తీసికెళ్తున్నావ్...? ఏం చేస్తావు నన్ను..?" అడిగింది రమ్య ఆందోళనగా.

"ఏం లేదు...నువ్వలా చూస్తూ ఉండు. మనం ఎలా ఎంజాయ్ చేయబోతున్నామో రిహార్సల్ వేద్దాం..!" అంటూ రమ్య చెయ్యి పట్టుకుని దగ్గరకు లాక్కున్నాడు.

"ఛీ...! ఇదేంటి..? చెయ్యి పట్టుకుని లాగుతున్నా వెందుకు..? వొదులు..!" అంటూ విదిలించుకుంది.

"ఇలా అయితే చెప్పడం కుదరదు...!" అన్నాడు హరీష్ అలక నటిస్తున్నట్లుగా.

"అయితే చెప్పొద్దులే...నేను వెళ్తాను...!" అంటూ వెళ్లబోయింది రమ్య.

"ఆగు రమ్యా...! వెళ్లొద్దు..నిన్ను ముట్టుకోనులే. నిన్ను తాకకుండానే చెబుతాను.. సరేనా..?"

"అయితే నన్ను టచ్ చెయ్యకుండా మూడడుగుల దూరంలో నిలబడి చెప్పు...!"

"అయితే సరే...విను. నేను మా ఫ్రెండ్ బైక్ తెస్తాను. నువ్వు వెనకాల కూర్చుంటావు. ఫ్రెండ్ ఇంటికి వెళ్లి చదువుకుంటాను , సాయంత్రం వరకూ రాను అని మీ ఇంట్లో చెప్పు. మనిద్దరం బైక్ పై 'మేఘాలపై తేలిపొమ్మన్నది..' అని పాడుకుంటూ గాల్లో తేలిపోతూ వెళ్తాం. మధ్యలో ఒక దగ్గర ఆగి బీర్ కొనుక్కుందాం. దానితోపాటు స్నాక్స్ , బిర్యానీ కూడా" అన్నాడు.

"బీరంటే...?"

"కూల్ డ్రింకు లాంటిదే... బాగుంటుంది. అవి కొనుక్కుని గోల్కొండ కోట చేరుకుంటాం. అక్కడికి మనలాగే ఎంతో మంది ప్రేమ జంటలు వస్తుంటాయి...ఎంజాయ్ చేయడానికి. మనం అక్కడ బీరు కొడుతూ , చికెన్ మంచూరియా, స్పెషల్ బిరియానీ తింటూ ఎంజాయ్ చేస్తాం..!" అన్నాడు రమ్య మొహం చూస్తూ.

"అదేదో ఇక్కడే తినొచ్చుగా...అవి తినడానికి అంత దూరం ఎందుకు...?"

"ఎందుకంటే...? థ్రిల్ కోసం..! అక్కడయితే ఎవరూ ఉండరు. కావలసినంత ఏకాంతం..! ఎవరన్నా చూస్తారేమో అనే భయం కూడా ఉండదు. హాయిగా మనిద్దరమే ప్రేమ పక్షుల్లా విహరించ వచ్చు..!"

"అంటే...?"

"నీకేం తెలీదు...అన్నీ వివరంగా చెప్పాలి...!" అన్నాడు కొంచెం విసుగ్గా.

"అక్కడికెళ్లి మనమేం చేస్తామో ప్రతీదీ పూస గుచ్చినట్లు చెప్పకపోతే నేను రాను...!" అంది బుంగమూతి పెట్టి.

రమ్య అలా అనేసరికి మరింత నచ్చేసింది హరీష్ కి.

"సరే...సరే...! చెబుతాను విను. మనం ఫుడ్ తినడం అయిపోయాక ఎవరికీ కనిపించని ఏకాంత

ప్రదేశానికి వెళ్లి ముద్దులు పెట్టుకుంటాం..!" అన్నాడు.

"ఛీ... ముద్దులా...?" అంది అదోలా మొహం పెట్టి.

"అవును రమ్యా...! ముద్దులు పెట్టుకోకపోతే మజాయే ఉండదు. అవి కూడా ఇంగ్లీషు ముద్దులు.. ఎంత బాగుంటాయో తెలుసా..?"

"తెలీదు... ఆ తరవాత...?" అడిగింది రమ్య.

"తర్వాత మనిద్దరం హగ్ చేసుకుని... ఒకరి కొకరం పూర్తిగా హత్తుకు పోతాం...నీ ఒళ్ళంతా నాకు అప్పగించేస్తావు. నేను నిన్ను అమాంతం గా ఎత్తుకుని అక్కడ మెత్తటి పచ్చిక మీద పడుకోబెట్టి నీ ఒళ్ళంతా ముద్దులతో ముంచేస్తాను. నీకూ హాయిగా ఉంటుంది. అప్పుడు ఒకరిలో ఒకరు కలిసిపోతాం. నీకు స్వర్గం అంటే ఏమిటో తెలుస్తుంది. సుఖం అంటే ఏమిటో పూర్తిగా అర్థమవుతుంది. అది ఇలా వింటే చాలదు. అనుభవిస్తేనే తెలుస్తుంది.. సరేనా..?" అన్నాడు. రమ్య ఏమంటుందో నని ఆత్రంగా చూస్తున్నాడు.

"సరే...నువ్వింతగా అడుగుతున్నావు కాబట్టి వస్తాను...!", అంది రమ్య.

రమ్య అంత తొందరగా ఒప్పుకుంటుంది అనుకోలేదు. చాలా కష్టపడవలసి వస్తుందను కున్నాడు. అలాంటిది ఇంత సులువుగా ఒప్పుకునే సరికి మహదానంద పడిపోయాడు.

"నేను మా ఇంట్లో ఏదో ఒకటి చెప్పి ఆదివారం ఉదయం ఏడు గంటలకల్లా మీ ఇంటికి వస్తాను, సరేనా...?", అంది.

"అహ... వద్దు...వద్దు...! మా ఇంటికి రావొద్దు. మమ్మీ , డాడీ కి తెలిస్తే చంపేస్తారు. నువ్వు మీ ఇంటి నుండి బయటకు వచ్చి మీ వీధి చివర నిలబడు. నేను బైక్ పై వచ్చి నిన్ను పికప్ చేసుకుంటాను. ఓకేనా..?"

"ఓకే... డన్..!" అంది రమ్య. అక్కడనుండి వెళ్ళిపోయింది.

మర్నాడు శనివారం. హరీష్ ఇంట్లో లేని సమయం చూసి హరీష్ ఇంటికి వెళ్ళింది రమ్య.

రమ్య తనను తాను పరిచయం చేసుకుంది హరీష్ తల్లిదండ్రులకు. రమ్యను లోపలికి పిలిచి కూర్చోమన్నారు.

"ఆంటీ...! మీతో కొంచెం మాట్లాడాలి...అంకుల్... మీరు కూడా ఉండాలి..", అంది.

"సరేనమ్మా...చెప్పు.!" అన్నారిద్దరూ.

రమ్య తనతో తెచ్చుకున్న చిన్న హేండ్ పర్సులో నుండి ఆండ్రాయిడ్ ఫోన్ తీసింది. దాన్ని ఆన్ చేసి ముందు రోజు హరీష్ కి, తనకి మధ్య జరిగిన సంభాషణ అంతా వినిపించింది.

హరీష్ రమ్యతో మాట్లాడిన ప్రతి మాటా అందులో రికార్డు చేయబడింది.

ఇంకా మీసాలు కూడా రాని తమ పదిహేడేళ్ల కొడుకు మాట్లాడిన ఆ మాటలు వింటుంటే వారి కాళ్ళ క్రింద భూమి కదిలిపోతున్నట్లు అనిపించింది. సిగ్గుతో వారి తలలు భూమిలోకి కూరుకుపోయాయి.

హరీష్ తల్లి అయితే ఆ మాటలు వినలేక 'రామ రామ' అంటూ చెవులు మూసుకుంది. కొడుకు అసలు స్వరూపం తెలుసుకున్న ఆ తల్లిదండ్రుల ముఖంలో కత్తి వేటుకు నెత్తురు చుక్క లేదు.

అంత చిన్న వయసులో అంతటి సాహసం చేసి నిజం బయట పెట్టిన రమ్యతో.. "చూడమ్మా...! చిన్నదానివైనా నువ్వు చాలా తెలివిగా వ్యవహరించావు. గొప్ప సాహసం చేశావు. మా కొడుకు నిజ స్వరూపం బయటపెట్టి మాకు చాలా మేలు చేశావు. ఇంకా వాడు చిన్న పిల్లాడిగానే తలుస్తున్నాం. కానీ ఇంతలా ఎదిగిపోయాడనుకోలేదు".

వాడిని మేము మందలిస్తాము.. వాడి తరపున నీకు క్షమాపణలు చెప్పుకుంటున్నాము. దయచేసి ఈ విషయం మరెక్కడా అనొద్దని నిన్ను వేడుకుంటున్నాం..” అని రమ్య చేతులు పట్టుకుని అర్థించారు.

“అలాగే ఆంటీ...! ఇక నేను వెళ్తాను..!” అని వెళ్ళిపోయింది.

సాయంత్రం అవుతుండగా హరీష్ ఇంటికి వచ్చాడు. రాగానే వాడి రూములోకి వెళ్ళిపోయి పాటలు పెట్టుకుని డాన్సులు చేశాడు..అంతా చూస్తూనే వున్నారు హరీష్ తల్లిదండ్రులు.

రాత్రయింది. మేడ పై నుండి క్రిందకు దిగి భోజనం పెట్టమన్నాడు తల్లిని. హరీష్ కి, భర్తకు భోజనం వడ్డించింది.

హరీష్ ఏదో పాట హమ్ చేసుకుంటూ భోజనం చేస్తున్నాడు. భోజనం పూర్తి కావస్తుండగా హరీష్ తల్లి తన సెల్ ఫోన్ ఆన్ చేసింది. ఆ సెల్ లోనుండి “ మేఘాలలో తేలిపొమ్మన్నది..” అనే పాట వస్తోంది. హరీష్ వింతగా చూశాడు తల్లి వైపు.

“ఎప్పుడూ భక్తి పాటలు పెట్టేదానివి. ఇప్పుడీ పాట పెట్టావేంటి మమ్మీ..?” అన్నాడు.

ఆమె ఏం మాట్లాడలేదు. హరీష్ భోజనం పూర్తి చేసి సింక్ దగ్గరికి వెళ్లి హేండ్ వాష్ చేసుకున్నాడు.

హరీష్ తన గదికి వెళ్ళడానికి మేడ మెట్లు ఎక్కబోతుంటే హరీష్ మాటలు సెల్ ఫోన్ లోనుండి వినిపించాయి.

“మనం ఒకచోట ఆగి బీర్ కొనుక్కుని....”

వింటున్న హరీష్ ముఖంలో రంగులు మారాయి. విషయం అంతా అర్థం అయిపోయింది. రమ్య ఇంటికి వచ్చిందనీ , తనకు తెలియకుండా తాను మాట్లాడినదంతా సెల్ ఫోన్ ద్వారా రికార్డు చేసిందనీ, అది తల్లిదండ్రులకు వినిపించి వెళ్ళిందనీ అంతా ఒక్కసారిగా కళ్ళ ముందు కదిలినట్లు అయింది. ఆ మాటలు కంటిన్యూగా వస్తుంటే హరీష్ సిగ్గుతో తల దించుకుని ఉండిపోయాడు. అడ్డంగా దొరికిపోయినందుకు దిక్కుతోచని పరిస్థితి లో పడిపోయాడు.

కొడుకు పరిస్థితి ని గ్రహించింది హరీష్ తల్లి.

“చూడు హరీష్...! ఒక్కగానొక్క కొడుకువని నువ్వు అడిగిందల్లా ఇచ్చి అల్లారుముద్దుగా పెంచుకున్నాం. నువ్వు చక్కగా చదువుకుని బాగుపడతావని ఆశించాము. కానీ నువ్విలా ఒక రోడ్ సైడ్ రోమియో లాగా, ఆడ పిల్లలను ట్రాప్ చేసి పాడుచేసే జులాయి వెధవ లాగా తయారవుతావని ఊహించలేదు”.

నీ మాటలు మమ్మల్ని నిర్ఘాంతపోయేలా చేశాయి. మా తల ఎక్కడ పెట్టుకోవాలో అర్థం కాలేదు.

నీ వయసెంత..? నువ్వు చదివే చదువేంటి..? నీ అలవాట్లు ఏంటి..? నువ్వు చేస్తున్న పనులేంటి..? నీకు ఇంకా మీసాలే సరిగా రాలేదు. నీ వయసుకు ఒక అమ్మాయిని ఎక్కడికో తీసికెళ్లి అనుభవించాలనే కోరికా..?

నీకు బీరు కొట్టే అలవాటు కూడా వుందన్నమాట..! మేం తట్టుకోలేక పోతున్నాంరా..! ఈ వయసులో నీకు అమ్మాయిల పొందు కావలసి వచ్చిందా..? ఎంత సిగ్గు చేటు..? నీ చెల్లిది కూడా అదే వయసు కదా..! ఎక్కడో దూరంగా చదువుకుంటోంది, హాస్టల్లో ఉండి. మరి నీ చెల్లిని కూడా నీలాంటి జులాయి వెధవ ట్రాప్ చేసి పాడు చేస్తే నీకెలా ఉంటుంది? నువ్వేం సమాధానం చెబుతావు..? అందరు ఆడపిల్లలూ ఒకటే కదరా..! అయ్యో.. భగవంతుడా..! ఇలాంటి కొడుకుని మా కిచ్చావేంటి..?” అంటూ బాధపడుతోంది.

హరీష్ తండ్రి కలగజేసుకుని హరీష్ దగ్గరకు వచ్చి చెంప మీద ఒక్కటిచ్చాడు..ఊహించని ఆ చర్యకు కంగు తిన్నాడు హరీష్. అయినా ఏం మాట్లాడలేదు.

"ఏంరా...? ఏంటి నువ్వు చేస్తున్న పనులు..? టీనేజ్ అమ్మాయిలను టార్గెట్ చేసి వారి శీలాలతో , వారి బ్రతుకులతో ఆడుకునే హక్కు ఎవరిచ్చారు..? నువ్విలా తయారవడానికి కారణం మా పెంపకం లోపమా..? మీరు కోరిందల్లా ఇచ్చి ముద్దు చేయడమా..?"

చక్కగా చదువుకుని మంచి ఉద్యోగం లో స్థిర పడితే కన్నందుకు మాకు ఎంత ఆనందమో తెలుసా..? అంతే గానీ ఇలా మందు కొడుతూ , అమ్మాయిలను ట్రాప్ చేసి కోరిక తీర్చుకుని వదిలేయడం అనుకున్నావా జీవితం అంటే..? కానే కాదు. ఈ జీవితం దేవుడిచ్చిన వరం. దాన్ని సద్వినియోగం చేసుకోవాలి గానీ దుర్వినియోగం కాదు.

నిజానికి ఆ అమ్మాయి చిన్నదే అయినాచాలా తెలివి కలదీ , ఆలోచన కలదీనూ..! ఈ ఆడియోను నేరుగా పోలీసులకు అప్పగిస్తే ఏమయ్యేది.? నిర్భయ చట్టం క్రిందో , దిశా చట్టం క్రిందో అరెస్టు చేసి ఏ ఎన్ కౌంటర్ లోనో లేపేస్తే? మా గతేంటి..?

"ఇక నుండైనా బుద్ధి తెచ్చుకుని మృగంలా కాకుండా మనిషి లా జీవించు. క్షణికమైన సుఖాల కోసం నూరేళ్ళ జీవితాన్ని బలి చేసుకోవద్దు. నువ్వు బాగా చదువుకుని మంచి ఉద్యోగం లో స్థిరపడి మాకు మంచి పేరు తీసుకుని రా..! ఆమెపై పగ పెంచుకోకుండా క్షమాపణ చెప్పి మనిషిగా మారు. తెలిసిందా..? ఇదే మేం నీకు చెప్ప గలిగేది..తరవాత నీ ఇష్టం..!" అన్నారిద్దరూ.

"నన్ను క్షమించండి నాన్నా...! అమ్మా నువ్వు కూడా.! ఇక నుండీ బుద్ధిగా నడుచుకుంటాను. ఎవరి జోలికీ వెళ్ళను.. నన్ను నమ్మండి.!" అంటూ తల్లిదండ్రుల కాళ్లపై పడ్డాడు హరీష్.

----★★-----

పరిచయం

శ్రీ జి.రంగబాబు .

ఫోన్ 9440190669.

విద్యార్హత : ఎమ్. ఎస్.సి. , ఎమ్.బి.ఏ. జీవితబీమా సంస్థలో ఉద్యోగం.

ప్రవృత్తి : సాహిత్య సృజన.

కథా రచన నాకిష్టమైన ప్రక్రియ. ఎక్కువగా చదువుతూ , కథల పోటీలకు కథలు రాయడం నా నిత్య కృత్యం. సుమారు 250 కథలు వివిధ దిన , వార ,మాస పత్రికలలో ప్రచురణ అయ్యాయి. 35 కథలకు బహుమతులు లభించాయి. వాటిలో స్వాతి సరస కథల పోటీలో 5000 రూపాయల బహుమతి , నది ఇస్లాం వ్యాసముల పోటీలో ప్రథమ బహుమతి 10,000 రూపాయలు పేర్కొనదగినవి.

ఇంకా కూరేళ్ల ట్రస్ట్ జాతీయ స్థాయి పురస్కారం , రెండు సార్లు సోమేపల్లి పురస్కారాలు , రెండు సార్లు విడుదల నీహారిక పురస్కారాలు , బలివాడ కాంతారావు స్మారక పురస్కారములు, ఇంకా మరి కొన్ని పేర్కొన దగినవి. పలు పత్రికలలో ఆధ్యాత్మిక కథలు , వ్యాసములు , కవితలు , గజల్స్ ప్రచురణ అయ్యాయి.ఆకాశవాణి లో కూడా కథలు , వ్యాసములు ప్రసారం అయ్యాయి. పలు సంకలనాలలో కథలు , కవితలు, హైకూలు , నానీలు ప్రచురణ అయ్యాయి. నిలిచిపోయే కథలు రాయాలన్నది నా ధ్యేయం.

పురుడు

❖ శ్రీ రమేశ్ కార్తీక్ నాయక్

పొద్దున్న ఎత్తాల్సిన పెండ కొట్టంలో అలాగే ఉండిపోయింది. నిద్రపోతున్న ఝుమ్లికు ఇది గుర్తొచ్చి హాట్కు (సంతకు) పోయినోల్లు రాకముందుకే పెండనంత ఎత్తేద్దాం అనుకుంటూ బర్రెల కొట్టం ముకాన మెల్లగా నడ్సింది. కొట్టంలో నీళ్ళ తొట్టికి పక్కనే కాసింత దూరంలో ఉన్న ఓ రాయిపై కూసొని పెండ కప్పను గమనిస్తాంది. పెండ ఆ పాటికే బయటి వైపు ఎండిపోయింది. నల్లని గీతలు పెండ కుప్ప చుట్టు, అక్కడక్కడ కోళ్ళు మెతుకుల కోసం గీరినట్లు ఉన్నయి. అక్కడక్కడ పెండ లోంచి చిన్న చిన్న పురుగులు పాకుతున్నయి.

ఉచ్చలో నానిన పాత ఎండుగడ్డి వీర్యం వాసనలా ఉంది. కొట్టంలో రేకులకు కింద అంచుల్లో రంగు రంగుల సాలీడు పురుగులు ఏలాడుతున్నాయి. ఝుమ్లికి ఆ పురుగులు రంగురంగుల పూసల్లా అనిపిస్తున్నయి. గుడిసె పక్కనే ఉన్న ఏప సెట్టు ఆకులు కాయలు అన్ని గుడిసె ముందు నిండిపోయినయి.

జల్ది జల్దిన అవగొట్టి తౌడుతో రొట్టెలు, రేలా పూల పప్పు చెయ్యాలి అనుకుని తన ఫేట్యాను కొంచం నడుముకు పైకి జరిపి కట్టి తల పైన టూక్రిని జడ చుట్టు చుట్టేసి ఊడ కుండా కట్టి పని చాలు చేసింది.

పెండ ఎత్తుతున్న ఝుమ్లి తనకేదో అయినట్లు అనుకుని తన సేతులకున్న పెండను ఆ పక్కనే ఉన్న గడ్డిపై తుడ్సుకుని గుడిసెకు ముందు పందిరికి కింది మంచం పై కూసొని తన ఇంటి దారి నుండి ఎళ్తున్న పిక్లినీ పిల్సింది.

"ఏమైనది ఝుమ్లి" అని పిక్లి ఝుమ్లితో అడ్గింది.

"కడుపులో నొప్పిగా ఉంది. తల తిర్గుతాంది. పురుడు దగ్గర పడినట్లు ఉంది బాయి" అంటూ పిక్లితో ఝుమ్లి నీర్సంగా సెప్పింది.

"పడుకో, నేనిప్పుడే అస్తా" అంటూ పిక్లి తన సోబత్ బాయిలను పిల్సుకరానీకి పోయింది.

ఆ తండాలో పెద్ద మన్షులు మోగోల్లు ఎవరూ లేరు. అందరూ హాట్కు పోయిర్రు. ఉన్న కొందరు బాయిలు పిక్లి పిలుపుకి పందిరి దగ్గరికి చేరుకున్నరు.

ఝుమ్లి ఓ సేతును తన పొట్ట పై పెట్కుని ఇంకో సేతిని మంచానికి ఒక పక్కనుండి కిందికి ఏలాడదీసి

"యే బా.....

యే యా....

యే బాయియే మరియే....

మన బచాడో " అంటూ సన్నగా మూల్గుతా ఉంది.

పందిరి కింది నుండి మంచాన్ని ఏప సెట్టు కిందికి లేపుకొచ్చి పెట్టిర్రు.

మంచానికి సుట్టు కూకున్నరు బాయిలు. నలుగురు మంచం పై పండుకొని ఉన్న ఝుమ్లికి రెండు పక్కల కూసుని ఝుమ్లిని ఓదారుస్తూ.

" ఇగో అయితది. అగో అయితది. ఓపిక అవసరం" అంటూ సెప్తున్నరు.

సూరీడు కొండల్లోకి దిగనికి ఎనకా ముందు అయితా ఉన్నడు. గుండ్రంగా మర్రి కాయల మెరుస్తున్నడు. సంతకి పోయినోళ్ళు ఆపాటికే అస్తారు అని అందరూ అనుకున్నరు. కాని ఎవరు రాలే. అడ్వికి పోయిన బర్రెలు, ఆవులు, ఎడ్లు, గొఱ్ఱెలు ఇంకా మేకలు తండా చేరుకున్నయి. పందిరి దగ్గర బాయిలు లేచి ఎవరింటికి ఆళ్లు పోయి ఎవరి మందలను వారు కొట్టాల్లో ఏసి ఝుమ్లి దగ్గరికి అచ్చేసింద్రు. ఝుమ్లి బర్రెలు కొట్టంలో అరుస్తా ఉన్నయి. అది సూసిన పిక్లి కొట్టంలోకి పోయి బర్రెలను కట్టేసి ఝుమ్లి దగ్గరికి అచ్చేసింది.

సీకటి ఆకాశంల నుండి నల్ల చిమల్లా దిగుతా ఉంది. నొప్పులు తట్టుకోలేక ఝుమ్లి ఏడుస్తాంటే ఆమె నొప్పులు తగ్గించనీకి పావు లోట సారా తెమ్మని చెప్పింది పిక్లి. గుంపులోని ఓ బాయి పోయి లోటాలో సారా తెచ్చి పిక్లికి ఇచ్చింది. పిక్లి ఆ లోటా సారాను ఝుమ్లితో తాగించింది. కొంత సేపు ఆరాం చేసినా కడుపులో నొప్పి ఆమెను సతాయించుడు మళ్ళి షురూ జేసింది.

ఆమె వయసు 16 సంవత్సరాలు. ఆమె పెయ్యి కంటే ఆమె కడుపే మస్తు పెద్దగా ఉంది. కవలలు అయ్యుంటారని అందరూ అనుకున్నరు. ఆమె నొప్పి తట్టుకోలేక అరిచే అర్పులకి సుట్టు ఉన్న ఆ బాయిలు ఏడ్సుడు షురూ జేసిర్రు.

కింద కూసున్న గుంపులోంచి ఒక బాయి లేచి అందరి దగ్గరి నుండి మూడు మూడు ఎంట్రుకలు తీస్కొని ఒకదగ్గర తాయిత్తులా పేని ఝుమ్లి ఎడమ కాలికి కట్టి ఝుమ్లి తల దగ్గర కూసుని "నీకు మంచి బిడ్డ పుడ్తడు. నీకు తెలుసో లేదో పూర్వం మన పురుడు ఎట్లా అయ్యేదో. నేను నీకు ఇప్పుడు చెప్తా. నేను

చిన్నగున్నప్పుడు నా కళ్ళతో సూసినా" అంటూ హింగ్యా కథ సెప్పుడు షురూ జేసింది. ఝుమ్లి కాసేపు నొప్పులతో బాధ పడినా ఆ తర్వాత కథ వినడంలో మునిగిపోయింది. ఝుమ్లితో పాటు అందరూ విననీకి సిద్ధమైనరు.

హింగ్యా ఎర్రగా, తేనె కను గుడ్లతో, బంగారం లెక్క మెరిసే జుట్టుతో బొమ్మలా ఉండేది. మూడు సార్లు ఆమె కడుపులో పిండం కరిగిపోయింది.

ఒకటో పారి ఆమె ఇప్పపూలను ఏరనీకి పోయినప్పుడు, నెమలి గుడ్లను సూసుకోకుండా వాటిపై కాలు పెట్టిందట. అవి పగ్గిపోయినయి.

రెండో పారి తను కడుపుతో ఉన్నప్పుడూ హింగ్యా మొగుడు ఓ కుందేల్ను ఏటాడుకొని తెచ్చినాడట. దాన్ని కూర వండనీకి కోస్తే ఆ కుందేలు కడుపులో పది కుందేలు పిల్లలు ఉన్నాయట. వాటిని తీసి పడేసి కూర వండినారట.

మూడో పారి కడుపుతో ఉన్నప్పుడు ఇంట్లోకి ఓ ఉడుము అచ్చినాదట. మన సంప్రదాయం ప్రకారం ఇంట్లోకి అచ్చిన ఉడ్మని పట్టి దాని కాళ్ళను దాని తోకతో కట్టి ఓ కుండలో పెట్టి కుండ మూతిని తెల్లని లేదా ఎర్రని బట్టతో కట్టి ఇంటి గడపకు ముందు రెండడుగులు తవ్వి పాతి పెట్టాలి. రోజు దాన్ని తొక్కుకుంటూ పోతే మన ఇంట్లో దరిద్రమంత పోతదని నమ్మకం. కాని హింగ్యా మాత్రం

"ఉడుము మాంసం తినాలని ఉంది" అంటూ దాన్ని వండించుకుని తిన్నదట

అలా మూడుసార్లు తన పిల్లలను తన కడుపులోనే పోగట్టుకుంది.

ఇదంతా జరిగిన రెండేళ్ల దాకా హింగ్యాకు కడుపు రాలేదు. అయితే ఓ వర్షాకాలం చివరి రోజున ఓ జింక హింగ్యా కలలోకి అచ్చి

"నేను సచ్చిపోతున్నాను. నా బిడ్డ నీ మేకల మందలో ఉంది. ఆకలికి నిరసించిపోయింది. దాన్ని నువ్వు జాగర్తగా చూసుకో" అని చెప్పి జింక ఓ చెట్టులా మారిపోయింది. ఆ చెట్టుకు జింక కొమ్ముల్లా కొమ్మలు మొలుస్తుంటే ఆ సప్పుడుకు నిద్ర నుండి మేల్కొని మొగుడ్ని తీస్కొని మేకల మందలోకి ఏళ్లి సూసింది. మేకలన్ని ఒక వైపు నిల్చున్నయి. జింక పిల్ల మాత్రం ఓ మూల పడిఉంది. రెండు రోజుల కింద ప్రసవించిన ఓ మేక దగ్గరికి తీసుకెళ్లి పాలు తాగించనీకి యత్నం చేసింది. కాని మేక పాలు ఇవ్వకపోగా జింక పిల్లను కాలితో తన్నింది. ఇట్లా కాదనుకుని హింగ్యా జింక పిల్లను తీస్కొని ఇంట్లోకి ఎళ్లిపోయింది. మొగుడ్ని కింద పండుకోమని సెప్పింది. అతను సాప కిందేసుకుని పండుకున్నడు. హింగ్యా ఆ జింక పిల్లను తన పక్కనే మంచం పై పడుకోబెట్టుకొని జోలాలి పాడింది. పాడుతూ పాడుతూ తన రొమ్మును జింకకు పట్టించింది. జింక రాత్రంతా పాలు తాగుతానే ఉంది. హింగ్యా పండుకుంది.

తెల్లారింది. పొద్దున్న నిద్రలేచి సూస్తే తన రెండు రొమ్ముల నుండి లేత పసుపు రంగులో పాలు కారుతా ఉన్నయి. పక్కన జింక లేదు. జింక గురించి మొగుడ్ని అడిగింది.

"కల ఏమైనా కన్నావా" అంటూ హింగ్యాతో అన్నాడు.

ఆశ్చర్య పోయింది. రాత్రి జరిగింది నిజమా ? అబద్ధమా ? హింగ్యాకు అర్దం కాలేదు.

కాసేపు సుట్టూ వెత్కింది. తనకు దోస్తైన ఓ బాయిని జింక గురించి అడ్గింది. అప్పుడామె

"నిన్న రాత్రి మూత్రం అస్తుందని నిద్రలేచి ఇంటి బైటికి అచ్చిన. అప్పుడు ఓ నక్క తండాలో తిరగడం చూసిన" అని ఆ బాయి హింగ్యాతో సెప్పింది.

"అయ్యో పిల్ల జింక నక్కకు బలైపోయిందేమో" అని కొన్ని రోజులు బాధపడింది. తర్వాత నెలకే హింగ్యాకు కడుపొచ్చింది. ఈసారి కూడా ముందులాగే అవుతదని అందరూ అనుకున్నరు. కాని అలా ఏం కాలేదు. ఏడు నెలలకే పురిటి నొప్పులు మొదలైనయి. రెండు రోజులు ఎదురు చూసిన్రు. దాయి (మంత్రసాని) సలహా మేరకు మన సంప్రదాయ పద్ధతిలో(1980 వరకు ప్రసవాలకు ఈ పద్ధతిని వాడేవారు) పురుడు పోయ్యాలని అనుకున్నరు. పోయ్యి ఎలిగించి ఉడుకుతున్న నీళ్లలో గొన సంచుల్ని నానబెట్టిన్రు.

ఓ ఎడ్ల బండిని తెచ్చి దాని పైన వేడి నీళ్లలో నానపెట్టిన గోన సంచుల్ని పెట్టి, దానిపై హింగ్యాను పడుకోబెట్టిన్రు. తండాలో కొందరు డప్పు ఇనుప పళ్ళెం తీస్కొని భయంకర శబ్దాలను చెయ్యడం షురూ చేసిన్రు.

ఇద్దరు పెద్దమనుషులు ఎడ్ల బండి కాడెను లేపి తమ సేతులతో పట్టుకుని ఎత్తు పల్లాలు రాళ్లు ఉన్న దారి గుండా వేగంగా పరిగెత్తుతున్నరు. తండాలోని వారందరు బండి ఎనకే ఉర్కుతున్నరు. మొత్తం మీద చానా సేపటికి ప్రసవం జరిగింది. శిశువు ఏడ్పు విని బండిలోని వేగాన్ని తగ్గించి, బండిని తండా వేపు తీసుక పోయిన్రు.

"మా అమ్మ నన్ను అది సుడొద్దన్నా సూసిన, నేనైతే ఆ శిశువు బండి వెదురు బొంగుల సందులోంచి ఎక్కడ జారిపోతుందో" అనుకున్నాను.

కానీ ఏం కాలేదు

ఆ తర్వాత మావాళ్ళు అక్కడి నుండి అవుల మందల్ను అమ్మనీకి వేరే ప్రాంతానికి వలస చాలు జేసిన్రు. ఆ వలసలో నేను ఎడ్ల బండి దిగనే లేదు. అలా ఇటుగా మన తండాను దాటి పోతుంటే వలస ఎళ్తూ వయసుకు అచ్చిన ఆడబిడ్డను ఇలా అడవుల ఎంట తిప్పడం మంచిది కాదని ఈ తండాలో నాకు పెళ్ళి చేసి ఎల్లిపోయిన్రు.

కథ ఖతం అయ్యింది. కథ చెప్పిన బాయి ఝుమ్లి తలను నిమురుతూ ఉంది. ఝుమ్లి ఆ కథ నుండి బయట పడలేదు. ఇంకా దాని గురించిన దృశ్యాలు ఆమె తలలో కదుల్తా ఉన్నయి. తను ఆ ఎడ్ల బండి పద్ధతి ద్వారా పుట్టిందని తన దాది సెప్తే అది ఓ కట్టు కథ అంటూ కొట్టిపారేసేది ఝుమ్లి. కానీ ఇప్పుడు ఆమెకు నమ్మకం కల్గింది. తను కథ వింటూనే బిడ్డకు జన్మనిచ్చేసింది.

ఝుమ్లి మొదట పిక్లిని పిలిచి సాయం అడ్గింది. కాబట్టి పిక్లి శిశువు బొడ్డు పేగును మట్టి రంగు చేకుముకి రాయితో కత్తిరించి తన తలపై నుండి కప్పుకున్న టూక్రిని తీసి బిడ్డను తుడ్సి ఆ టూక్రితో అతని పెయ్యి సుట్టు సుట్టింది. చికటైపోయింది. చుట్టూ వాతావరణం కీచురాళ్ళ చప్పుళ్లతో నిండిపోయింది.

ఒక్కొక్కరిగా అందరూ తమ తమ ఇళ్లకు చేరుకున్నరు.

పిక్లి మాత్రం ఆ రోజు రాత్రి ఝుమ్లికి తోడుగా వాళ్ళ గుడిసెలోనే ఉండిపోయింది.

----★★----

పరిచయం

శ్రీ రమేశ్ కార్తీక్ నాయక్

రమేశ్ కార్తీక్ నాయక్ గోర్ బంజారాలకి సంబంధించి తెలుగు, ఇంగ్లీష్ భాషల్లో సాహిత్య సృజన చేస్తున్న కవి, కథకుడు. అతని ఆంగ్ల రచనలు Exchanges: Journal of Literary Translation – University of IOWA మరియు Poetry at Sangam, Outlook India లాంటి జాతీయ అంతర్జాతీయ అంతర్జాల పత్రికల్లో ప్రచురితమయ్యాయి. బల్దేర్ బండి(కవిత్వ సంపుటి) లోని ఓ కవిత 'జారేర్ బాటి' (జొన్న రొట్టెలు) SR & BGNR GOVT DEGREE ARTS AND SCIENCE COLLEGE, – ఖమ్మంలో పాఠ్యాంశంగా ఉంది. ఈ పుస్తకం 2021 వ సంవత్సరానికి గానూ కేంద్ర సాహిత్య అకాడమీ యువ పురస్కారానికి షార్టలిస్ట్ అయ్యింది. ఇంకా ఎన్నో అవార్డులను గెలుచుకుంది. ఆచార్య సూర్యాధనంజయ్ గారితో కలిసి సంపాదకత్వం వహిస్తున్న జమ్మి (తెలంగాణ గోర్ బంజారా కథలు) కథల సంకలనం త్వరలో రాబోతోంది.

ప్రస్తుతం Prof. G. Ram Reddy Centre for Distance Education, ఉస్మానియా విశ్వవిద్యాలయంలో M.A. English పూర్తిచేశాడు. 14 డిసెంబర్, 1997లో వివేక్ నగర్ తండా (జక్రాన్ పల్లి తండా) జక్రాన్ పల్లి మండలం, నిజామాబాద్ జిల్లాలో నుణావత్ కార్తీక్ జన్మించాడు. రమేశ్ కార్తీక్ నాయక్ అతని కలం పేరు. తల్లి సుణావత్ సెవంతాబాయి, తండ్రి నుణావత్ మోజీరాం. ఇద్దరు వ్యవసాయదారులే.

బతుకు పోరాటం మనసు ఆరాటం

❖ శ్రీమతి రాజ్యలక్ష్మి. ఎ

మూడేళ్ళయింది. వీరయ్య పంట పొలాలు సేద్యం చేస్తూ పిల్లల బంగారు భవితకు పునాదులు వేయడం ఆరంభించి... రెండెకరాల పొలాన్ని నమ్ముకుని: అందని నీళ్ళు అందే లోన్ల బాంకు చీట్లు పాత కత.. ఇప్పుడంతా సారవంతం గా పొలం దున్నుకోవడం.. లభ్యమౌతున్న మంచి వంగడాల సాయాన మంచి మొక్కలే రావడం అలవాటయి పోయింది.. వరి ఇతర వ్యాపార పంటలు మానేసి కూరగాయల వైపు ధ్యాస మరల్చుకున్నాడు వీరయ్య. మడిని మరక దున్ని నాలుగు భాగాలు చేసి వంకాయలు, బెండకాయలు, టమాటాలు పండిస్తూ గుమ్మడి తీగలు, బీర పాదులు ఒకో మూల నాటుకున్నాడు. జల కళల ప్రాజెక్టుల వలన తనకున్న గొప్ప వరం నీటి కొరత లేదు.. దగ్గరుండి అవసరమైనంత తడి మాత్రమే ఉండేట్టు చూసుకుంటూ నీరు వ్యర్థం కాకుండా జాగ్రత్త పడుతున్నాడు. అగ్రీ డిగ్రి చేతికి ఆసరా నిచ్చింది...బతుకు జరుగుబాటు.. నిరంతరం పోరాడాల్సిన పోరాటమే.. కాస్త ప్రణాళికను వేసుకుని జాగ్రత్తగా చేసుకుంటే మరీ ముళ్ళ దారి కాదు..

వీరయ్య కున్న సంసారం లో పెళ్లి చేయాల్సిన చెల్లి, చదువుకుని ఎదిగి బాధ్యత పంచు కోవాల్సిన తమ్ముడు ఉండడం వలన ఆలోచనల లో మునిగినా ఆనందపు పున్నములు క్రమం తప్పక వచ్చేవి.. తమ్ముడు ఇంజనీరింగు లో చేరడం తో వారి జీవితాన కలాం గారన్నట్టు పెద్ద కలలు చూడడం మొదలు పెట్టారు.. ఇంటరు చదివే చెల్లన్నా ప్రాణమే ఆ ఇంట్లో అందరికీ.

పై చదువుల్లో తోడబుట్టిన వారు. బడి చదువుల్లో తన ముగ్గురు పిల్లలు. ఓ కూతురు ,ఇద్దరు కొడుకులు. తన పరిస్థితులు తెలిసి మసిలే ఇల్లాలు పెద్ద వరం..

కూరగాయల సేద్యం కాబట్టి ఇంట్లో పౌష్టికాహారం దొరికి పోతుంది.. ఇంటికి వాడకానికి ఉంచుకునే వ్యాపారం.. మార్కెట్లు వెతికి అమ్ముకు రావడం ఖర్చులు చూసుకోవడం.. లెక్కా డొక్క తనూ, తమ్ముడు రోజూ చూస్తారు.. ఆకాశం లో నెలకు ఒక అమావాస్య ఒక పున్నమి. లెక్కలు చెల్లు.. పొలం లెక్కల్లో మిగులు కన్నా తగులే ఎక్కువ.. ఆర్థిక లోకపు ఆకాశం లో ఎన్నో అమావాస్యల మధ్య అప్పుడప్పుడు ఎప్పుడైనా ఒక పున్నమి.

ఆర్థిక విషయాలు ఆలోచిస్తుంటే ఊళ్ళో దొరకని కూరగాయల గురించి తమ ఇంటి వెనకాల పెరిగి పెద్దదవుతున్న మునగ చెట్టు కాపు కాస్తే వచ్చే అదనపు ఆదాయం గురించి ఆలోచనల అలలు తీరానికొచ్చాయి.భార్య రమణమ్మ చెప్పిందని మార్కెట్ల నుంచి వస్తూ తమ ఇంటి కోసం ఎలాగు కొన్ని కూరగాయలు తెస్తునే ఉన్నాడు.

ఇంటి ముందు అరుగులెప్పుడూ అలికి ముగ్గేసి అందంగా శుభ్రంగా ఉంటాయి.. మనసు లో మాట భార్య రాధమ్మ తోటి చెప్పాడు.. మార్కెట్ నుంచి వచ్చేటప్పుడు ఊళ్ళో దొరకని కాయలు ఎటూ తిరిగి తెస్తున్న ఖాళీ సంచుల్లో వేసుకొచ్చి ఇక్కడ అమ్మితే.. అందరికీ పనికొస్తుంది తమకు నాలుగు పైసలొస్తాయి..

అంగడి అందరం చూసుకుందామని ముందుకొచ్చిన ఆలోచన చెప్పాడు..

కాసేపు ఆలోచించి ఆమె సరేనంది.. మన కూరలు కొన్ని ఇక్కడ కొన్ని మార్కెట్ అంటూ మరో ఐడియా ఇచ్చింది..

అనుకున్నదే ఆలస్యం. ఇంట్లో గోతాల్లో బంధించిన కూరగాయలు ఒక అరుగులో అందం గా సర్దారు..కాసిన్ని నీళ్ళు చల్లి తడిపి గోతాల తోనే ఓరగా కప్పారు.. తరాజు తూకం రాళ్ళూ ఉండనే ఉన్నాయి.. ఓ బహుమతి వచ్చిన ప్లాస్టిక్ డబ్బా తెలిసిన వాళ్ళిచ్చినది కొత్తగా తళతళలాడుతున్నదే గల్లా పెట్టెగా మారింది.. ఎలాంటి లోన్లు, అనుమతులు లేకుండా అంగడి ముచ్చటగా తీరుగా కుదురుకుంది.. బేరాలు ఎట్లున్నా బాట్లు సరిగా ఉన్నాయి.. వస్తువు అమ్మిందే కాసు కంట్లో పడ్డది . గల్లా లో చేరి ఇంట్లో పడ్డది..

కాలు కదపకుండా కాసులు కళ్ళ పడుతున్నాయి.

ఊర్లో ఎంత మంది ఎన్నో ధాన్యాలు దినుసులు పండించినా కూరగాయల పట్ల ఎవరూ ధ్యాస పెట్టలేదు. దాంతో పోటీ లేని వ్యాపారం.. పొద్దున్న భార్య మధ్యాహ్నం వీరయ్య సాయంకాలం ఎవరికి వీలు దొరికితే వాళ్ళు.. సరుకుల డిమాండ్లకు తగినట్టు వీరయ్య మార్కెట్ ట్రిప్పులు వేసేవాడు.. ఊరి వారికీ ఈ పద్ధతి నచ్చింది, అందరూ మార్కెట్ యాత్ర అవసరం లేదు. ఊరి కూరగాయల బాధ్యత వీరయ్యది.. వంద గడపల ఊరు..

పెద్ద వ్యాపారం కాకున్నా నమ్మకమైన నిరంతర వ్యాపారం.. తమ తోట పంటలూ అమ్ముకునే అవకాశం.. ఊరి నుంచి వెళ్ళేప్పుడూ తిరిగి వచ్చేప్పుడు? రెండు సార్లు రవాణా..

గెలుపు మొదలయ్యాక గెలవడం అలవాటై పోతుంది.. చిన్న పాత బండి చవగ్గా వస్తే తీసుకున్నాడు.. తాము లాభాల లోంచి దాచిన డబ్బు వాడడం వలన మిగులు తగ్గి పోయింది.. కానీ రవాణా సులభమయ్యింది.. ఓ రోజు పొరుగు రైతు సోమయ్య మిల్లు కు వరి బస్తాలు పంపడానికి బండి

కావాలన్నాడు.. వీరయ్య జంకుతుంటే సోమయ్య భార్య "అన్నా భయం వద్దు బండి పదిలం గా తెస్తాడు. బాడుగ తీసుకో ఒకరికొకరు సాయమంటూ" సలహా ఇచ్చింది.. అలా మొదలయింది బండి బాడుగకు తిప్పడం..తమకు అవసరం లేని రోజు ఇతర రైతులకు రవాణా చేస్తూ వ్యాపారం ఇంకో రూటు వేసుకుంది..

తమ ఊరు.. పక్కనే ఉన్న నగరం. మధ్య వారధి వీరయ్య కూరగాయల రవాణా అమ్మకం..

మార్కెట్ లోనే ఉన్న కిరాణా షాపులో దొరుకుతున్న సబ్బులు, షాంపులు, పాల పౌడర్లు.. రవాణా చేయడం మొదలయ్యే సరికి తమ్ముడు ఇంజనీరింగు ఫైనలియర్ కు వచ్చేశాడు.. తన వ్యాపారానికి తోడుంటూ చదువుకునే తమ్ముడు నాగరాజు పై ఊళ్ళో ఉద్యోగాలంటూ వేరే చోటికి
వెళతాడేమో అన్న భయం తాను ఆపలేనన్న జంకూ కూడా వచ్చి చేరాయి..

నిజమే పెద్ద చదువులు చదివి చదువుకు తగ్గ ఉద్యోగం వెతుక్కోవాలి. చదివిన చదువు ఉపయోగపడే ఉద్యోగం సంపాదన తో బాటు సంతోషాన్నీ ఇస్తుంది.. ఆ సాంకేతిక రంగం వొద్దనుకుంటే సివిల్స్ పెద్ద పెద్ద ఆరు వరసల రహదారి. పక్కా తారు రోడ్డు లేని గ్రామ వాసి సివిల్స్ తయారీ అంటే పాలు కాచడం రాని మనిషి పాయసం వండినట్లే..

తమ్ముడి మనసు లో మాట తెలియక ముందే అతనికి బెంగుళూరులో ఐటీ ఉద్యోగం ఇట్టే వచ్చింది. ఎలక్ట్రానిక్సు చదివి ఐటీ ఉద్యోగం.. భీముడి దగ్గర వంట నేర్చుకుని పాస్తా వండినట్టే..చదువు ఇంకా ఆరు నెల్లుంది. ప్రాజెక్టు కాబట్టి నగరం లో ఓ కంపెనీ లో చేరాడు. ఏదో ఒక ప్రాజెక్టు పూర్తి చేసి విభాగం లో ఇస్తే ఇంక తాను ఇంజనీరు.. బతుకు గురించి నమ్మకం వచ్చింది.. చేస్తున్న ప్రాజెక్టు వచ్చిన ఉద్యోగానికి ఏ విధంగా చూసినా పనికి రాదు. అసలు దాని అవసరమే లేదు..

అన్న ఊందూరు లో అంగడి తో కుదురుకున్నాడు. బతుకు హైవే లో పయనిస్తుంది. తమ్ముడి సాయం బరువు పంచుకుంటున్నది..

బెంగుళూరుకు మారితే చదివిన సబ్జెక్టు పనికి రాదు.. అన్నకు సాయమూ అందదు.. కష్టపడి ఇష్టపడ్డ చదువు చదివిన ఫలితం కాస్తా బూడిద లో పోసిన పన్నీరు.. ప్రాజెక్టు కోసం కాంపొనెంట్లు కొనే అంగడికి తరచు వెళ్ళడం ఆ దుకాణం అతనూ ఎలక్ట్రానిక్సు కావడం తో స్నేహం కుదిరింది.

అతన్ని చూస్తుంటే ఆలోచనల పరంపర.. చదువుకు సంబంధం లేని పని బయటూరు లో చేయడం కంటే ఉందూరు దగ్గర ఎలక్ట్రానిక్ వస్తువుల షాపు పెట్టుకుంటే జరిగి పోతుంది.. చదివిన చదువు దారి లో ఉండడం జరుగుతుంది. కూరగాయలైనా. వస్తువులైనా అవసరమున్న వాళ్ళు తప్పక కొంటారు.. ఏమో! తన ఫీల్డ్ లో కాలేజి ప్రాజెక్టులు చేసి చేయించి అదే రంగాన ఉండవచ్చు..మంచిదైన తన చదువుకు సంబంధించిన ఉద్యోగం దొరికితే చేరనూ వచ్చు అనుకున్నాడు..

అనుకున్న విషయం అమ్మ ,నాన్న, అన్నా వదినలతో చెప్పాడు. ఈ నిర్ణయం తో తమ్ముడి సాయం కొనసాగుతుందని ఎగిరి గంతేసింది వీరయ్య మనసు.. ఇంత స్వార్థం పనికి రాదు.. వాడి భవిష్యత్తు తారురోడ్డు లోనే సాగాలని పెంచిన మధ్యతరగతి మనసు.. హెచ్చరించింది..

ఇంట్లో వారిది ఎటూ చెప్పలేని పరిస్థితి.. నెల నెలా వచ్చే జీతమా రోజు లెక్క రాబడి చూసుకుంటూ జాగ్రత్త పడాల్సిన వ్యాపారమా.. తమకేం ఆస్తులు లేవు...వ్యాపారం లో నష్టాలు వస్తే ఆర్థిక ఊబి లోంచి పైకా లాగలేరు.. ఉత్సాహంగా వచ్చిన పిల్లాడిని నీరుగార్చలేరు..

గెలవటం వచ్చిన వారి అడుగు ఎప్పుడూ ముందుకే.. సైకిలేసుకుని నాగరాజు నగరపు బజార్లో నాలుగు వీధులు తిరిగాడు. ఓ మూల మందుల కొట్టు పక్కన తలుపులు మూసేసి ఉంచిన చిన్న కొట్టిడి? కంట్లో పడింది..

ఫుట్ బాల్ ఆటలో బంతి గోల్ పోస్టు లో పడ్డంత సంబరమే జరిగింది.. గంట సేపు సైకిలు తొక్కిన శ్రమ గ్లాసెడు టీ తో ఎగిరినట్లే ఖుషీ దొరికింది.. ఆ షాపు వివరాలు తెలుసుకున్నాడు. అక్కడ చిన్న బట్టల కొట్టు పెట్టుకున్న బషీర్ బాయి అరబ్బు దేశానికి వెళ్ళాడు ఏదో అవకాశం వస్తే.. ప్రస్తుతానికి ఆ అంగడి ఖాళీగానే ఉంది. మరీ చిన్నది కావడం తో ఎవరూ ముందుకు రాలేదు.. ఆ అంగడి సొంత వారిని కలిసి అడ్వాన్సు ఇతర వివరాలు తెలుసుకుని ఇంట్లో చెప్పాడు. కూరగాయల గురించైనా నగరం లో ఓ గది అవసరమే పనికి వస్తుంది. అడ్వాన్సిచ్చి చేరి ఆలోచిద్దామని నిర్ణయించారు..

పది వేల పెట్టుబడి తో అమ్మకానికి వస్తువులు కొన్నాడు.. బల్బులు ,వైర్లు కూడా కొని పెట్టారు...మెల్లిగా మొదలైన అమ్మకాలు కొమ్మ అంటుకు వేర్లు వచ్చినంత బలమిచ్చాయి.. ముందు వెనకగా అమ్మకాలు.. లాభాలు..సమాజం లో అందరికీ పనికి వచ్చే అవసరముండే ఏ వస్తువుల వ్యాపారమైనా పుంజుకుంటుంది .. నాగరాజు విషయం లోనూ అదే జరిగింది.

తమ్ముడి కొట్టు బాల్య దశ అనుకుంటే తన అంగడి బాలారిష్టాలు దాటి బడి కెళ్ళిన చిరుత ప్రాయం..

ప్రతి రోజూ ఆఫీసు లో పని చేసే ఉద్యోగాలకన్నా ఎక్కువగా సమయపాలన పాటించాలి. నిన్న పిందెలు ఈ రోజు లేత వంకాయలు తాత్సారం చేసి ఒక్క రోజు కోయకుంటే బ్రహ్మచారి లా ముదిరి పోయే బెండలు.. కాయగా ఉన్నప్పుడే కోస్తే టమాటాలు దోరగా ఎర్రగా ఉన్నప్పుడు ఏరి కోరి కొంటారు. ఒక రోజు బద్ధకించినా సరుకు తాజాతనం అటకెక్కుతుంది.. మునగాకు దూయడం, ముదరకుండా ముందుగా కోసి బీర కాయలు మార్కెట్ చేర్చి అమ్మగలగడం ఏ రాకెట్ సైన్సు కూ తీసి పోవు..

విజయవంతంగా వ్యాపారం సాగించడం సరిహద్దుల్లో పోరాటానికి ఏ మాత్రం తీసిపోదు.. రక్తాలు గాయాలు ఉండవు గానీ పంట కు చీడ వచ్చినా కూరగాయలు కుళ్ళకుండా చూసుకో లేక పోయినా రక్తాశ్రువులు.. ఆర్థిక ఋణ రణాలు.. అన్ని రోజులు కూరగాయలు అవసరం.. అందుబాటులో ఏ కూర ఏ కాయలు దొరికితే అవి అవే కొంటారు జనాలు.. గద్వాల చీర పోచంపల్లి చీర కంచి పట్టు చీర ని బజారంతా వెతకరు.. ఏ రోజు దొరికిన తాజా కూరల తో తమ అవసరాలు తీర్చుకుంటారు.

తమ్ముడి కి ఆసరా చెబుతూ భుజం తట్టే అన్నగా వీరయ్య అన్నకు పక్కనే నడుస్తూ వ్యాపారం లో పది అడుగులు ముందుకేస్తూ.. ఒకే కుటుంబాన ఉమ్మడి బతుకులు..

ఒకరికొకరు అందిస్తూ అందుకుంటూ బలమైన బంధాలు బంగారు కలలు.. గెలుపు వరించడం సహజం. వారి చదువులు వారి జీవన పోరాటంలో ఆత్మస్థైర్యాన్ని పెంపొందించే పందిళ్ళు. దట్టమైన పందిరిలో పాకి అల్లిన జీవతపు తీగెలు పెనవేసుకుని రాధామనోహరాల కన్న అందమైన పూలనే పూస్తూ ఊరిస్తాయి.. ఊరికి ఉనికిని ఇస్తాయి.. యువత ఉండూరు లో ఉండి బతుకు తెరువు సాధిస్తే ఊరు మాయమవ్వదు.. మరింత ఊపిరి పోసుకుంటుంది. జీవితంలో ఉద్యోగం ఓ భాగం.. జీవించడం ఓ కళ. శ్రామికులైన సగటు మనుషులమందరం ఉత్తమ కళాకారులం.ఊరు మెచ్చిన ప్రయోజకులం..

----★★----

స్వపరిచయం

శ్రీమతి రాజ్యలక్ష్మి. ఎ
ఫోన్ : 9487486985
ఈ-మెయిల్ : arajyalakshmikvs@gmail.com

నివాసం: చెన్నై
సొంత ఊరు: నాయుడుపేట
తండ్రి గారి ఉద్యోగం కారణంగా చదువు హైదరాబాదు కర్నూలు తిరుపతి
ఉద్యోగం కేంద్రియ విద్యాలయ సంఘటన్
మొదట్లో ఫిజిక్స్ పిజిటి ఇంటర్ వాళ్ళకు ఫిజిక్స్ తర్వాత గ్రేడు వన్ ప్రిన్సిపాల్
భారత స్కౌట్సు అండ్ గైడ్సు లో ప్రీ ఎయల్ టి గైడర్
MA Physics MA తెలుగు యం బిఎ ఎడుకేషన్ మానెజ్మెంటు
తెలుగు వచన కవిత్వం
లఘు కవితలు
ప్రచురణలు మూడు సంకలనాలు (with ISBN numbers)
వేవ్వేరు కవుల సంకలనాలలో దాదాపు యాభై సంకలనాల లో కవితలు అచ్చయ్యాయి.
ఆంధ్ర సారస్వత సమితి మచిలీపట్నం వారి ప్రతిభ రత్న పురస్కారం 2018 లో .
సినారె పురస్కారం హైదరాబాదు వారి చే
సాహిత్యం చదవడం ఇష్టం. తమిళానికి అనువాదం చేయగలను. తెలుగు.నుంచి ఆంగ్లం అనువాదం వెబ్ సీరీస్ కంటెంటు కు ఆరు ప్రాజెక్టులకు చేసిన అనుభవం ఉన్నది. ఇంగ్లీషు హింది తమిళ తెలుగు కన్నడ ఫ్రెంచ్ (B1) భాషల లో పట్టు ఉంది జర్మను భాష (A1)తెలుసు.
యూరోపు లో కొన్ని దేశాలు పర్యటన ఫామిలీ తో చేశాను. స్కౌటింగు కారణం గా తమిళనాడు కేరళ కర్నాటక రాష్ట్రాలలో బోలెడు కేంద్రియ విద్యాలయల లో పర్యటించాను..
సామాజిక సేవ సాహిత్య అధ్యయనం తెలుగు భాష పరిరక్షణ నాకు అభిరుచి ఉన్న అంశాలు..

కన్యాశుల్కం

❖ శ్రీ పొంద్రంకి సుబ్రమణి

ముత్యాలమ్మవారి మాడ వీధిలో ఉంది వాంబాటివారి ఇల్లు. అప్పటి కాలంలో అప్పటి కాలమాన పరిస్థితుల్లో బర్మాటేకుతో కట్టినదేమో విశాలమైన మండువాలో మూడు లోగిళ్లతో మంచి పసందుగా ఉంటుందా ఇల్లు. నిటారుగా నిల్చున్న తిరుమల కళ్యాణ మండపంలా--దూలాలు కూడా బలమైన బర్మా టేకువే. చుట్టూరా పరచుకున్న పెరడు తోట పచ్చదనంతో– ఫల పుష్ప వృక్ష సముదాయంతో విలసిల్లుతూ చూపరులను ఆకట్టుకుంటుంది. అంతేనా–కాదు. ఏడాదికో, రెండేళ్ళకో బ్రహ్మకమలాలు సహితం తామున్నామంటూ విరబూసి వికసిస్తూ పలకరిస్తుంటాయి; వాడ వాడనూ అక్కడకు రప్పిస్తూ-- కాని ఏమి లాభం--ఆ సువిశాల నివాసంలో ఉండేది ఎందరని-- ఒంటి నిట్రాటలా ఒకే ఒక వ్యక్తి- కరుణాకర్. నాలుగేళ్ళ క్రితం పిల్లలకు నోచుకోకుండా భార్యను కోల్పోయిన విదురుడు- విడోయర్. మొత్తానికి అవలోకించి చూస్తే అతడు కంకణం కట్టుకునే ఒంటరివాడుగా మిగిలిపోయినట్టున్నాడు. గత జ్ఞాపకాల సరిహద్దుల్లో కుదురుగా కూర్చుని తీరిగ్గా కాలం గడుపుతూ.

ఇక వాస్తవానికి వస్తే–ఇతడి గుణాంశం తెలిసే గాబోలు సౌదామిని పోతూ పోతూ మాట తీసుకుంది. తను బిడ్డలు కనలేకుండా అన్యాయం చేసిందని, వంశాంకురం మిగలకుండా చేసిందని-- అంచేత తన గురించి అంతగా తలపోయకుండా మారు మనువాడమని. కాని–అలా జరగలేదు. పలువురి నుంచి ఎంతటి

ఒత్తిడి వచ్చినా- నలువైపులా ఆశల తరంగాలు ఎంత ఎత్తున వచ్చి ఢీకొన్నా ప్రలోభాలకు పాదాలు తడవనీయకుండా ఉండిపోయాడతను. చివరకు అత్తామామలు సహితం స్వయంగా వచ్చి బ్రతిమాలి బామాలినా పెడచెవిన పెట్టూ దైనందిన వ్యాపార వ్యవహారాలలో మునిగి తేలుతూ అతడా ఊసు ఎత్తడం ఎప్పుడో మానుకున్నాడు.

ఇక అసలు విషయానికి వస్తే, వ్యాపారం కూడా ఓ విధమైన వ్యసనమేగా! దానిలో దిగితే మళ్లీ బైటకు రావడం అంత తేలిక కాదుగా! రెమ్మ రెమ్మకూ పూవు. కాని—మానవ భావోద్వేగ జీవితానికి అలా పలు పువ్వులుండవుగా! జీవితానికి మల్లెతీగలా పెనవేసుకుని జీవించిన సౌదామిని ఒక్కతేగా చివరి వరకూ తనకు తోడు-జ్ఞాపకాల పందిరి నీడలా.

ఐతే, ఇక్కడ పరిస్థితులు ఇలా ఉండగా- అటు కరుణాకర్ చిన్ననాటి నేస్తం చంద్రబోసు నిమ్మకు నీరెత్తినట్టు నిర్లిప్తంగా చూస్తూ ఉండలేకపోయాడు. తన ప్రాణమిత్రుడు బిడ్డా పాపలు లేకుండా తోడూ నీడా లేకుండా అలా ఊరవతల మొలిచిన ఏక దళ వృక్షంలా జీవితం గడపుతుండటం భరించలేకపోయాడు. మిత్రడి జీవన ప్రాంగణాన్ని కళా కాంతులతో నింపడానికి అటునుండి ఇటు చప్పుడులేకుండా నరుక్కుంటూ వస్తున్నాడు. పావులు కదుపుతూనే ఉన్నాడు. ఏది ఏమైతేనేమి చంద్రబోసు యెట్టకేలకు మిత్రుడి వ్యవహారాన్ని ఒక కొలిక్కి తేగలిగాడు. మనసుంచి ప్రయత్నిస్తే ఏదే? మాత్రం వీలుపడదని--మిత్రుడితో ఒక సెటిల్మెంటుకి వచ్చాడు. వాళ్ళకు తెలిసిన దూరపు బంధువుల కుటుంబం విశాలంగా విస్తరించి ఉన్న ముందు పోర్షన్ లో ఉండేటట్టు, ఇక మాటి మాటికీ యెగనామం పెట్టే పనావిడ కోసం వెతుకులాట లేకుండా ఉదయమూ సాయంత్రమూ కరుణాకర్ కి కాఫీలు గాని టీలు గాని ఠంచనుగా దొరికేటట్టు--దానితో బాటు రాత్రి పూట భోజనం కరుణాకర్ అడిగినా అడక్క పోయినా తన గదికి పంపించేటట్టు-ఈ ఖర్చులకు తగ్గట్టు-బడ్జట్టుకి అనుగుణంగా వాళ్ళివ్వ బోయే ఇంటి బాడుగనుండి సర్దుబాటు చేసుకునేటట్టు--లైఫ్ ఈజ్ ఎ బిజినెస్ బ్యాలెన్స్ షీట్-కాదా మరి.

అంతా విన్న కరుణాకర్ ఔనూ అనలేదు. కాదూ అనలేదు. తనను ఆవహించిన ఒంటరితనాన్ని తను మెల్లమెల్లగా భరించడం అలవాటు చేసుకోగలిగాడు. ఒంటరితనాన్ని తనలో ఒక భాగంగా కలుపుకోగలిగాడు. కాని మిత్రుడే తన ఒంటరితనం చూసి ఏదేదో ఊహించేసుకుంటూ తల్లడిల్లిపోతున్నట్టున్నాడు. ఆ మాటకు వస్తే—తనది మరీ ఒంటరితనపు బ్రతుకు అనడం సబబు కానేరదు. కారణం-తను రోజంతా కంపెనీ సేల్స్ ఎగ్జిక్యూటివ్ ల మధ్యా-ఫ్రంట్ ఆఫీసు సిబ్బంది మధ్యేగా గడిపేది. నిరంతరంగా లావాదేవీలు చూసుకుంటూ బిజినెస్ మీట్స్ లో పాల్గొంటూ పగలంతా ఆపసోపాలు పడుతూ--హాఁ! ఐతే-ఇల్లు చేరిన తరవాత తను నిజంగానే ఓ విధమైన నిస్తేజానికి లోనవుతున్నది కొంతలో కొంత వాస్తవమేనేమో--. సౌదామిని ఇంకా బ్రతికే ఉన్నట్టు-సరసరా శబ్దం చేసే పట్టుచీర కట్టుకుని తన చుట్టూరా తిరుగాడుతున్నట్టు-తమకంతో జుత్తులోకి చేతులు పోనిచ్చి తనకు ఆప్యాయంగా సపర్యలు చేస్తున్నట్టు ఫీలవుతున్నాడు. అది నిజం కాదని-అదిక యెన్నటికీ నిజం కాబోదని తోచిన మరుక్షణం, ఓ విధమైన క్రుంగుబాటుకి లోనవుతున్నాడు. తనకు గాని కూతురో కొడుకో కలిగుంటే ఇంతటి నిస్తేజానికి లోనయేవాడు కాదేమో! పిల్లల ముఖంలో సౌదామిని ముఖ ఛాయలు చూస్తూ తెరపి చెందేవాడేమో! ఆమాటకు వస్తే ఇకపైన సౌదామిని స్థానాన్ని ఎవరు వచ్చినా ఈ జన్మలో పూరించలేరేమో! తనకు తెలుసు-తన భార్య గంధర్వ స్త్రీ.

అలా ఆలోచించుకుంటూ చప్పున చంద్రబోసు బంధువుల గురించి తలపోసాడు. ఇంతకూ వాళ్ళు ఎంతమందని--భార్యా భర్తలూ-ఇద్దరు కూతుళ్ళూనూ-వాళ్లతో బాటు ఒక కొడుకూను. మొత్తానికి పెద్ద కుటుంబమే--అంత పెద్ద గిడ్డంగి వంటి ఇంటినీ ఎక్కణ్ణించో గ్రహాంతరసీమ నుండి ఎవరో వచ్చి అకస్మాత్తుగా ఆక్రమించుకున్నట్లుందతనికి. పెద్ద కుటుంబం కదూ--అలానే ఉంటుంది మరి-- ఊళ్లో తను పుట్టి పెరిగిన ఇల్లు మాత్రం ఎలాగుండేదని--ఇలానే ఉమ్మడి కుటుంబంతో ఇల్లంతా తామర తంపరగా ఉండేది. ఐతే మాత్రం, ఎంత సందడిగా మరెంత నిండుగా ఉండేదని--అతడు ఆలోచనల్ని తెంచుకున్నాడు. ఇలలోకి వచ్చాడు. పెద్దమ్మాయి శ్వేత ఇంటి వద్దనే ఉంటుంది; తల్లికీ తండ్రికీ సహకరిస్తూ--తమ్ముడుకి దీపాలు పెట్టే వేళ దాటిన తరవాత హోమ్ వర్కు చెప్తూ--తండ్రి రామ్మూర్తిగారేమో-ఏదో బట్టల కొట్టులో సీనియర్ గుమాస్తా. తల్లి సుందరాంబ ఇంట్లోవాళ్ళ ఆలనా పాలనా చూసుకుంటూ ఆవకాయ పచ్చళ్లూ, ఉసిరికాయ పచ్చళ్ళూ చేసుకుంటూ ఇంటి పట్టున ఉండే గృహిణి. అదేమి విచిత్రమో మరి-ఎందుకో మరి-చిన్నా పెద్దా అన్న తేడా లేకుండా-అందరూ యమ బిజీగా కనిపిస్తారు ప్రొద్దుటే ఆరంభమయే పూజా పునస్కారాలతో--అదీను ఎంత వరకని-రాత్రి దీపాలు ఆర్పేంత వరకూ—ఒక విధంగా చూస్తే కుటుంబం కూడా ఒక వ్యాపార వ్యవస్థ వంటిదేనేమో—అనుక్షణం అలర్టుగా బిజీగానే ఉండాలేమో!

అలా సాగుతూ రోజులు మూడునెలలుగా రూపాంతరం చెందాయి.

ఆరోజు కారులోనుంచి దిగి గుమ్మాన బూట్సు విప్పి టై వదులు చేసుకుని హాలులోకి వచ్చేటప్పటికి రామ్మూర్తి కుటుంబం యావన్మందీ నేలపైన కూర్చుని సీరియస్ గా మాట్లాడుకోవడం గమనించాడు కరుణాకర్. కాస్తంత నివ్వెరపాటుకి లోనయాడు. ఎందుకంటే—ఆ సమయాన ఇంటిల్లపాదీ అదేదో మెస్ నడుపుతున్నట్లు యమబిజీగా ఉంటారు. అంతెందుకు, అప్పుడప్పుడు తన రాకను సహితం గుర్తించరు--మొదట్లో అతడికి అసహనం వంటిది కలిగినా ఆ తరవాత అదంతా యథాతథా అన్నట్టు అలవాటయింది. కాని ఈసారేమో తనను చూసి కూడా కదలకుండా వాళ్ళందరూ హాలులో మినీ సమావేశం జరపడం ఆశ్చర్యకరమే—కాసేపు తరవాత అతడు దుస్తులు మార్చుకున్న తరవాత శ్వేత వచ్చింది కాఫీ కప్పుతో-సాసర్లో బిస్కట్లు ఉంచుకుని —మరొక మారు ఆశ్యర్యకరం. ఎందుకంటే, తన గదిలోకి ఏదైనా ఇవ్వాలంటే వాళ్ళ అమ్మ సుందరాంబగారే వస్తారు. ఇక చెప్పాలంటే ఇంత వరకూ ఒక్కసారంటే ఒక్కసారి కూడా అక్కాచెల్లెళ్ళెవరూ తన గదిలోకి ప్రవేశించిన పాపాన పోలేదు. ఆ అంశాన్ని అతడు గుర్తించక పోలేదు. ఎవరి జాగ్రత్తలో వాళ్లు ఉండటం మంచిదే కదా! మరి ఈనాడేమో వాళ్ల పెద్ద కూతురు-పెళ్లీడుకు వచ్చిన శ్వేతను కాఫీ కప్పుతో పంపించారంటే—ఏదో విషయం ఉంటుందేమో--అలా ఆలోచించుకుంటూ లేచి అతడు కాఫీ కప్పుని, బిస్కట్లూ అందుకుని-'థేంక్స్'అని వెళ్ళి కుర్చీలో కూర్చున్నాడు. కాని--నిష్క్రమిస్తుందనుకున్న శ్వేత ఇంకా అక్కడే నిల్చుని ఉంది. " ఏదైనా చెప్పాలండీ!" తలూపిందామె."మరైతే వచ్చి కూర్చోండి" స్టూలు చూపించాడు.

"పర్లేదు నిల్చునే చెప్తాను. ఈ నెల ఇంటి బాడుగ సరైన టైముకి మేం ఇవ్వలేక పోవచ్చు కొన్ని అనివార్య కారణాల వల్ల"

"దానికేముంది? వచ్చే నెల కలిపి ఇచ్చేయండి"

"అబ్బే—వచ్చేనెల కూడా వీలుపడదేమో--"బిస్కట్లు తింటూ కాఫీ తాగుతూ ప్రశ్నార్థకంగా చూసాడు కరుణాకర్. ఆమె కాసేపు మాటల్ని వెతుక్కుంటూ బదులిచ్చింది-"మీరిప్పటికే మీ ఫ్రెండు రిక్వెస్ట్

ప్రకారం బాడుగ చాలా తక్కువ చేసి ఇచ్చారు. ఇంకొక చోటైతే, పన్నెండు వేలిచ్చినా మాకు ఇటువంటి ఇల్లు దొరకదు-మీకోసం అయే ఖర్చుని కలుపుకుని--కాని ఎదురు చూడని విధంగా పరిస్థితి అదుపు దాటిపోయింది. మా బాబాయికి మూర్ఛ రోగం ఉంది. ఆయనికిప్పుడు చాలా సీరియస్ గా తయారయింది. హాస్పిటల్ లో ఉన్నారాయన-మా పిన్నేమో ఉద్యోగం చేయడం లేదు. వాళ్లకు ఇద్దరు కొడుకులూ, ఒక కూతురూను. నాన్నగారి జీతమంతా మా బాబాయి మందుల ఖర్చులకే ఐపోయింది"అతడిక మాట్లాడలేదు. లేచి వెళ్లి ప్యాంటు జేబు నుండి పర్సు తీసి రెండువేల రూపాయలు అందించాడు. అది చూసి శ్వేత చటుక్కున రెండడుగులు వెనక్కి వేసింది-"వద్దండీ!మీరుగాని రెండు నెలల పాటు గడువిస్తే అదే పదివేలండి. ప్లీజ్-ఇలా అడుగుతున్నందుకు ఏమీ అనుకోకండి "అతడిక స్పందించకుండా ఖాళీ కప్పుని, సాసర్ ని అందించి తలూపుతూ ఇంటీరియర్ గది లోపలకు వెళ్లి పోయాడు. అది టీవి న్యూస్ చూసే సమయం...

అలా గడువు తీసుకున్నా ఇంటి బాడుగ వాళ్ళు మూడవ నెల కూడా నెలసరి ఇంటద్దె ఇవ్వలేక పోయారు.

ఈసారి శ్వేత, సుందరాంబ కలసి వచ్చి ఏదో వివరించడానికి ప్రయత్నించారు. కాని అతడు ఆగకుండానే విషయం తనకు ముందే తెలుసన్న రీతిన తలూపుతూ సాగిపోయాడు. అదేమి గ్రహపాటో మరి--అదే రోజు సాయంత్రం కరుణాకర్ పెందలకాడే ఇల్లు చేరాడు నీరసంగా చూపులు చూస్తూ--వైరల్ హైడిగ్రీ ఫీవర్..వాస్తవానికి అతడు తన సీనియర్ మేనేజర్ పరశరామ్ కి ఓ మాట చెప్పి తిన్నగా నర్సింగ్ హోమ్ కి వెళ్ళి చేరి పోవాలనుకు న్నాడు.కాని--ముఖ్యమైన బిజినెస్ మీట్ ఉండటాన మూడ్ కూడా చెదరడం వల్ల వీలులేక పోయింది, విపరీతమైన నిస్సత్తువ ఆవహించి మంచంపైన వాలిపోయాడు. విషయం తెలుసుకున్న రామ్మూర్తి క్లీనిక్ నుండి డాక్టర్ ని పిలుచుకు వచ్చాడు. మాత్రలివ్వడానికి—జావ వంటి తేలికపాటి భోజనం-పథ్యంతో కూడిన పదార్థం ఇవ్వడానికి అక్కా చెల్లెళ్లిద్దరు దగ్గరుండి అంతా చూసుకున్నారు. ఆలోపల కబురందుకున్న చంద్రబోస్ పరుగున వచ్చాడు. మిత్రుడి వేగిరపాటు చూసి నీరసంగా నవ్వడానికి ప్రయత్నించాడు కరుణాకర్.."ఇదేమీ అంత సీరియస్ బాపతు జ్వరం కాదురా డింభకా! శ్వేత గాభరాపడి ఏదేదో చెప్పి నిన్ను కంగారు పెట్టేసుంటుంది"

"ఇంతకీ ఏమైందిరా కరుణా? రెగ్యులర్ గా జిమ్ముకి పోతుంటావు ఒక్క రోజు కూడా తప్పకుండా-ఒంటిని ఇనుప కడ్డీలా ఉంచుకుంటావు. నువ్వేలారా ఉన్నట్లుండి మంచాన పడి ముకులించుకుపోయావు?"

"జస్ట్ లైక్ దట్. పార్టనర్స్ మీట్ లో జోరైన వాద వివాదాలు. ఐ.టీ బృందం వాళ్ళ రాకతో వేడెక్కిన వాతావరణం-ఇవన్నీ ఒంటిపై నా మైండు పైనా ప్రభావం చూపినట్టున్నాయి. లెట్ మి రిలాక్స్—అంతా సర్దుకుపోతుందిలే మజా మజాగా—"

"అదలా ఉంచుగాని—నీతో ఓ ముఖ్యమైన విషయం మాట్లాడాలి"

"నాకు తెలుసులేవోయ్ నువ్వు చెప్పబోయేది--మీ వాళ్ళు ఇంకా ఇవ్వని బాడుగ డబ్బులకోసమేగా! డోంట్ వర్రీ నేనుగా వెళ్లి అడగనులే—వాళ్లుగా వచ్చి ఇచ్చేంత వరకూ—"ఉష్! మేటర్ అది కాదు-మరొకటి—"అంటూ లేచి వెళ్లి గది తలుపుకి గొండెం పెట్టి వచ్చాడు చంద్రబోస్.

★★★

ఆ రోజు శుక్రవారం. బిజినెస్ హెడ్ క్వార్టర్స్ నుండి వచ్చిన తోడనే సోఫాలో కూర్చుంటూ టైని వదులు చేసుకుంటూ రామ్మూర్తి దంపతుల్ని పిలిచాడు కరుణాకర్ హాలులోకి రమ్మనమని. హాలులోకి పరుగు వంటి

నడకతో ఏతెంచిన భార్యాభర్తల్ని ఎదురుగా కూర్చోమని సంజ్ఞ చేస్తూ ఆరంభించాడు."శ్వేతను నాకిచ్చి పెళ్ళి చేయడానికి ఒప్పుకున్నారట–చంద్రబోస్ చెప్పాడు. ఔనా!"ఇద్దరూ ఒకరి ముఖం ఒకరు చూసుకున్నారు గాని—పెదవి విప్పలేదు. మళ్లీ ఆరంభించాడతను–"కాయ శరీరం కావటాన–ఆరోగ్యంగా, దృఢంగా ఉన్నట్టు కనిపించవచ్చుగాని–నా వయసు ఎంతో తెలుసా?నలభై—కాని చంద్ర బోస్ ఇచ్చిన భోగట్టా ప్రకారం శ్వేత వయసేమో––ఇంకా పాతిక కూడా పూర్తిగా దాటలేదట.అలాంటప్పుడు మామధ్య ఈడూ జోడూ కుదురుతుందా! అసలు నన్నడిగితే ఇక్కడ కూర్చునే చెప్పగలను–శ్వేత వంటి యవ్వనవతి ససేమిరా నన్ను చేసుకోదని—మీరందరూ బలవంతంగా మెడలు వంచి చెప్పించితే తప్ప—"

అప్పుడు హాలు వాకిట శ్వేత కంఠ స్వరం ఖంగున మ్రోగింది–"లేదు నన్నెవరూ బలవంత పెట్టలేదు. నా ఇష్టం తెలుసుకునే బోసు అన్నయ్య మీకు తెలియ చేసాడు. ఇంకా మీకు డౌటుందా?"ఆ మాట విన్న కరుణాకర్ తల తిప్పి చూసాడు. ప్రసన్నంగా అతి ప్రశాంతంగా కనిపిస్తున్న ఆమె ముఖం వెనక ఎంతటి పట్టుదల దాగుందో ఊహించ గలిగాడతను. మెల్లగా లేచి ఆమెను సమీపించి ఆమె కుడి చేతిని అందిపుచ్చుకుని హాలులోకి తీసుకువచ్చి—"ముఖ్యమైన విషయం–– రండి కూర్చోండి. సావధానంగా మాట్లాడుకుందాం. "ఆమె అతడి చేతినుండి తన చేతిని విడిపించుకోవడానికి ప్రయత్నించకుండానే ఆతడితో బాటు నడచి వచ్చి కూర్చుంది." మొదట నా హృదయ పూర్వక ధన్యవాదాలు స్వీకరించండి" ఎందుకన్నట్టు సూటిగా చూసింది శ్వేత. "మరెందుకో కాదు—వయసు తేడా ఉన్నా—దానిని లక్ష్యపెట్టకుండా నా పైన విశ్వాసం ఉంచి నాతో ఏడడుగులు నడవడానికి సిద్ధమయినందుకు. ఇక మీ ఒప్పుదల ఎలాగూ ఉన్నందున మనమిక ముందుకు సాగుదామా?" రామ్మూర్తి సుందరాంబ ఇద్దరూ తలలూపారు. కరుణాకర్ నిదానంగా చెప్పనారంభించాడు."మంచిది. ఇక అసలు విషయానికి వస్తాను. మా కుటుంబానికి వంశపారంపర్యంగా వచ్చే రెండు ఆనవాయితీలు ఉన్నాయి. మొదటిది. మేమిద్దరూ పెండ్లి పీటలపైన కూర్చోకముందే మీరు పెళ్లి కొడుకు కాబోతున్న నాకు ఏదైనా అర్పించాలి. అర్పించగలరా?"అప్పుడు సుందరాంబ కలుగ చేసుకుంది– "మమ్మల్ని బొత్తిగా లేని వాళ్ళమనుకోకుండి.వీ లున్నంత వరకు చేస్తాం"అతడప్పుడు నిదానంగా అన్నాడు "అడుగుతున్నందుకు అన్యథా భావించకండి. ఏమీ చేస్తారు? ఏమీ చేయగలరు?"

"తెనాలిలో మాంచాలమ్మ చెరువుకి ఆనుకుని మూడెకరాలు మాగాణి ఉంది. ఇప్పుడు దానిని కౌలుకిచ్చాం. దానిని అమ్మి మీకు నగదు కావాలంటే అలాగే ఇస్తాం. కాదూ–మూడెకరాల మాగాణీ నేలను మీ పేర వ్రాసివ్వమంటే–– అదీ చేస్తాం"

"గుడ్. సంసిద్ధతలోనే ఉన్నారన్న మాట! ఇక మాకు కావలసిన వాళ్ళ ముందు నగుబాటు, ధోకా, ఉండదన్నమాట––ఇప్పుడు మీరు చెప్పవలసింది మీరు చేయబోతున్నారు కాబట్టి, నేనిక మరొక ఆనవాయితీ గురించి చెప్పాలి. ఆ ఆనవాయితీ ప్రకారం మేము సహితం కాబోయే వధువుకు మా కుటుంబం తరపున ఏదైనా ఇవ్వాలి. కాస్తంత విలువైనదే ఇవ్వాలి. దానిని నేను మీకు ఇవ్వను. ఎవరికి ఇవ్వాలో వాళ్లకే ఇస్తాను. అదీను పెండ్లి పీటలపైన కూర్చోకముందే ఇస్తాను"

"ఇలా అడుగుతున్నందుకు ఏమీ అనుకుకోకు నాయనా—ఎవరికి ఇస్తారు?" సుందరాంబ అడిగింది."నాకు కాబోయే భార్యకు. ఇందులో మీకేమైనా ఆక్షేపణ ఉందా?"లేదన్నట్టు తలలు అడ్డంగా ఊపారు భార్యాభర్తలిద్దరూ—

"కాని నాకుందని" ఖంగున వినిపించిన శ్వేత గొంతు విని ఆశ్చర్యంగా తల తిప్పి చూసాడు కరుణాకర్. "ఔను నాకుంది ఆక్షేపణ. ఎందుకంటే-మీరు మా అమ్మానాన్నల్ని యెందుకు నమ్మడం లేదు?"

"మీరు నన్ను అపార్థం చేసుకుంటున్నారు. ఇది మీ ఇష్టం పైనా-నా ఇష్టంపైనా ఆధారపడిన విషయం కాదు. ఇది మా వంశ సంప్రదాయం.దానిని నేనుగా ఇప్పుడు మీరలేను. ప్లీజ్ ట్రై-టు అండర్ స్టాండ్" దానితో అందరూ మిన్నకుండిపోయారు.

★★★

కార్తీక మాసం. ఊరిలో ఉన్న వాళ్ళ బంధువుల్ని చూసి రావాలని గదినుండి బైటకు వెళ్లిన కరుణాకర్ మూడు రోజులుగా మళ్ళీ కనిపించలేదు. ఇంటిల్లపాదీ కంగారు పడ్డారు. కొంపదీసి జ్వరం తిరగబడి ఊళ్ళో కదలలేని పరిస్థితిలో మంచాన పడ్డాడేమో! శ్వేత కలత చెందుతూ ఆటోరిక్షా వేసుకుని కరుణాకర్ వాళ్ళ కంపెనీ ఆఫీసుకి వెళ్ళింది. అక్కడ కూడా లేడు. ఆమె రాక గమనించిన డిప్యూటీ మేనేజర్ ఆమెకు ప్రత్యుత్థానం? చేస్తూ అన్నాడు-"బాస్ ఇప్పటికిప్పుడు రాక పోవచ్చండీ—మారిషస్ వెళ్ళారు బ్రాంచాఫీసు తెరవడానికి-విస్తరించడానికి--"నివ్వెరపాటు నుండి తేరుకుంటూ

అడిగిందామె

"ఎప్పుడొస్తారు? "

"ఇప్పటికిప్పుడు చెప్పడం కష్టమండీ! అక్కడి బ్రాంచాఫీసుని ఎస్టాబ్లిష్ చేయడానికి రోజులు కాదు నెలలు కూడా పట్టవచ్చు- అది మా కంపెనీకి ప్రిస్టేజ్ మేటర్. మీకు ఇవ్వమని ఒక కవరు ఇచ్చి వెళ్లారు. తీసుకుంటారా!"శ్వేత ఊ అంది. అతడు డ్రాయర్ సొరుగులో నుండి తీసి ఇచ్చిన పొడవాటి దళసరి కవరు అందుకుని విప్పిందామె.

మై డియర్ యంగ్ ఫ్రెండ్!

మొదట నన్ను క్షమించమని కోరుతున్నాను. చెప్పా పెట్టకుండా మారిషస్ వెళ్ళిపోతున్నందుకు. మళ్లీ ఎప్పుడు వస్తానో నాకే తెలియదు. ఇది పోటీ ప్రపంచం—ఎప్పుడేమి జరుగుతుంది—ఏదెలా జరుగుతుందో చెప్పడం మానవ మాత్రులకు సాధ్యం కాదు. ఎందుకంటే ఇప్పటి డిజిటల్ వ్యాపార ప్రపంచం అటువంటిది మరి—అలాగని నేను వాటికి వేరని చెప్పడం లేదు. ఆ మాటకు వస్తే నేను కూడా ఒక వ్యాపారినే కదా-ఇక రెండవ విషయానికి వస్తున్నాను. మిక్కిలి ముఖ్యమైన విషయం. మీకున్న త్యాగ గుణం—దైవీక గుణం—నన్ను ముగ్ధుణ్ణి చేసాయి. ఇంకా చెప్పాలంటే ఎవరికైనా మీ వంటి స్త్రీ భార్యగా దొరకడమంటే పూర్వజన్మ సుకృతమే—మీ కుటుంబం కోసం ఎంతటి త్యాగానికి సిద్ధపడ్డారు! మైమరిచాననుకోండి. మన మధ్య జరిగిన ఒప్పందం ప్రకారం మా కుటుంబ ఆనవాయితీ ప్రకారం ఇంటిని మీ పేర వ్రాయడానికి మీ పూర్తి వివరాలు తెలుసుకోవడానికి-తెలుసుకుని రికార్డు చేయడానికి మీ చెల్లిని మీరుంచుకున్న స్కూలు టీసీ ని అడిగాను. అందులో ఉంది—మీ వయస్సు ఇరవై ఐదు కాదని—నిజంగా ఇరవై రెండు కంటే తక్కువని--ఏది యేమైనా మిమ్మల్ని పెండ్లి చేసుకోకూడదని ఎప్పుడో నిర్ణయించాను. నా వయసుతో పోల్చి చూస్తే మీది చిన్న వయసే కదా! ఇక పోతే —నేను వ్యాపారినే కావచ్చు-మానవత్వాన్ని కోల్పోయిన మనిషిని మాత్రం కాను. అన్నిటికీ బేరసారాలు చేయడానికి పూనుకోను-అన్ని చోట్లా వ్యాపార చతురత చూపించను. అదే రీతిన నేనంద చేసిన సహాయపు ఉచ్చుతో మీ వంటి ఉత్తమ స్త్రీ మెడ చుట్టూ

ఉచ్చులు తగిలించను. నేను జబ్బున పడ్డప్పుడు మీరు చేసిన సేవలు, సపర్యలు మరవను. జీవితాంతం గుర్తుంచుకుంటాను

ఆ రోజు మిమ్మల్ని సబ్-రిజిస్ట్రార్ వద్దకు తీసుకువెళ్ళి జాయింటుగా చేసిన నా ఇంటి టైటిల్ డీడ్ ని ఇక్కడ పొందు పరుస్తున్నాను. నా పైన కోపంతో వద్దనకండి. ప్లీజ్! ఇక నా విషయం అంటారా-నా ఒంటరితనం గురించి అంటారా-అది నాకలవాటేగా!ఇక నాగురించి దిగులు పడకండి-- నా వయసుకి తగ్గ ఈడూ జోడూ గల సింగిల్ డైవర్సీయో-లేక భర్తను కోల్పోయిన వితంతువో ఏదో ఒకప్పుడు నాకు ఎదురు కాకుండానే పోతారూ——నాకు తోడుగా రాకుండానే పోతారూ! ఇక సెలవు-

మీ శ్రేయోభిలాషి

కరుణ్

----★★----

స్వపరిచయం

శ్రీ పాండ్రంకి సుబ్రమణి
Phone 9908814674

స్వస్థలం విజయనగరం. ఉద్యోగరీత్యా చెన్నపట్నంలో స్థిరపడి పలు రాష్ట్రాలలో పలు ప్రాంతాలలో పని చేసి చివరి విడతగా గుజరాత్ నుండి హైదరాబాదుకి బదిలీపైన వచ్చి ఇక్కడే ఉద్యోగ విరమణ చేసాను. తెలుగు సాహిత్యాభిమానంతో రచనలు చేస్తుంటాను.

1.ఆంధ్రప్రభ వారపత్రిక విద్వాన్ విశ్వంగారి సంపాదకీయంలో ఉన్నప్పుడు కథా విభాగం బుద్ధవరపు కామరాజు గారి (కలం పేరు తూలికా భూషణ్) పర్యవేక్షణలో ఉన్నప్పుడు నా మొదటి కథ-తెలియని విలువలు ప్రచురితమైనది-(03-09-1969) నాకు పెళ్ళి జరిగిన సంవత్సరం.

2.నాకు గుర్తింపు తెచ్చిన కథ-తెల్ల పావురాలు (12-05-1976)

3)నా స్వయం కృషితో ప్రచురించబడ్డ కథా సంపుటలు రెండు-తెలియని విలువలు (జూన్ 2004-దీనికి రావూరి భరద్వాజ్ గారు ముందు మాట వ్రాశారు)-ఓ సారి మనసు చెప్పేది విందామా! (02-03-2009).

3.ఆంధ్రజ్యోతి వార పత్రిక పురాణం సుబ్రహ్మణ్య శర్మగారి సంపాదకత్వంలో ఉన్నప్పుడు నా రెండు కథలు-సభాపతికి సమానమెవరు? (28-12-1990)-ప్రకృతి విలపిస్తుంది (16-08-1991) ఈ వారం కథలుగా ఎంపికయాయి

4.స్వాతి వారపత్రికలో మూడు సార్లు- (పదివేల చొప్పున) నగదు బహుమతులు పొందాను.

5.స్వాతి కిరణం వారు జరిపిన కథల పోటీలో నా కథ-జీవితం ఒక కమనీయ కవితా ధారకు- రెండవ బహుమతి లభించింది

6.రచన మాసపత్రిక వారి నుండి కథా ప్రవేశిక నగదు బహుమతి అందుకున్నాను. రెండవ సారి నా కథ-అమృత వర్షిణి (మరొక సారి బహుమతి పొందింది-కథా పీఠం ప్రశంసా పత్రంతోపాటు--(రూపాయలు-1116)

7.పాలకోడేటి ఫౌండేషన్-ఎం.వి.ఆర్ ఫౌండేషన్ వారు సంయుక్తంగా జరిపిన కథల పోటీ-2019-లో నా కథ-ఒక దీప శిఖతో పెక్కు కర దీపాలు-ప్రధమ బహుమతికి ఎంపికైనది(నగదు బహమతి-4000).

8.. ఇటీవల రమ్య భారతి మాస పత్రిక ఆధ్వర్యాన-13వ జాతీయ స్థాయి చిన్న కథల పోటీలో నా కథ-బాల్యం-(150 కథల్లో) ఉత్తమ కథగా ప్రథమ బహుమతికి ఎంపిక అయినది.

మసిపాతలో మాణిక్యం

❖ శ్రీమతి కుంటముక్కుల సత్యవాణి

కామేశ్వరమ్మ వంటగదిలో తనలో తాను తనే స్తోత్రాలూ ,మంత్రాలూ చదువుకొంటూనే, కొడుకూ, కోడలూ మనవరాలికి క్యారేజీ కట్టడం కోసం హడావిడితో సతమతమైపోతోంది.

ప్రతిరోజూ ఐదుగంటలకల్లా లేచి, వంటింటి బయటపనులన్నీ ముగించుకొని, ఆరు గంటకు, వంటింట్లో ప్రవేశించి మనవరాలికి ఇష్టమైన వేపుడుకూరతో పాటు, ఇంట్లో అందరికీ పప్పు కూర,పచ్చడీ పులుసులతో వంట పూర్తిచేస్తుంది. తల్లి రాక ముందు భార్య వంటతో రుచులు మరచిపోయిన కొడుకు రామం, తల్లి వచ్చేకా ఆమె చేసే వంట రుచి బాగా మరిగాక, ఐదారు కేజీలు బరువు పెరిగినా పట్టించుకోవటం లేదు. గరికిపాటివారు చెప్పినట్లు, గడ్డిలాంటి వంటలు తింటూ, బక్కచిక్కి పది కాలాలు బ్రతికుండి ప్రయోజనమేమిటి? హాయిగా తల్లి చేసిపెట్టే అద్భుత శాక పాకాలు ఆరగించెయ్యడమే మంచిదని నిశ్చయించాకున్నాడతడు. అంతగా అయితే, జిమ్ కెళితే సరి చచ్చినట్టు బరువు తగ్గుతాను అనుకొంటాడుకానీ, ఆ పని మాత్రం చేయడు. మీ అమ్మగారొచ్చేకా మీరు బాగా బలిశారు అంటుంది మోటగా శ్యామల. నువ్వుకూడా అంటాడు భార్యని రామం.

ఇంతకీ ఈరోజు కామేశ్వరమ్మ లేవడం ఓ గంట ఆలస్యమైయ్యింది. రాత్రి మనవరాలు వసుధకీ, కోడలుకీ మద్య జరిగిన సంభాషణ కామేశ్వరమ్మ మనసును గాయపరచింది. కోడలి మనసులో తనకి గడ్డిపరకకున్న విలువలేదని తెలుసు. కానీ నిండా పదేళ్ళు కూడా లేని మనవరాలి మనసుని విరిచేస్తోందని తెలిసి ప్రాణం చివుక్కుమంది. అసలు తనకి కోడలింట్లో వుండడం ఇష్టంలేదు. తన తల్లిలా చదువుకొని, వేలు సంపాదించటం రాదని కోడలి మనసులో తన పట్ల వున్న చులకన భావం గురించి తనకు తెలుసు. అందుకే భర్త ఉన్నప్పుడు ఏదో సందర్భంగా ఇద్దరూ కలసి రావడం జరిగేది. ఆ కార్యక్రమం ముగిసిన వెంటనే తమ పల్లెకు చేరుకునేవారు. హఠాత్తుగా భర్త చనిపోవడంతో, పల్లెలో వున్న ఇల్లు, వున్న కాస్త పొలం అమ్మేసి, తల్లిని తనతో తెచ్చుకొన్నాడు రామం. కామేశ్వరమ్మ భర్త ఉద్యోగస్తుడు కాకపోవడంవలన, ఆమెకి ఫించన్లూ వగైరాలేమీ లేకపోవడం వలన, కామేశ్వరమ్మంటే మరింత చులకన భావం ఏర్పడింది కోడలికి. ఇల్లు, పొలం అమ్మిన సొమ్మును తన కూతురు పేర బ్యాంకులో డిపోజిట్ చేయించింది కోడలు. పోన్లే, తన మనవరాలి పేరు మీదే కదా వేశారు అనుకొని మనసుని నిమ్మళించుకొంది.

నిన్న రాత్రి వసుధ హోమ్ వర్కు చేసుకుంటూ, "అమ్మా మరేమో వెన్స్-డే మా స్కూల్లో గ్రాండ్ పేరెంట్స్ డే చేస్తున్నారు. అందరూ వాళ్ళ నానమ్మలనీ,అమ్మమ్మలనీ తాతయ్యలనీ తీసుకొని రమ్మని చెప్పారు. మన నానమ్మ ఎలాగూ ఇక్కడే వుంది,అమ్మమ్మనీ తాతగార్ని రమ్మని ఫోన్ చెయ్యి" అంది.

"ఏమిటీ మీ నానమ్మని తీసుకెళ్దామనే స్కూలుకి? అలాంటి కార్పొరేటు స్కూలుకి ఆవిడను తీసుకెళ్తే మన పరువే మన్నా ఉంటుందా? నీ స్నేహితులంతా వెక్కిరిస్తారు నిన్ను. అమ్మమ్మనీ, తాతనీ రమ్మందాములే !"అంది కోడలు. అక్కడే ఉండి రేపటి కూరకు చిక్కుడు కాయలు బాగుచేసుకొంటున్న కామేశ్వరమ్మ మనసు చివుక్కుమంది. కూర ముక్కలు వంటింట్లో పెట్టి, తన గది అనుకొంటున్న స్టోర్ రూమ్ లో మంచం మీద చేరింది గుడ్ల నీళ్ళు తుడుచుకొంటూ.

తన తల్లిలా ఉద్యోగం చేసి డబ్బు సంపాదించక పోవచ్చు, డబ్బు లేకపోవచ్చు కానీ అత్తగారికి మనసనేది ఉంటుంది, అది తను సరిగ్గా మాట్లాడకపోతే గాయపడుతుందని, చదువుకొని ఉద్యోగం చేస్తున్న కోడలికి ఎందుకుతట్టదో అని అనుకొందామె.

ముందునుంచీ కోడలి మనస్తత్వము తెలిసినా, కొడుకుమీద మమకారం కొంత, మాటలో మాటై, మనసులో మనసైన భర్త లేడన్న చింత కొంత, ఆసరా లేకుండా జీవించలేనేమోనన్న భయం కొంత.. కొడుకు ఇల్లూ, పొలం అమ్మి కూడా రమ్మంటే మారు మాట లేకుండా కొడుకు వెంట పట్నం వచ్చేలా చేసింది, కానీ కోడలి ప్రవర్తనతో తప్పు చేశాను ఇక్కడకు వచ్చి.

"భర్త రాజ్యం తన రాజ్యం, కొడుకు రాజ్యం పర రాజ్యం" అన్న సామెత ప్రతిరోజూ గుర్తు చేసుకొంటుందామె. తనలాంటి పరిస్థితి మరే స్త్రీ కోరి తెచ్చుకోవద్దని అరచి అందరికీ చెప్పాలనిపిస్తుంది, కానీ గొంతెత్తి దేవుని నామాలు కూడా చదువుకోలేని పరిస్థితిలో తన మనసులో మాట ఎవరికి చెప్పగలదు?

పల్లెలో తన ఇంట్లో చదువుకున్నట్లు విష్ణు సహస్త్రనామాలు చదువుకుంటూ వంటిట్లో పనిచేసుకొంటుంటే" భక్తి మనసులో ఉంటే చాలు, ప్రదర్శించక్కరలేదు" అని మొదటి రోజే హెచ్చరించింది కోడలు. అందుకే మనసులోనే చదువుకుంటూ పనులు చేసుకొంటుందామె. ఆమె జరిగినవీ, జరుగుతున్నవీ నెమరేసుకొంటుంటే, ఆమెకు తెలియకుండానే కళ్ళనీళ్ళు జారిపోతున్నాయి.

ఇంతలో ఆఫీస్ నుంచి వచ్చిన రామం "అమ్మేదీ?" అని అడగడం,"పక్క ఎక్కేశారని" కోడలు వ్యంగంగా చెప్పడం వినిపిస్తూనే వుంది." ఏమిటి, వంట్లో బాగాలేదా? నాకన్నం పెట్టకుండా పడుకోదే!" అంటూ కొడుకు గదిలోకి రావడం, గదిలో లైటు వేసి, నుదుటిపైన చెయ్యివేసి చూడడం అంతా గమనించినా నిద్రపోతున్నట్లు కదలకుండా ఉండిపోయింది కామేశ్వరమ్మ. రామం తల్లికి జుట్టు సవరించి, దుప్పటి కప్పి, లైటార్పి గది తలుపులు దగ్గరకు వేసి వస్తుంటే, తల్లిపై ఆమాత్రం మమకారం చూపడం సహించలేని రామం భార్య మూతి తిప్పుకొంది. తల్లికి తండ్రి గుర్తుకొచ్చి బెంగపడివుంటుందనుకొన్నాడు రామం.

వసుధ స్కూల్లో గ్రాండ్ మదర్స్ డే కోసం ఆమె అమ్మమ్మ తాతయ్యలు వచ్చారు బుధవారం ఉదయం. రామం అత్తగారు కామేశ్వరిని ఏదో పలకరించాలి కదా అన్నట్లు అల్లుడికోసం పలకరించింది కానీ, మావగారు మాత్రం మనస్ఫూర్తిగానే "అక్కయ్యగారూ బాగున్నారా!" అంటూ ఆప్యాయంగా పలకరించే సరికి, కామేశ్వరికి కళ్ళలో నీళ్ళు ఉబికాయి. రామం నాన్న ఆమెను "నెత్తిమీద నీళ్ళ కుండతో పుట్టావు" అంటూ ఆటపట్టిస్తూ ఉండేవాడు. అదేమిటో ఆమెకు సంతోషానికీ, విషాదానికీ కన్నీళ్ళు వస్తూ ఉంటాయి. అందుకే ఆయన "ఇలాగైతే ఈ కాలంలో నువ్వు బ్రతకలేవు, కొంచెమైనా మనసు గట్టి చేసుకో" అంటూ ఆమె సున్నితమైన మనసును గ్రహించి అంటూండేవాడు .

బుధవారం మధ్యాహ్నం నుంచే రామం ఇంట్లో హడావిడి మొదలైయ్యింది. వసుధ అమ్మమ్మ, తాతయ్యలు, రామం భార్యా, వసుధతో పాటుగా కార్లో బయలుదేరి స్కూలు ప్రోగ్రాముకి వెళ్ళేటప్పుడు రామం మావగారు, కామేశ్వరితో "అక్కగారూ! మీరూ రాకపోయారా? గ్రాండ్ పేరెంట్స్ అంటే మీరుకూడా కదా!" అంటుంటే, వసుధ అమ్మమ్మ గుడ్లురిమింది. ఆయన మరి మాట్లాడలేదు. "మేమొచ్చేసరికి ఆలస్యమౌతుంది అత్తయ్యా! వంటచేసెయ్యండి అంటూ, ఏమేమి చెయ్యాలో పురమాయించింది కోడలు. కారు వెళ్ళిపోయింది. కామేశ్వరమ్మ కళ్ళువత్తుకొంటూ వంటింటికేసి నడచింది. మనసు కూడదీసుకొని పనిలో పడింది ఆమె.

రామం ఆఫీసునుంచి నేరుగా వసుధ స్కూలుకి చేరాడు. పంక్షన్ కి చాలా అట్టహాసంగా ఏర్పాటు చేశారు యాజమాన్యం. మూడేళ్ళ పిల్లల దగ్గర్నుంచి, మూడుకాళ్ళ ముసలి వారు దాకా అన్ని వయసుల వారితో కళకళలాడి పోతోంది ఆ ప్రదేశమంతా. భార్యా అత్తమామలు వున్న ప్రదేశం వెతుక్కుంటూ వెళ్ళాడు రామం. తల్లివారితో లేకపోవడం గమనించేడు. "అదేంటీ ? అమ్మరాలేదేం?"ప్రశ్నించాడు భార్యను రామం.

"రమ్మన్నాను, అందరం వెళితే వంట మాట ఏమిటి? మీరొచ్చేసరికి వంటచేసుంచుతాను, మీరు వెళ్ళండి అన్నారు అత్తయ్య, పల్లెటూరామెకదా! ఇలాంటి ప్రోగ్రామ్స్ అంటే భయపడి ఉంటారు" భార్యమాట పూర్తవ్వకుండానే తల్లిని తీసుకురావడానికి ఇంటికి బయలుదేరాడు రామం. రోజూ బయటికి తీసుకెళ్లి తిప్పక్కర్లేదుకానీ, ఇలాంటప్పుడు కూడా తల్లి బందీలా ఇంట్లో వుండిపోవడం అన్యాయం అనిపించింది రామానికి. భార్య తన తల్లి పట్ల చూపిస్తున్న నిర్లక్ష్యం, పెడసరం గమనిస్తూనే వున్నాడు రామం. అయితే పల్లెటూరునుంచి కొడుకింటికి వచ్చే ముందే కొడుకు దగ్గర మాట తీసుకొంది కామేశ్వరమ్మ. "మా అత్తా కోడళ్ళ మాటలలో ఏది ఎలా వున్నా, ఏమి జరిగినా నువ్వు కలగజేసుకోనంటేనే నేను నీతో వస్తాను, లేదంటే నేను మావయ్య దగ్గరకు వెళ్ళిపోయియుంటాను. కొడుకుండి కూడా అన్న పంచను చేరేనంటే నీకే అవమానం" అంటూ ఆరోజే

నా నోరు కట్టేసింది అమ్మ అనుకొన్నాడు రామం.

ఇంటి గేటు తీసుకొని పోర్టికోలో అడుగు పెట్టిన రామానికి తల్లి ఆలపిస్తున్న "జగదానందకారకా" అంటూ మధుర గానాలాపన వింటూ తన్మయత్వంలో తలుపు తట్టడం కూడా మరచి పోయాడు రామం. ఎప్పుడో చిన్నప్పుడు తప్ప ఈ మధ్య కాలంలో తల్లి నోట పాట వినలేదు. పాట పూర్తయ్యాకా తలుపు కొట్టిన కొడుకుకు తలుపు తీసిన ఆమె ఆదుర్దాగా" అదేం నాన్నా! వసుధ స్కూలు దగ్గరకి వెళ్ళలేదా? వంట్లోకానీ బాగోలేదా ఏం" అంటూ నుదురుమీద చెయ్యేసి చూసింది. తల్లి చెయ్యి పట్టుకొని "అమ్మా! తొందరగా బయలుదేరు, స్కూలు వాళ్ళు నిన్ను తీసుకొని రమ్మన్నారు" అంటూ హడావిడి పెడుతున్న కొడుకు కేసి అయోమయంగా చూసింది కామేశ్వరమ్మ. తల్లి కళ్ళలో కనిపిస్తున్న భావాలని కనిపెట్టిన రామం, తల్లి పెట్టిలోంచి ఒక మంచి చీర ఏరి తీసి తల్లి చేతిలోపెట్టి," నేను బయట వుంటాను, నువ్వు తొందరగా చీరకట్టుకొనిరా!" అంటూ మరో మాటకవకాశం యివ్వకుండా బయటకెళ్ళి నుంచున్నాడు. రెండునిమిషాల్లో చీరకట్టుకొని వచ్చి, కొడుకు డోర్ తీసి పట్టుకొనినిల్చుంటే కొడుకు ప్రక్కన ముందు సీట్లో కూర్చొంది ఆమె.

స్కూలు ఆవరణలో కారు దిగిన ఆమెకు ఆకాశాన్నంటే ఆబిల్డింగులూ, ఆ పూలతోటలూ, చల్లని నీడనిచ్చే పెద్ద పెద్ద చెట్లూ అన్నీ చూసిన ఆమెకు మతిపోయినట్లనిపించింది. తన మనవరాలు వసుధ పెద్ద ఖరీదైన స్కూల్లో చదువుతోందని తెలుసు కానీ, మరీ ఇంత ఖరీదైన స్కూల్లో అని ఆమె అనుకోలేదు. తమ పల్లెలో బడికి కాంపౌడువాలు కూడా లేకుండా, తరగతి గదులకు తలుపులు కూడా వుండవని విందామె. అందుకనే పల్లె బడులను వదిలిపెట్టి, బస్సు లెక్కి పాలు తాగే పిల్లలు కూడా, పట్నం స్కూళ్ళకి పోవడం జరుగుతోందని తెలుసామెకి

"అవును మరి ఇలాంటి బడులలో పిల్లలను చదివించడం కోసమే ఆస్తులు అమ్ముకొని, పుస్తీ పూసా తాకట్టు పెట్టుకుంటున్నారు పల్లెల్లో వాళ్ళు" అని అనుకొంది ఆమె. ఇంత పెద్ద స్కూలు కనుకనే కోడలు తన గురించి అలా అంది. ఆమె అన్న దాంట్లో తప్పేమీ లేదు అని కూడా అనుకొందామె.

ఆలోచనలో మునిగిపోయిన తల్లిని తట్టి, "అమ్మా !రా "అంటూ చెయ్యి పట్టుకొని లోపలకు తీసికెళుతుంటే, రిసెక్షన్ లో వున్న అందమైన అమ్మాయి ఆమెకు ఒక అందమైన గులాబీ చేతిలోపెట్టి," వెల్ కమ్ గ్రాండ్ మా" అంటూ ఒక హగ్ ఇస్తే, కామేశ్వరమ్మకు చాలా మొహమాట పడింది. తల్లి తరఫున తనే ఆమెకు థాంక్స్ చెప్పి , భార్య కూర్చున్న వరుసలో కుర్చీలు ఖాళీలు లేకపోవడం గమనించి, చివరి వరుసలో ఎవరినో రిక్వెస్ట్ చేసి కుర్చీ ఖాళీ చేయించి తల్లిని కూర్చో పెట్టి వెనకనే నించున్నాడు రామం.

స్టేజిపైన ముఖ్యఅతిథి ప్రసంగం సాగుతోంది." ఈనాడు సమాజంలో విలువలు

తగ్గిపోతున్నాయి. కుటుంబంలో ఎప్పుడైతే అనుబంధాలు అడుగంటి పోయాయో, అప్పుడే మానవ విలువలు అడుగంటిపోయాయి. ఈనాడు జరుగుతున్న నేరాలూ– ఘోరాలూ అన్నింటికీ కుటుంబ విలువలు అడుగంటిపోవడమే కారణం. సమాజ విలువలు పునరుద్ధరింపబడాలని అనేకమంది సంస్కర్తలు అనేకరకాలుగా ప్రయత్నిస్తున్నారు. అయితేఏ సంస్కరణ అయినా గృహంలోనే మొదలుకావాలి. అందుకనే ఈ స్కూలు యాజమాన్యంవారు , గృహాలకు మూల విరాట్ స్వరూపాలైన తాతలు, నానమ్మలు, అమ్మమ్మల విలువలను తెలియజేయాలనే భావంతో, ఇంత పెద్దఎత్తున ఈనాడు

ఈ కార్యక్రమము మొదలు పెట్టేరు. ఇప్పటికే మన రాష్ట్రంతో పాటుగా అనేక రాష్ట్రాలలోని పాఠశాలల వారు తల్లితండ్రుల విలువలను తెలియజెప్పడానికి తల్లితండ్రులుకు పాద పూజ మొదలైన అనేక

కార్యక్రమాలు నిర్వహిస్తూ వున్నారు. ఈ పాఠశాల యాజమాన్యం వారు మరో అడుగు ముందుకేసి ఈనాడు ఈ గ్రాండ్ పేరెంట్స్ డేని నిర్వహిచడం సమాజం పట్ల స్కూల్ యాజమాన్యంయొక్క బాధ్యతను తెలియజేస్తోంది. ఇటువంటి మంచి కార్యక్రమానికి నన్ను ఆహ్వానించినందుకు చాలా ఆనందంగా వుంది. నమస్కారం!" అంటూ ఆయన వేదిక దిగి వెళ్ళేకా, ఇద్దరు ముగ్గురు కొంచెం అటూ ఇటుగా, సమాజంలో క్షీణిస్తున్న విలువల గురించీ, దానికి మూలం ఉమ్మడి కుటుంబాల విచ్ఛిన్నత గురించీ మాట్లాడేరు.

ఉపన్యాస కార్యక్రమాల తరువాత గ్రాండ్ పేరెంట్స్ ను స్టేజి మీదకు ఆహ్వానించి ,వారి కొడుకులూ కోడళ్ళూ, కూతుర్లూ◌ా అల్లుళ్ళూ నీరుపోస్తుండగా మనవులచేత కాళ్ళు కడిగించి పాదపూజ జరిపించారు. రామం ఎంత బ్రతిమాలినా కామేశ్వరమ్మ మటుకు స్టేజి మీదకు వెళ్ళడానికి ఒప్పుకోలేదు. తల్లిని ఇబ్బంది పెట్టడం ఇష్టంలేని రామం వూరుకొన్నాడు.

తఱువాయి భాగంగా గ్రాండ్ పేరెంట్స్ వారికి వచ్చిన కళలను ప్రదర్శించవచ్చు, లేదా పరిచయం చేయవచ్చు అని చెప్పినప్పుడు చాలామంది పాటలు పాడేరు. కొంతమంది మగవారు పద్యాలు చెప్పేరు. మరికొంతమంది సినీమా డైలాగ్స్ చెప్పేరు. ఏకపాత్రాభినయాలు చేశారు మరికొందరు. అలా పెద్ద వారంతా వారి వారి కళలను ప్రదర్శిస్తూ మళ్ళీ ఉత్సాహంతో యువతీ యువకులుగా మారిపోయారు.

ఇన్నాళ్ళకు ఈ స్కూలు యాజమాన్యం పుణ్యమా అని తమ తమ అభిరుచులను పదిమందితో పంచుకొనే అవకాశం కలిగినందుకు వారిలో ఉత్సాహం వెల్లివిరిస్తోంది. ఇదంతా ఆనందంగా తిలకిస్తున్న రామం తల్లితో,"అమ్మా! నేనొక కోరిక కోరతాను, కాదంటే నా పైవట్టే అని, తల్లిని భుజం చుట్టూ చెయ్యివేసి గబగబా నడిపించుకొంటూ స్టేజ్ దగ్గరకు తీసుకొచ్చి, అక్కడ వారితో ఏదో మాట్లాడుతున్న రామం భార్యకు మతిపోయింది. తల్లి రాలేదని తెలియగానే, తల్లికోసం ఇంటికెళ్ళిపోయేడీ మానవుడు తల్లీ కూతురూ ఒకరి మొఖంలోకి ఒకరు చూసుకొని నవ్వుకున్నారు. కానీ యిలా ఈ పల్లెటూరి గబ్బిలాయి తల్లిని స్టేజి మీదకు తీసుకొని రావడం ఏమిటో అంతు చిక్కడంలేదు. ఆమె తండ్రి ఏమి జరుగుతుందా అని ఆతృతగా,ఆశ్చర్యంగా చూస్తున్నాడు.

రామం తల్లి చేతికి మైక్ యిచ్చి, భయంభయంగా చూస్తున్న తల్లి వెన్నుతట్టి, తన తలపై చేయి పెట్టుకొని 'ఒట్టు' అన్నట్టు సైగచేయగానే కళ్ళనీళ్ళు కళ్ళలోనే కుక్కుకొంటూ, కళ్ళుమూసుకొని, అన్నమయ్య సంకీర్తన 'అంతట నీవేను హరి పుండరీకాక్ష' అంటూ మొదట భయం భయంగా , వణుకుతూ మొదలు పెట్టిన కామేశ్వరమ్మగారి స్వరం నిమ్మదిగా నిలతొక్కుకొని మధురంగా, ఆర్తిగా ఆలపిస్తుంటే అమృతం ధారలుగా కురుస్తున్నట్లు తామంతా ఆ అమృతాన్ని సేవిస్తున్నట్లూ, తమను తాము మరచిపోయుండి పోయారు సభలోనివారంతా! మరొక్కటి, మరొక్కటి ఇంకొక్కటి అంటూ

అందరి కోరికపై మరో పది కీర్తనలు వరకూ పాడించుకొన్నారు. కామేశ్వరమ్మకే తెలియలేదు తనలో ఎప్పుడూ వుండే సిగ్గూ, బెరుకూ ఎప్పుడుపోయిందో! తనకొడుకు" నువ్వు ఇప్పుడు స్టేజ్ పైన ఒక పాట పాడాలి, పాడకపోతే నామీద ఒట్టే !"అన్నప్పుడు మొదట భయపడింది, ఇదేమిటి వీడిలాంటి పనిచేశాడు. చిన్నప్పుడెప్పుడో పెళ్ళి సంగీతం అని నేర్చుకున్న సంగీతం తనది. ఆ తరువాత పెళ్ళీ, పిల్లలూ ఈ రంధిలో పడి సంగీతం ప్రసక్తే వదిలి పెట్టింది.

ఆ మధ్య ఎప్పుడో పుస్తకాల పెట్టి సర్దుతుంటే కనపడ్డ సంగీతం బౌండ్ పుస్తకం కనబడితే, తీసి సరదాగా పాడుకొంటుంటే భర్త విని,"అబ్బో! కావుడూ! చాలా బాగా పాడుతున్నావోయ్ ! రోజూ పాడుకొంటూవుండు, నేను వింటూ వుంటాను." అని ఎంతగానో ప్రోత్సహించాడు. అన్నమయ్య సీడీలు తెచ్చి ప్లేయర్ లో వినిపించి నేర్చుకొమ్మనేవాడు. అలా ఆనాడు భర్త ప్రోత్సాహంతో నేర్చుకొన్న కీర్తనలను ఆయన కోసం పాడుతున్నాననుకొని ,అతడు ఇక్కడెక్కడోవుండి వింటూ ,'బాగా పాడేవు కావుడూ!' అంటున్నట్లనిపించి, ఒకదాని వెనకాల మరోటి పాడేసింది. ఇలా ఆలోచిస్తుంగా తనను తాను మరచిపోయిన కామేశ్వరమ్మకు సభికులు కొడుతున్న తప్పట్లు వినపడలేదు. చల్లని నీళ్ళు పాదాలపై పడగానే ఆలోచనలు చెదిరి ఈ లోకంలోకి వచ్చిందామె. రామం,అతని భార్యా కాళ్ళపై నీళ్ళు పోస్తుంటే , తన మనవరాలు వసుధ తన చిట్టి చేతులతో తన పాదాలు కడిగి పాదాలపై పూలను వుంచి, తల ఆన్చి నమస్కరిస్తోంది. సంతోషమో మరదేమి భావమో తెలియదు కానీ, ఆమె కళ్ళు ధారాపాతంగా వర్షిస్తూ ఉన్నాయి.

రెండు రోజుల తరువాత వీధి గేటుకి 'కామేశ్వరీ ఉచిత సంగీత శిక్షణాలయం'అన్న బోర్డును కన్నీటితో మసకలు కమ్మిన కళ్ళతో, ఆబోర్డును ఆప్యాయంగా తన పమిటి చెంగుతో తుడుస్తుంటే, "జీవితంలో గెలిచేవోయ్ కాముడూ!"అంటూ భర్త ఆప్యాయంగా వెన్నుతట్టినట్లు అనిపించింది కామేశ్వరమ్మగారికి.

----★★----

స్వపరిచయం

శ్రీమతి కుంటముక్కుల సత్య వాణి

ఫోన్ : 8639660566

వృత్తి : విశ్రాంత ఉపాధ్యాయురాలు.

ప్రవృత్తి : కథలు వ్రాయడం, బాల గేయాలు,బాలల కథలు వ్రాయడమంటే ఇష్టం. పద్య రచన అంటే ఆసక్తి.

నా చిరునామా

కె. సత్యవాణి,
2-529, ఐశ్వర్య నగర్, రమణయ్య పేట,
కాకినాడ-5.
533005

ఆడించే యజమాని మనమే

❖ శ్రీమతి మాధవి బైటారు

రాత్రి ఏడు అవుతుండగా బైక్ మీద ఆఫీసు నుండి ఉసూరుమంటూ ఇంట్లోకి వచ్చి నీరసంగా సోఫాలో కూలబడ్డాడు సురేశ్ . "ఏంటో ఇంత ట్రాఫిక్, రోజురోజుకు ఈ ట్రాఫిక్ వలన ఇంటికి రావడం ఆలస్యం అయిపోతుంది" అనుకుంటూ టై విప్పుకుంటూ "అవును దేవి, పిల్లలు ఎక్కడున్నారు" అని వెతికాడు .బెడ్రూం తలుపు దగ్గరగా వేసి ఉండటం తో పిల్లల్ని అక్కడ కూర్చోబెట్టి చదివిస్తుందన్న మాట" అనుకుని ఆఫీసు నుండి రాగానే ఎప్పుడు చిరునవ్వుతో ఎదురు వచ్చే నా దేవి ఈరోజు కూడా ఎదురు రాలేదంటే భార్యామణి గారి అలక ఇంకా తీరినట్లు లేదు" అని నిట్టూరిస్తూ స్నానానికి వెళ్ళాడు.

స్నానం చేసి బయటికి రాగానే హోంవర్క్ పూర్తి చేసుకున్న పిల్లలిద్దరు అల్లుకు పోయారు. "నాన్నా , ఈరోజు మా బడిలో ఏం జరిగిందో తెలుసా "అంటూ కొడుకు రోహిత్ మొదలుపెట్టాడు. ఇంతలో కూతురు స్నేహ "నాకు వచ్చేవారం నుండి పరీక్షలు మొదలవుతాయి. పరీక్షలయ్యాక అందరం కలిసి సినిమా కి వెళ్దాం నాన్న. ప్లీజ్ ,,,నాన్న..." అని ముద్దుగా అడుగుతుండే సరికి "తప్పకుండా వెళ్దాం" అని నవ్వుతూ హామీ ఇచ్చాడు .

డైనింగ్ టేబుల్ పై అన్నీ సర్ది దేవి అందర్నీ భోజనానికి రమ్మంది. భోజనాలవుతుండగా "నాలుగు రోజుల నుండి అడుగుతున్న విషయం గురించి ఏమిటి ఆలోచించారు?" అంటూ కోపంగా ప్రశ్నించింది . సురేశ్ బదులివ్వకుండా భోజనం చేయసాగాడు .

వెంటనే దేవి నిరసనగా పడకగదిలోకి వెళ్లిపోయి విసురుగా తలుపేసుకుంది.

"అసలు తనేమైనా తాజ్ మహల్ కావాలందా, బెంజ్ కార్ అడిగిందా? జస్ట్ ఓ నాలుగు మంచి చీరలు, ఒక నెక్లెస్ కొనమనేగా. అదీ ఈ మధ్య పార్టీలకి వెళుతుంటే అందరూ మంచి మంచి నగలు, చీరలతో వస్తున్నారు. తనేమో ఎప్పుడు కట్టిన చీరే కట్టినట్లుగా ఉంది. పార్టీ లోని అందరూ తన చీరల గురించే ఊసులాడుకుంటున్నట్లుంది . తనకెంతో చిన్నతనం గా ఉంది .

పైగా ఎప్పుడు ఆ ఒక్క నగే ఎక్కడికైనా వేసుకెళ్లాలి . అందుకే కొనమని అడుగుతుంటే ఈయనేమో అస్సలు పలకడం లేదు. వాళ్ళకంటే తనేమైనా తక్కువా ? అసలు ఈయనకి నేనంటే ప్రేమే ఉంటే అడగాల్సిన పనే లేదు . నేనంటే ఏ మాత్రం ఇష్టం లేదు అందుకే ఇంతలా అడుగుతున్నా పట్టించుకోవడం లేదు " అని అనుకోగానే దుఖం తన్నుకురాసాగింది.

కాసేపయ్యాక సురేశ్ లోపలికి వచ్చి పళ్ళెం లో అన్నం కలిపి "ముందు భోజనం చెయ్యి, నీరసం వచ్చేస్తుంది" అంటూ ప్రేమగా ఇచ్చాడు .

"నాకు వద్దు, నేను తినను" అని ముక్కు ఎగబీలుస్తూ

"అసలు ఎందుకండి మీరు పలకడం లేదు . అడుగుతున్నానని అంత అలుసయి పోయానా మీకు ?" అనగానే

"అది కాదు దేవి, నా మాట విను .నువ్వు ఆ పార్టీలకి వెళ్లొచ్చిన దగ్గరనుండి చెప్తునే ఉన్నావు. ఎవరెవరు ఏ చీరలు కట్టుకున్నారో, ఏ వస్తువులు వేసుకున్నారో" అని అనగానే

"వేసుకున్నారు కాబట్టే వాటిగురించి చెప్పాను అందులో తప్పేముంది" ఉక్రోషంగా అంది .

" తప్పేం కాదు. ఎవరి స్థితిగతులు వాళ్ళవి. ఎవరి ఇష్టాయిష్టాలు వాళ్ళవి.వాళ్ళని చూసి మనం కూడా అలాగే కొనాలంటే ఎలా కుదురుతుందో చెప్పు. మనం కూడా వీలయిన్నప్పుడల్లా ఏదో ఒకటి కొంటున్నాముగా .

నా ఉద్యోగం, జీతం సంగతి నీకు తెలుసు . మన అవసరాలకు పోను రేపొద్దున్న ఖర్చులకి కొంత దాయాలి కదా" అని అంటూ సముదాయించాడు.

" అయినా ఎవరికో ఏవో ఉన్నాయని ఎప్పుడూ వాటి గురించే ఆలోచిస్తూ ,పైగా అవి నీకు లేవని మనసు పాడుచేసుకుంటూ నువ్వు బాధపడుతూ నన్ను సాధించడం ఎంతవరకు సబబు చెప్పు.

పోనీ ఎలాగోలా కొన్నామే అనుకో మళ్ళీ కొన్నాళ్ళకి వేరే వాళ్ళవి చూసి మనసు పారేసుకుని మళ్ళీ అడగవు అని హామీ ఏమిటి" ప్రశ్నించాడు సురేశ్

"అలా ఎందుకవుతుంది ఇప్పుడు కొంటే ఇంకెప్పుడూ అడగనుగా, నిజం ....ప్రామిస్....." అంది దేవి.

సురేశ్ నవ్వుతూ "అలా చెప్పలేం, దేవి. సముద్రంలోని అలల్లాగ కోరికలు ఒకటి తర్వాత ఒకటి పుడుతూనే ఉంటాయి . మన మనస్సు పై మనకి కంట్రోల్ లేకపోతే ఆశకి అంతే ఉండదు.

కోతి లాంటి మనస్సుని ఆడించే యజమాని మనమే కావాలి, మనం చెప్పినట్లు వినేలా చేసుకోవాలి అంతేకానీ అది చెప్పినట్టల్లా మనం వింటుంటే మనకు అశాంతి, బాధ కలిగి ఎదుటి వాళ్లపై కోపం ,అసూయ పెరుగుతుంది.

ఖరీదైన బట్టలు, నగలు మనకు అలంకారాలే కావచ్చు కానీ అంతకంటే అందమైన అలంకారాలు ఎప్పుడు పెదాలపై చిరునవ్వు ,మంచితనం ,సహాయం చేసే గుణం , జ్ఞానం ఇలా చాలా ఉన్నాయి .

మనస్సులో ఎదుటివారి పై అసూయ ,ద్వేషం లేనప్పుడు మనస్సు నిశ్చలమైన నదిలా ప్రశాంతంగా, ఆనందంగా ఉంటుంది. లేదంటే అగ్నిపర్వతంలా లోలోపల మండుతూనే ఉంటుంది . దాంతో బీపీ, సుగర్ లాంటి అనారోగ్య సమస్యలు చుట్టుముట్టి శరీరానికి కూడా ఇబ్బంది.

అసలు నీ అందమైన కలువరేకు కళ్లలో ఉండాల్సింది కోరికలు తీరడం లేదని కారే కన్నీళ్లు కాదు , కారుణ్యం నిండిన చూపులు. వాటిని నీ మనః స్థితే నిర్ణయిస్తుంది.

ఇకపై నీ గురించి, నీ ఎదుగుదల గురించి మనస్సుని ట్రెయిన్ చెయ్యి. నీలోని నైపుణ్యాలు మెరుగుపర్చుకుంటే బాగుంటుంది . తద్వారా నలుగురిలో గుర్తింపు కూడా వస్తుంది.

దేవుడి దయ ఉందే అనుకో, మనమూ అన్నీ కొనుక్కోవచ్చు. నీకు కాకపోతే ఇంకెవరికి కొంటాను చెప్పు. కాకపోతే కొంచెం సమయం పడుతుంది అని చెప్తున్నాను. అప్పటివరకూ ఓపిక పట్టు, ఆపై నీ ఇష్టం" అంటూ దేవికి ఆలోచించడానికి సమయం ఇస్తూ హాల్ లోకి వెళ్లిపోయాడు సురేశ్.

భర్త చెప్పింది విన్నాక ఉద్విగ్నత తగ్గి దేవి స్థిమితం గా ఆలోచించసాగింది "నిజమే
కదా, నేను ఇంతగా పంతం పట్టి సాధించాల్సిన అవసరం ఏమిటి? ఎవరి సంపాదన వాళ్లది.
ఎవరి ఇష్టాలు వాళ్ళవి . మూర్ఖం గా ఆలోచిస్తూ స్నేహితులపై అసూయ, నా భర్తపై కోపంతో రగిలిపోయాను. ఈ నాలుగు రోజులు మనసు మనసులో లేదు. ఇవన్నీ ఎదుగుతున్న పిల్లలు కూడా నన్ను గమనిస్తున్నారు. ఇకపై నేను వేరేవాళ్ళ విషయాల గురించి ఆలోచించడం తగ్గించి, ఆపేసిన నా చదువు పై దృష్టిపెడతాను. తద్వారా పెద్ద డిగ్రీ లు సాధించి అందరికంటే ఒక మెట్టు పైనే ఉంటాను " అనుకుని నవ్వుతూ సురేశ్ దగ్గరికి వెళ్లింది.

"ఏవండీ మిమ్మల్ని ఇన్ని రోజులుగా ఇబ్బంది పెట్టినందుకు సారీ .మీకు వీలయిన్నప్పుడే వాటిని కొనండి .

సరే కానీ ! పిల్లలతో పాటు నేనూ చదువుకుంటాను ఆపేసిన పీజీ పూర్తి చేద్దామకుంటున్నాను . ఏమంటారు?" అనగానే

చాలా సంతోషం !! అయినా అనేదేముంది దేవి గారు ఏది చెబితే ఈ భక్తుడు దానికి ఊ కొడతాడు " అని సురేశ్ నాటకీయ ఫక్కీలో అనగానే ఇంట్లో నవ్వులు వెల్లివిరిసాయి .

----★★-----

స్వపరిచయం

శ్రీమతి మాధవి బైటారు

ఖతార్ లోని అంతర్జాతీయ పాఠశాలలో ఉపాధ్యాయురాలిగా చేశాను. Toastmasters క్లబ్ లో P10 ఉపన్యాసాలు ఇచ్చాను . గత 6 నెలలుగా కథలు ,కవితలు రాస్తున్నాను. అవి పుస్తకాలు, online magazines లో ప్రచురితం అవుతున్నాయి.

రెండు పుస్తకాలు ప్రచురణకి సిద్ధంగా ఉన్నాయి. .వివిధ online కార్యక్రమాలకు వ్యాఖ్యాత్రిగా చేశాను. అలాగే 2 యూట్యూబ్ ఛానెల్స్ Aha super food, Aha super food Telugu ఉన్నాయి. వంటలు, ముగ్గులు, వెజిటబుల్ carvings మరియు badminton లలో బహుమతులు గెలుచుకున్నాను.

వంటలు, క్రాఫ్ట్స్ చేయడం , ముగ్గులు, బొమ్మలు వేయడం అంటే ఆసక్తి. సామాజిక సేవ పట్ల అనురక్తి . కర్ణాటక సంగీతం, కూచిపూడి నాట్యం నేర్చుకుంటున్నాను.

మన మనిషి

❖ శ్రీ పెనుమాక నాగేశ్వరరావు

మానవ సంబంధాలు మంట గలుస్తున్నాయని బాధపడే మనసున్న మనుషులు నిత్యం మనకి ఎదురవుతూనే ఉంటారు. అయితే మధురాతి మధురమైన మానవ సంబంధాలు ఎందుకు మృగ్యమవుతున్నాయని ఆలోచిస్తున్న వారి సంఖ్య తక్కువే. జీవితాన్ని గురించి,జీవిత గమనాన్ని గురించి కాస్త నింపాదిగా ఆలోచించే తీరిక ఎవరికి వుంది?

మనని ఎవరూ పట్టించుకోనప్పుడు మాత్రమే మానవ సంబంధాల గురించి ఆలోచిస్తున్నాం. శరీరంలో జవం , జేబులో జీవం ఉన్నంతవారూ, ఒకరితో నాకేం పని అని మనుషులు విర్రవీగుతున్నారు. వారికి డిపెండెన్సీ అవసరంలేదు. ఇండిపెండెన్స్ కావాలి. ఇంకొంచెం లోతుగా చెప్పాలంటే విశృంఖలత్వం కూడా కావాలి. అది వయసు గారడి.

మనలో చాలామందిమి ఇంట్లో ఉండే పాత సామాన్లని బయట పడేసేందుకు ఇష్టపడం. ఒకవేళ పిల్లలు గోలచేసినా,మన మనసు ఒక పట్టాన ఒప్పుకోదు. మనసు మారాం చేసి తీరుతుంది. అవి ఎంత పనికిరానివైనా, తట్టలు, బుట్టలు, గిన్నెలు, గ్లాసులు, గాజులు, సీసాలు, డబ్బాలు, రోలు, రోకలి వగైరా వగైరా....ఏ వస్తువైనా కానివ్వండి దాని వెనుక ఓ కథ,ఓ జ్ఞాపకం తప్పకుండా ఉండి వుంటుంది . కథ మరచిపోయి, వస్తువును పారవేసేందుకు మనసొప్పదు. ఎంత పాతబడిన వస్తువు నైనా ఇంట్లో ఏదో మూల

పడేస్తామే గానీ పారెయ్యము. ఓల్డ్ ఈజ్ గోల్డ్ అనే నమ్మకం. పాత వస్తువైనా కనిపించకపోతే మనసు విలవిల్లాడిపోతుంది. అది కనిపించేదాకా మనసంతా అశాన్తే.

పాతను ప్రేమించడం గౌరవించడం మన సంస్కృతిలో భాగం.మన సంస్కారంలో భాగం.అది మనకు తెలీకుండానే మన నరనరాల్లో వున్నది. పండుగపూట కూడా పాత మొగుడేనా అనుకోదు భార్య, పండుగపూట కూడా పాత భార్యేనా అనుకోడు భర్త.వారిద్దరూ జీవితాంతం కలసి వుండాల్సిందే. మనది యూజ్ అండ్ త్రో సంస్కృతి కాదు.

రోజూ మధ్యాహ్న భోజనం అవగానే వరండాలో వాలు కుర్చీలో పడుకోవటం చాలా కాలంగా వున్న అలవాటు నాకు. కాసేపు అందులో కునుకు తీస్తే గానీ తృప్తిగా వుండదు. అది మా తాత పడుకున్న కుర్చీ. ఆ తర్వాత మా నాన్న పడుకున్న కుర్చీ. ఇప్పుడు నేను పడుకుంటున్నాను.

పాత వస్తువుల్నే అంతా ప్రేమించే మనం, ఇంట్లోని తల్లితండ్రుల్ని,తాతా అవ్వల్నీ అన్నింటికీ అడ్డమని వృద్ధాశ్రమాల్లోకి తరలించడం భావ్యమా? బంధమా? అందమా?

నేటి పాత వస్తువు ఒకనాడు కొత్తదే! ఇవ్వాల్టి మూడు కాళ్ళ ముదుసలులు ఒకప్పుడు యవ్వనంతో తొణికిసలాడిన వారే. పాత వస్తువులు లేకపోతే కొత్త వస్తువులు రావు.పాత మనుషులు లేకపోతే కొత్త మనుషులెట్లా వచ్చేవాళ్లు?ఈ జ్ఞానం ప్రతి భారతీయుడి మనసులో నిద్రాణంగా నైనా వుండి తీరుతుంది. అటాచ్ మెంట్ ప్రేమకు మూలం. కాలం గడిచిన కొద్దీ అటాచ్ మెంట్ పెరుగు తుంది. ప్రేమ ఘనీభవిస్తుంది. విడదీయరాని సంబంధమేర్పడుతుంది.

పాత అంటే జ్ఞాపకాలు. పాపయ్యశాస్త్రి గారి పుష్పాలు ''మా వేల లేని ముగ్ధ, సుకుమార, సుగంధ, మారందా, మాధురీ జీవనమెల్ల మీకయి కృశించి,నశించి,త్యజించి పోయె, మా యవ్వన మెల్ల కొల్లగొని మమ్మావల పారవేతురుగదా! అని ఏడ్చినట్లు పాత సామాన్లు ఏడుస్తయ్యి, పాత మనుషులూ ఏడుస్తారు. వినగల చెవులుండాలి.

ఈ రోజెందుకో నిద్ర పట్టకపోగా మనసంతా రకరకాల ఆలోచనలతో నిండిపోతున్నది. అంతలోనే ఇంట్లో నుంచి ఇల్లాలు, పిల్లలు ఏదో మాట్లాడుకోవటం వినిపించింది. ఆలోచనలను పక్కకు నెట్టి వాళ్ళ మాటల్ని ఆలకించసాగాను .

“కాకులు అరిస్తే చుట్టాలు వస్తారంటారు నిజమేటే అమ్మా'' అడిగింది మా రెండో కూతురు వనజ

“నువ్వూరుకోవే తల్లీ...ఈ ఎండలకి అసలే చస్తుంటే ఇంకా చుట్టాలు కూడా ఎందుకు'' విసుక్కుంది నా శ్రీమతి శకుంతల

“కాకి అరచినందుకు కాదు, నేను అన్నందుకు వస్తారన్నట్లు విసుక్కుంటావేమిటే'' అసహనంగా అన్నది వనజ

“అంటే కాకి అరుపుకీ నీ పలుకుకీ తేడా లేదన్నమాట'' అని పెద్దగా నవ్వాడు మా సుపుత్రుడు గోపి

“ఒరే నిన్ను చంపేస్తా'' అంటూ విసురుగా అరిచింది వనజ

అప్పటికే పంచలోకి పరుగు తీసిన గోపి అక్క డినుంచే పడి పడి నవ్వసాగాడు. అతగాడి నవ్వు వనజకు మరింత రోషం కలుగజేసింది. మూలనున్న తూములు పొడిచే కర్ర ముక్కని అందుకుని పంచ వైపు

వడివడి గా అడుగులు వేసింది వనజ. ఆమెను పసి గట్టిన గోపి పంచకి హాలుకి వున్న కటకటాల తలుపులు వేసి తన వైపు గడియ పెట్టుకుని అక్కని వుడికిస్తూ డాన్స్ చేయసాగాడు.

మళ్ళీ కాకి అరవసాగింది ముగ్గురూ ఒకేసారి నవ్వుకున్నారు.

"మీ నాన్న నిద్రపోతుంటే ఏమిటా అరుపులు. ఆయన లేస్తే ఇద్దర్నీ కోప్పడతారు మీ ఇష్టం" పిల్లలిద్దర్నీ హెచ్చరించింది శకుంతల.

మెలకువతోనే వున్నా, నిద్ర నటించాలనుకున్నాను మరికొద్దిసేపు

మీరిలా అల్లరి చేస్తూనే వున్నారు, ఆ కాకి అలా అరుస్తూనే వున్నది. నిజంగానే ఎవరో ఒకరు వచ్చేటట్లే వున్నారు. మీ తాతయ్య తద్దినానికి, బామ్మ తద్దినానికి ఒక్క కాకీ కనపడి చావదు, ఇప్పుడు మాత్రం ఎక్కడి నుంచి వస్తాయ్యో ఒకటే గోల, కాకి గోల" మంచం దిగి జడ
ముడి వేసుకుంటూ తానూ వరండాలోకి వచ్చింది శకుంతల

"అవున్లే గానీ ఇంతకీ కాకులు అరిస్తే చుట్టాలు రావటం నిజమేనా కాదా" అడిగింది వనజ మళ్ళీ

"ఏమోనే? ఇదివరకు పెద్దవాళ్ళు అనే వాళ్ళు. ఇప్పుడు చుట్టాలు ఎవరింటికి ఎవరు వెళుతున్నారు? ఎవరికి తీరికలున్నై. ఎవరికి కోరికలున్నై. ఆ రోజులూ లేవు ,ఆ మనుషులూ లేరు."

"బాబాయి, పిన్ని వస్తారేమో" తలుపులు తెరుస్తూ అన్నాడు గోపి

"పిల్లవాడికి పరీక్షలు జరుగుతుంటే వాళ్ళు ఇప్పుడు మనింటి కి రావటం ఎలారా పిచ్చి సన్నాసి"

"చీరాల బామ్మ వస్తే బాగుండు..... చాలా రోజులయింది బామ్మ వచ్చి "మళ్ళీ గోపీనే అన్నాడు

"నిజమేరా. భలే గుర్తు చేశావ్. ఏమై పోయిందో ఏమిటో పాపం. ఇన్నాళ్ళు మనింటికి రాకుండా ఎప్పుడూ వుండలేదు ఆమె. ఓ ఫోను కొనుక్కోమంటే ఇంతెత్తున లేచింది పోయిన సారి వచ్చినప్పుడు" అన్నది వనజ

"ఆరోగ్యం ఎలా ఉందో, ఎక్కడ వుందో కబుర్లు తెలిసే అవకాశం కూడా లేదు పాపం"నొచ్చుకున్నది శకుంతల

"చీరాల బామ్మ వస్తే మాత్రం ఓ రెండు రోజులుపెద్దక్కని రమ్మందాం. అక్క వుంటేనే బామ్మతో సరదా. వాళ్ళిద్దరూ మాట్లాడుకుంటుంటే భలే భలే జోకులు పేలతై." సంతోషం అంతా ముఖంలో కనిపిస్తుండగా అన్నది వనజ

"అవును పిలుద్దాం" వనజ మాటలకి వంత పలికాడు గోపి.

"మీ బామ్మ వున్నన్నాళ్లూ ఎక్కువగా వస్తుండేది పాపం. వాళ్ళిద్దరికీ మంచి స్నేహం. చిన్నప్పటినుంచి కలిసి బ్రతికారు. వాళ్ళ చనువు, వాళ్ళ ఆత్మీయత అలాంటిది" అన్నది శకుంతల. మీరెప్పుడు రావాలనుకుంటే అప్పుడు వచ్చేయండి అత్తయ్య గారూ అని నువ్వూ చెప్పావు కదే" అమాయకంగా అడిగాడు గోపి

చెప్పానురా. వాళ్ళకి అనిపించాలి. తరం మారితే అంతరం పెరుగుతుంది అంటారు. మొన్నేదో పుస్తకంలో చదివా చుట్టాలంటే రమ్మన్నప్పుడు రాకపోయినా పొమ్మనటానికి వీలు లేని వారట . కానీ పాపం చీరాల బామ్మ మాత్రం అటువంటి మనిషి కాదు. మీ బామ్మ ఎప్పుడు రమ్మని కబురు పెడితే అప్పుడు వచ్చేసేది. పొమ్మనాల్సిన పనే ఉండేది కాదు. ఎప్పుడు వచ్చినా రెండు రోజులకి మించి ఉండేది కాదు. మీ

బామ్మ ఏదైనా పని ఉండి పిలిస్తే, ఆ పని పూర్తి కావటం ఆలస్యం, పెట్టె సర్దేసుకుని బయలుదేరేది'' గతం గుర్తుకు తెచ్చుకుంటూ అన్నది శకుంతల

"అసలామెది ఏ వూరే'' అడిగాడు గోపి

"చీరాల రా పిచ్చి సన్నాసి'' అవకాశం వుపయోగించుకుంది వనజ

" అందుకనేనా చీరాల బామ్మ అంటారూ, అవును బాగానే వుంది కానీ ఆమె ఆసలు పేరేంటి మరి''తన సందేహం బయటపెట్టాడు గోపి

"ఏంటో నాకూ సరిగ్గా తెలీదు. పిల్లలంతా చీరాల బామ్మ అనటంతో నాకూ అదే అలవాటయింది. ఎప్పుడో మాటల మధ్యన మీ బామ్మే ఆవిడ పేరు సావిత్రనో, సరస్వతనో చెప్పినట్లు గుర్తు. ఆవిడ గురించి నాకూ అంతకన్నా తెలీదు. చీరాలలో ఎక్కడ వుంటుందో కూడా తెలీదు'' అన్నది శకుంతల

"ఈ సారి ఆమె వస్తే ఆమె వివరాలన్నీ నేను కనుక్కుని, ఆమె ఇంటి నంబరు, వీధి పేరు, ఇంటి పేరు, ఒంటి పేరు, అన్నీ ఓ బుక్కులో రాసిపెడతానుండండి'' వాళ్ళ అమ్మ కాల్చి ఇచ్చిన మొక్క జొన్న కండే తింటూ అన్నాడు గోపి

"అసలామెకు ఓ సెల్ కొనిస్తే సరి'' అని తల్లి వంక చూసింది వనజ

"ఆమె అంతా తేలిగ్గా తీసుకునే మనిషి కాదు''పిల్లలిద్దరినీ వుద్దేశించి చెప్పింది శకుంతల

"చీరాల పెద్ద దూరమేమీ కాదుగా అమ్మా. మనందరం వెళ్దాం. అక్కడ వాళ్ళని అడుగుదాం. ఒకవేళ తెలిస్తే తెలియచ్చు కదా'' మొక్కజొన్న విత్తనాలు నోట్లో పోసుకుంటూ అన్నాడు గోపి

"ఆ వూళ్ళో ఆమె ఏ పేట లో వుంటుందో? ఎక్కడని కనుక్కుంటాం! అది అయ్యేపని కాదు. ఎప్పుడో ఆమెకే రావాలనిపించాలి. తనంతట తనే రావాలి. అంతే''

"పోనీ నేను ఒక్కడ్నీ వెళ్ళి కనుక్కుని వస్తాను.''

"నీ వల్ల కాదులేరా'' విసుగ్గా అన్నది వనజ

ఎందు క్కాదమ్మా....నా దగ్గరో ప్లానున్నది. '' బస్సు దిగంగానే, ఆ వూళ్ళో కళ్యాణ మండపాలు ఎటు వైపు ఎక్కువ వున్నయ్యో కనుక్కుంటా. వాటిల్లోకి వెళ్తే ఫలానా వారి జ్ఞాపకార్ధం....భార్య...ఫలానా అని వ్రాసిన బోర్డులు,వాటిపైన ఫోటోలు వుంటై. చీరాల బామ్మ నాకు తెలుసు గదా, ఆమె ఫోటో కనబడితే నేను గుర్తు పడతాగా. అక్కడి వాళ్ళని అడిగి ఆమె వివరాలు కనుక్కుని ఆమె ఇంటికి వెళ్తా...ఏంటి ''

"ఆ తర్వాత గుడులకు వెళ్తా అక్కడ కూడా అలాంటి ఫోటోలు, రాతలూ వుంటై. అక్కడా అదే పని. ఎక్కడో ఓ చోట మన ప్లాన్ వర్క్ అవుట్ కాక పోతుందా అక్కా''

"అయినా కాకపోయినా, నీ ఐడియా మాత్రం సూపర్ రా. ఆ ఐడియా వచ్చినందుకు అందుకో నా అభినందనలు మరియూ ఆశీస్సులు'' నాటకీయంగా అన్నది వనజ.

"నన్ను నువ్వు తక్కువగా అంచనా వేస్తున్నా వక్కా. సరిగ్గా అర్ధం చేసుకుంటే తెలుస్తుంది నా సత్తా '' అని కాలర్ ఎగురవేశాడు గోపి

"ఓవరాక్షన్ ఆపి నాకు, అమ్మకి కాఫీ కలిపి తీసుకురారా'' అడిగింది వనజ

"దీన్నేమంటారో! అయినా పెద్ద దానివి అడిగావుగా కలుపుతాన్లే'' అని వంట గదిలోకి వెళ్ళాడు గోపి

"ఒరే మీ నాన్నక్కూడా కలపరా కాఫీ, నేను నిద్ర లేపుతాలే'' అంటూ మళ్ళీ వరండాలోకి

రాబోయిన శకుంతలకు నేనే ఎదురెళ్లాను. ముగ్గురం హాల్లోనే కూర్చున్నాం.

“పోనీ ఓ సారి వాడ్నిచీరాల పంపించి చూద్దామా అమ్మా'' అడిగింది వనజ

“బాగానే వుంటుంది, కానీ వాడి వల్ల అవుతుందా? ఆమె కనపడుతుందా? '' అనుమానం వ్యక్తం చేసిన శకుంతల నా వైపు చూస్తూ ''ఏమండీ మీరేమంటారు. పంపిద్దామా గోపీని'' అనడిగింది నన్ను

“ఆచూకి దొరకదనుకునే వాడ్ని పంపుదాం. ఓ రెండు వందలు ఖర్చు రెండు గంటల ప్రయాణం అంతేగదా'' వదిలిపెట్టలేదు వనజ

“రెండు వందల కోసం కాదులే... సరే అట్లాగే పంపించుదాం.... , ఈయనే మంటారో'' అంటూ నా వంక చూసింది శకుంతల

మా ముగ్గురికీ కాఫీ తెచ్చి అందించాడు గోపి

''చాలా బాగా వుందిరా కాఫీ'' మెచ్చుకుంది వనజ

“చీరాల వెళ్ళి వస్తావుటరా గోపి'' అడిగింది శకుంతల

“నాన్న వెళ్లమన్నారా'' హుషారుగా అడిగాడు గోపి

అవునన్నట్లు తల ఊపిందామె

“నేను రెడీ. వీలయినంతవరకు ఆమె ఆచూకీ తెలుసుకోవటానికి గట్టి ప్రయత్నమే చేస్తాను'' నమ్మకంగా చెప్పాడు గోపి

“సరే మీ నాన్న సరే అంటే రేపే వెళ్దూగాని'' చెప్పింది శకుంతల

“ఏమండీ ఏం మాట్లాడరే'' రెట్టిచ్చింది

“ఓకే మీరు మీరు మాట్లాడుకుని నాకు చెప్పండి '' చెప్పి కాలర్ ఎగుర వేసుకుంటూ బయటకు వెళ్ళాడు గోపి

“ఎలాగోలా చీరాల బామ్మ కనబడితే బాగుండు'' అన్నది వనజ

“అవును.... నాకూ ఆమెను చూడాలనే వున్నది. ఎలా ఉందో ఏమో... చాలా కాలం అయింది ఆవిడ వచ్చి. ''

“ఒకవేళ పెద్దక్కకి చీరాల బామ్మ పేరు తెలుసేమో ఫోన్ చేసి అడగనా'' అడిగింది వనజ

“చెయ్. ఏం పోయింది. తెలిస్తే తెలిసే ఉండచ్చు. మీ బామ్మ ఎప్పుడైనా మాటల సందట చెప్తే చెప్పిందేమో దానికి''

వెంటనే వనజ హైమకు ఫోన్ చేసింది. కుశల ప్రశ్నలు త్వరగా ముగించి ''చీరాల బామ్మ అసలు పేరేంటే అక్కా- అమ్మనడిగితే సావిత్రో, సరస్వతో అంటున్నది. నీకు కరెక్ట్ గా తెలుస్తుందని ఫోన్ చేశా'' ఆత్రంగా అడిగింది

''ఆ రెండూ మాత్రం కాదు...ఆ.... గుర్తొచ్చింది... చీరాల బామ్మ పేరు సుందరమ్మ. ఆమె పూర్తి పేరు బాలాత్రిపుర సుందరి అయితే వయసు పై పడిన తర్వాత అందరూ సుందరమ్మా అనీ, కొందరు బాలమ్మా అని పిలుస్తుండేవాళ్లుట. చీరాల బామ్మ, మన బామ్మని పేరు పెట్టి పిలిచేది కానీ ఈమె మాత్రం చీరాల బామ్మని ఎప్పుడూ అక్కయ్యా అనే పిలిచేది. అందుకే మనకి ఎవ్వరికీ చీరాల బామ్మ పేరే తెలీలేదు'' చెప్పింది హైమ

''అవునింతకీ హటాత్తుగా ఆమె పేరుతో ఏం పని వచ్చింది మీకు'' హైమ అడిగింది

''చీరాల బామ్మ మనింటికి వచ్చి చాలా కాలం అయింది కదా. ఎలా ఉందో అని గుర్తుకు వచ్చి అనుకున్నాం. అంతలో మన గోపీగాడు చీరాల వెళ్ళి ఆమె వివరాలేమన్నా తెలుస్తాయేమో కనుక్కుంటానంటున్నాడు. అమ్మ, నాన్న కూడా సరే అన్నారు'' చెప్పింది వనజ

''వెళ్ళి రమ్మనండి. నిజమే పాపం బామ్మ చనిపోయాక రెండు సార్లో, మూడు సార్లో నే వచ్చింది ఈ నాలుగేళ్ళల్లో చీరాల బామ్మ. ఆమె విషయాలు తెలిస్తే నాకు వెంటనే చెప్పండి. ఆమె వస్తే గనుక నేనూ వస్తా. రెండు రోజులు మా ఇంటికి కూడా తీసుకు వెళ్తా''

''బాగుంది సంబడం. ఆమెను కనపడనీ ముందు, మా ఇంటికి,మీ ఇంటికి... ఎక్కడికైనా తీసుకు వెళ్లచ్చు'' వ్యంగంగా అని ఫోన్ ఆపేసింది వనజ

''ఎప్పుడు...ఎప్పుడు నా చీరాల ప్రయాణం...రేపా..ఎల్లుండా......ఇప్పుడేనా ఎప్పుడైనా రెడీ. నాకో వెయ్యి రూపాయలు కొట్టండి మరి'' ఇంట్లోకి వస్తూనే హడావిడి చేశాడు గోపి

''అయిదు వందలు ఎక్కువ, ఇంకో ఇరవయ్యో, నలభయ్యో మిగులుతై కూడా''

''నడిచెళ్లొస్తే అవి కూడా అక్కర్లేదే అక్కా, రేపు నీ పెళ్లి ఖర్చులకుంటాయ్'' అని కిసుక్కున నవ్వేడు తమ్ముడి నెత్తిన సుతారంగా ఓ మొట్టికాయ వేసింది మూసిముసిగా నవ్వుకుంటూ వనజ.

మాట్లాడటం ఓ కళ. అది కొందరికే స్వంతం. అందులో ఆరి తేరిన మనిషి చీరాల బామ్మ. ఆమె కబుర్లు చెబుతుంటే విసుగు లేకుండా వినాలనిపిస్తుంది. వింటుంటే హుషారుగా ఉంటుంది. కష్టాలు మనిషికి ధైర్యాన్ని ఇస్తాయంటుంది. దిగులుగా వున్నప్పుడు ఆమె మాటలు వూరట కలిగిస్తాయి. భేషజం లేని మనిషి ఆమె. నిరాడంబరంగా ఉంటుంది. ఎప్పుడూ నవ్వుతూ,నవ్విస్తూ ఉంటుంది. సినిమాల గురించి, రాజకీయాల గురించి హాస్యం గా మాట్లాడటం ఆమె ప్రత్యేకత.

మొత్తం మీద ఆవిడ ఓ సరదా మనిషి, సందడి మనిషి. ఎప్పుడూ సంతోషం గా కనిపిస్తుంది. ఆమె పలకరింపులో ఓ ఆత్మీయత వినిపిస్తుంది. వంట బ్రహ్మాండంగా చేస్తుంది, కొసరి కొసరి వడ్డిస్తుంది, ఆప్యాయంగా తినిపిస్తుంది. అమ్మని తలపిస్తుంది .

''మాట సాయం చేయాలన్నా, పని సాయం చేయాలన్నా వెనుకాడేదీ కాదు పాపం. బాధ్యతగా చేసేది. ఆమె ఉంటే ఎంత పని చేయాలన్నా కొండంత అండగా వుండేది. ఓ సారి మీ బామ్మ,ఆవిడా మోకాళ్ళ నొప్పికని డాక్టర్ దగ్గరకు వెళ్లారు. ఇద్దరికీ ఒకటే కంప్లైంట్. మీ బామ్మకేమో మాత్రలు రాసి, ఓ నెల రోజుల తర్వాత రమ్మన్నాడట. చీరాల బామ్మకేమో మాత్రలు, ఆయింట్మెంటు రాసి, రోజూ వాకింగ్ చేయాలని చెప్పాడట.

ఇంటికి వచ్చి ఆమె చేసిన కామెడీ అంతా ఇంతా కాదు. ఇద్దరం మోకాళ్ళ నొప్పి అనే చెప్పాం. నీకేమో మాత్రలు మాత్రం రాసి నాకేమో మాత్రలకి తోడు ఆయింట్మెంటు, కాపడాలు , నడవటాలు ...అయిన వాళ్ళకి ఆకుల్లో, కాని వారికి కంచాల్లో అంటే ఇదే! నేనా మందులు వాడను. అంతగా అయితే ఇంకో డాక్టర్ కి చూపించుకుంటా. అంతే '' అంటూ మీ బామ్మని భలే ఏడిపించింది, మమ్మల్నందిరినీ నవ్వించింది.'' పాత ముచ్చట గుర్తుకు తెచ్చుకున్నది శకుంతల

'గోపి చీరాల వెళ్ళాడు... వచ్చాడు. అతనితో పాటు ఆ ఇంట్లో వాళ్ళందరికీ నిరాశే మిగిలింది. కొన్నాళ్ల తర్వాత శకుంతల చెల్లెలు ఫోను చేసి క్షేమ సమాచారాలు మాట్లాడింది. మాటల మధ్యన చీరాల బామ్మ చనిపోయిందని చెప్పింది. ఆమెక్కూడా అంతకన్నా వివరాలు తెలియదన్నది. ఆ వార్త మా కుటుంబానికి మనస్తాపం కలుగచేసింది. ఇంట్లో అందరం తల స్నానం చేశాం.

ఆమె చనిపోయిందని మైల వదిలించుకునేందుకు కాదు. ఆమెలా బ్రతకాలని మడి కట్టుకునేందుకు, మనసుని అలా మలచుకునేందుకు. చీరాల బామ్మను చిరకాలం గుర్తుంచుకునేందుకు.

''మాట్లాడేందుకు మనుషులు దొరకని ఈ రోజుల్లో, మాట సాయానిక్కూడా ముందుకు రాని మనుషులే ఎక్కువగా వున్న ఈ కాలంలో, ఓ మనిషి మన ఇంటికి వస్తే బాగుండు, రెండు రోజులైనా వుంటే బాగుండు అనుకుంటున్నారంటే, ఆ మనిషి ఎంతటి గొప్ప మనిషి! అలాంటి వాళ్ళు దొరుకుతారా, ముందు ముందు మచ్చుకైనా కనబడతారా! ''

'కట్టుకు పోతామా అని అంటూనే, అంది నంత కొట్టుకుపోయే వాళ్ళే! హలో, హాయ్, సారి, థ్యాంక్స్....ఈ నాలుగు మహా వాక్యాలయిపోయినై. సెల్ ఫోన్ అందరికీ ఆరో ప్రాణం అయింది. యాపుల్తో పనులైపోతున్నై, కార్డుల్తో పనులైపోతున్నై. కళ్ళతో తప్ప, కాళ్లతో పనిలేదు.

చీరాల బామ్మ లాంటి సజ్జనులు, పరోపకారులూ ఎప్పుడో, ఎక్కడో తారస పడుతున్నారు, 'చీరాల బామ్మ గురించిన ఆలోచనల్లో నుంచి బయటకు రాలేకపోతున్నాం. మా మనసుల్లో చిరంజీవిగా ఉంటుంది చీరాల బామ్మ . అవును మేమందరం ఆమెను మా మనిషి అనుకుంటాం. అందుకే ఆమె మన మనిషిగా గుర్తుండిపోతుంది.

----★----

స్వపరిచయం

శ్రీ పెనుమాక నాగేశ్వరరావు
ఫోన్ : **9441254044**

తల్లితండ్రులు: పెనుమాక సుబ్బమ్మ, వెంకట సుబ్బారావు. పుట్టింది,పెరిగింది,చదివింది, ఉద్యోగం చేసింది (బ్యాంక్ ఆఫ్ ఇండియా లో) రిటైరయ్యింది కూడా గుంటూరులోనే. ఇప్పటివరకు 300 కథలు, 50 కవితలు వివిధ పత్రికలలో ప్రచురింపబడినవి. కొన్నింటికి బహుమతులు వచ్చినవి.

సుమిత్ర గారిల్లు, నాన్నలూ జాగ్రత్త, ఫారిన్ సెంటు, అమర సుఖం అనే నాలుగు కథా సంపుటాలు, దేవుడి పాట అనే నవల (ఆంధ్రప్రభ వారపత్రికలో సీరియల్ గా ప్రచురింపబడినది), స్వాతి మాస పత్రికలో రెండు అనుబంధ నవలలు, కొన్ని కథలు ఆంగ్లము లోనికి అనువదింపబడి (ప్రముఖ రచయిత శ్రీ ద్వారకా గారిచే) నెక్టర్ ఆఫ్ లైఫ్ అనే పేరుతో కథా సంపుటిగా ప్రచురింపబడినది.

రచనా వ్యాపకంలో కథా ప్రక్రియ పట్ల మక్కువ ఎక్కువ. కడ దాకా కాలంతోనూ, కథలతోనూ గడపాలని కోరిక.

కోరిక

❖ గోవిందరాజుల నాగేశ్వర రావు

"అబ్బబ్బ ఈ కొంప ఎన్ని సార్లు సర్దినా ఇంతే..." అంటూ అలమారాలో వున్న కాగితాలన్నీ కింద పడేసి "ఏవండీ ..ఏవండీ .. మిమ్మల్నే" అంటూ భర్త రాఘవరావుని పిలిచింది.

"ఎవిటే నీ గోల" అంటూ వచ్చి కింద పడివున్న కాగితాలని చూసాడు. "ఎవిటే అన్నీ ఇలా పడేసావు" అంటూ విసుక్కున్నాడు.

"ఏ కాగితాలు పనికి వస్తాయో, ఏ కాగితాలు పనికి రావో తెలిసి చావదు. అవన్నీ చూసుకుని పనికి రానివి పక్కన పడెయ్యండి. రేపు పేపర్లతో కలిపి అమ్మేస్తాను" అంటూ లోపలికి వెళ్లి పోయింది.

"ఖర్మ దీనికి ఏ టైములో ఏమవుతుందో తెలియదు. ఇప్పుడు ఇవన్నీ కింద పడేసి పెద్ద పని పెట్టింది" అంటూ రాఘవరావు కింద అడ్డ దిడ్డంగా వున్న కాగితాలు తీసి సర్దుతున్నాడు. ఆ కాగితాల్లోంచి ఓ కవరు కింద పడింది. రాఘవరావు ఆ కవరు తీసి ఓపెన్ చేసి అందులోంచి ఓ కాగితం తీసాడు. అది తన జాతకం కాగితం . తీసి చదివాడు. మొహం లో ఫీలింగులు మారి పోయాయి. అందులో రాఘవరావు జాతకం 22-9-2022 వరకు రాసి వుంది. రాఘవరావు క్యాలెండరు వంక చూశాడు.

"ఇవాళ సెప్టెంబర్ పంతొమ్మిది అంటే ఈ జాతకం ప్రకారం నేను రెండు మూడు రోజుల్లో పోతానన్నమాట. మరి నా కోరిక ఈ రెండు మూడు రోజుల్లో తీరుతుందా. ఇంత చిన్న కోరిక తీర్చు కోలేనా ?

తీరదా? ఎలా ?" అనుకుంటూ ఆలోచనలతో గుండె బరువెక్కి "శాంతా" అంటూ భార్యని పిలిచాడు. హడావిడి పరుగు లాంటి నడకతో వచ్చింది శాంత

"శాంతా గుండెల్లో ఏదో బరువుగా వుంది. తలతిరుగుతుంది" అన్నాడు శాంత కంగారు పడి " అవన్నీ అలా ఉంచండి. తర్వాత సర్దుకోవచ్చు. వేడిగా కాఫీ ఇస్తా, తాగి కాసేపు పడుకోండి. తగ్గి పోతుంది" అంటూ లేవదీసి మంచం మీద పడుకో పెట్టి కాఫీ తీసుకు రావడానికి లోపలికి వెళ్ళింది. రాఘవరావు పడుకుని అలా ఆలోచిస్తూ కళ్ళు మూసుకున్నాడు. శాంత కాఫీ తీసుకు వచ్చింది. "ఏవండీ, ఇదిగోకాఫీ. లేవండి. మిమ్మల్నే.. అప్పుడే నిద్ర పట్టేసిందా" అంటూ తట్టి లేపింది.

రాఘవరావులో కదలిక లేదు. కంగారు పడింది శాంత `ఏవండీ.. ఏవండీ..` అంటూ కుదిపింది. అయినా రాఘవరావులో కదలిక లేదు.

"ఏవండీ... ఏవండీ" అంటూ ఏం చెయ్యాలో తోచక రాఘవరావు ప్రాణ స్నేహితుడు విశ్వనాథం కి ఫోన్ చేసింది.

విశ్వనాథ్ పది నిముషాల్లో డాక్టర్ కామేష్ తో హడావిడిగా వచ్చాడు. శాంత జరిగినదంతా డాక్టర్ కి చెప్పింది. కామేష్ రాఘవరావుని టెస్ట్ చేసాడు.

"ప్రాబ్లం ఏమీ కనిపించడం లేదు. కాక పోతే ఆయన స్పృహ లోలేరు." అంటూ రెండు ఇంజెక్షన్ లు చేసి "కంగారు పడాల్సిన అవసరం లేదు. తగ్గి పోతుంది. స్పృహ వస్తుంది. మళ్ళీ రేపు వస్తాను. ఈ లోగా ఏవన్నా అవసరం అయితే ఫోను చెయ్యండి" అంటూ వెళ్లి పోయాడు.

మర్నాడు కామేష్ వచ్చి చూసాడు. రాఘవరావులో చలనం లేదు. సెలేన్ ఎక్కిస్తున్నారు. కామేష్, కార్డియాలజీ స్పెషలిస్టు శ్రీనివాసరావుని పిలిపించాడు. అయినా రాఘవ రావు లో చలనం రాలేదు. ఇద్దరు నర్సులని కేర్ టేకర్స్ గా పెట్టారు

అమెరికా నుంచి పెద్దబ్బాయి సుధాకర్, కోడలు సునీత, బెంగళూర్ నుంచి కూతురు సుజాత, అల్లుడు అరవింద్, ఢిల్లీ నుంచి చిన్నబ్బాయి వంశీ వచ్చారు. అందరూ ఏమి జరిగిందో అని కంగారుగా వున్నారు.

డాక్టర్ శ్రీనివాసరావు వచ్చి చూసి "అంతా బాగానే వుంది. ఇది కార్డియాలజీ ప్రాబ్లం కాదు. న్యూరోలజిస్ట్ డాక్టర్ నూకరాజుకి చూపిస్తే బాగుంటుంది. అన్నాడు" కామేష్ తో.
విశ్వనాథం వెంటనే వెళ్లి నూకరాజుని తీసుకు వచ్చాడు.

డాక్టర్ నూకరాజు రఘురాం ని టెస్ట్ చేసి " కాలి బొటనవేలు నుంచి హెడ్ వరకూ నెర్వస్ సిస్టం అంతా బాగానే వుంది. ఏం ప్రాబ్లం లేదు." అన్నాడు.

"హార్టు బీటింగు, వాల్స్, బి పి, షుగర్ అన్నీ నార్మల్ గానే ఉన్నాయి. కానీ ఏ ట్రీట్ మెంటు కి బాడీ రియాక్టు కావటం లేదు" అన్నాడు కామేష్.
"ఈయన చాలా డిప్రెషన్ లోకి వెళ్లి పోయారు." అన్నాడు నూకరాజు.
"హాస్పిటల్ లో జాయిన్ చెయ్యమంటారా" అడిగాడు విశ్వనాథం.

"నో ... ఈ పరిస్థితిలో ఈయన్ని కదపటం మంచిదికాదు. ఈయన స్పృహలో లేక పోయినా బాడీ లో ప్రతీ పార్టు తన పని తాను క్యాజువల్ గా చేసుకు పోతోంది. కానీ ఇలాగే వుంటే ఈయన మెల్లిగా కోమా

లోకి వెళ్ళే అవకాశం వుంది. కాబట్టి ఆయన్ని మనం డిప్రెషన్ లోంచి త్వరగా బయటికి తీసుకు రావాలి." అన్నాడు నూకరాజు.

"ఏం చేద్దామంటారు" అంటూ అడిగింది శాంత.

ఆయన్ని చూస్తుంటే "ఏదో విషయం గురించి ఆలోచిస్తూ అలా ట్రాన్స్ లోకి వెళ్లిపోయినట్టు అన్పిస్తోంది. అ ట్రాన్స్ లోంచి బయటికి రావాలంటే ఆ విషయం ఏంటో మనం తెల్సుకోవాలి." అన్నాడు నూకరాజు.

"అదెలా తెలుస్తుంది" అంటూ అడిగాడు వంశీ

"అది ఏదయినా కావచ్చు. ఎవర్నయినా బెంగతో చూడాలని వుండొచ్చు. ఏదయినా చెయ్యా లని గానీ, చెప్పాలని గానీ ఉండొచ్చు. ఏవయిన తినాలని గానీ, ఏదయినా జరిగినదానిని గురించి గానీ, ఏదయినా తీరని కోరిక గురించి గానీ ఎక్కువ అలోచించి ట్రాన్స్ లోకి వెళ్లి ఉండాలి. ఏదో వుంది ఆయన మనసులో. అది మనం తెల్సుకుంటే ప్రాబ్లం సాల్వయినట్టే."అన్నాడు నూకరాజు.

"నాకు తెల్సి ఆయనకీ ఏ సమస్యలూ లేవు డాక్టరు గారూ" అంది శాంత.

"అదీ నిజమే...కుటుంబ పరంగా, ఆర్దికంగా, బిజినెస్ పరంగా కూడా ఎటువంటి సమస్యలూ లేవు" అన్నాడు విశ్వనాథం.

"నాన్న గారు ఏ విషయం గురించి బాధపడటం మేం చూడలేదు" అన్నారు అంతా

"ఇంకో రెండు రోజులు చూద్దాం. ఆ తర్వాత ఏం చేయాలో ఆలోచిద్దాం. సిస్టర్స్ .. టేక్ కేర్. ఏమయినా ఇంప్రూవ్ మెంటు వుంటే వెంటనే ఫోన్ చెయ్యండి. మళ్ళీ సాయత్రం వచ్చి చూస్తాం." అంటూ వెళ్ళిపోయారు డాక్టర్ నూకరాజు, కామేష్.

ఇంటి పక్క ఇంట్లో ఏదో ఫంక్షన్ జరుగుతోంది. వాళ్ళు బ్యాండు మేళం పెట్టారు. ఆ శబ్దం గోలగా విన పడుతోంది.

"రాఘవా నేనురా.. విశ్వాన్ని. ఏమయిందిరా. నిన్నెప్పుడూ ఇలా చూడలేదు. ఏంట్రా.. నువ్విలా పడుకుని వుంటే నాకు ప్రాణం పోయినట్టు వుందిరా .. లేరా... లే.." అంటూ రాఘవ రావు బుగ్గలు నిమురుతూ అన్నాడు విశ్వం.

అందరూ రాఘవ చుట్టూ చేరారు. విశ్వనాథం పక్కకి జరిగాడు.

అక్కడే పక్కన పడేసిన రాఘవ చొక్కా జేబులో ఓ కాగితం కనిపించింది. అది గమనించి విశ్వనాథం అటుగా వెళ్ళాడు.

"నాన్నా... నేను సుధాకర్ ని ... చెప్పు నాన్నా. నీకెవర్నయినా చూడాలనుందా. ఏదయినా చూడాలనుందా.. చెప్పు.. అంటూ చెవిలో అడి గాడు" సుధాకర్.

"నాన్నా... నీకేమయినా తినాలనుందా? గారెలు, బూరెలు, బిర్యాని, స్వీట్లు చెప్పండి నాన్నా .." అంటూ అడిగింది సుజాత.

రాఘవ రావులో ఏ చలనం లేదు. అలాగే ప్రశాంతంగా పడుకుని వున్నాడు.

విశ్వనాథం రాఘవరావు చొక్కా జేబులో దొరికిన జాతకం కాగితాన్ని చదువుతున్నాడు. అది ఎవరూ గమనించ లేదు.

"నాన్న... నేను వంశీని... నీకు తీర్థ యాత్రలు ఎవన్నా చెయ్యాలనుందా. కాశీ, రామేశ్వరం, గయ..షిర్డీ..బదరీనాథ్.. చెప్పండి నాన్నా.. నేను తీసుకు వెళ్తాను." అన్నాడు వంశీ.

'ఏవండీ ఒక్కసారి కళ్ళు తెరవండి. నా వల్లే మయినా తప్పు జరిగిందా.. జరిగితే నన్నుక్షమించండి.' అంటూ బావురుమంది శాంత. రాఘవ రావులో మార్పులేదు.

"అమ్మా... పూరుకో...నాన్నకి ఏమీ కాదు." అంటూ అందరూ శాంత ని సముదాయించారు.

"ఈ జాతకం చదివి తను రెండు మూడు రోజులో పోతానని తెల్సి డిప్రెషన్ లోకి వెళ్ళాడన్న మాట." అనుకున్నాడు విశ్వనాథం.

బయట "దడ్డనక డన్ .. దడ్డనక డన్" .... అంటూ డప్పుల మోత భీభత్సం గా వినబడుతోంది.

"అసలే ఇక్కడ టెన్షన్‌తో చస్తుంటే బయట ఆ డప్పుల గోలొకటి... ఆ కిటికీ తలుపులు వెయ్యండి" అంది శాంత.

సుధాకర్ వెళ్లి శబ్దం లోపలి రాకుండా తలుపులు వేసి వచ్చాడు. సరిగ్గా అప్పుడే ఓ వింత జరిగింది. దాన్ని విశ్వ నాథం గమనించాడు. "ఎస్" అనుకుంటూ బయటకి వెళ్లి పోయాడు.

"మావయ్య గారూ మేం అమెరికా నుంచి తిరిగి ఇండియాకి వచ్చేస్తాం. లెండి మావయ్యగారూ." అంది సునీత .

అందరూ చుట్టూ చేరి రాఘవరావు చెవిలో ఏవో చెబుతూనే వున్నారు. రాఘవ రావులో మార్పు లేదు. ఇంతలో అంబులెన్స్ సౌండ్ వినిపించింది. కాసేపటిలో విశ్వనాథం డాక్టర్ నూకరాజు, కామేష్ లతో వచ్చాడు.

"మీ నాన్నకి ఏం కాలేదు. పక్కకి జరగండి. ." అన్నాడు విశ్వ నాథం.

"మీరు చాలా రిస్క్ తీసుకుంటున్నారు." అన్నాడు కామేష్

"ఏం కాదు డాక్టర్. నాదీ పూచి ముందు అంబులెన్స్ ఎక్కించండి." అన్నాడు విశ్వనాథం

రాఘవ రావుని స్ట్రేక్చర్ మీద పడుకోబెట్టి తీసుకెళ్ళారు. బయట డప్పుల శబ్దం వినిపిస్తోంది. అందరూ రాఘవ రావు తో బయటికి వచ్చారు.

"నేను కూడా వస్తా" అంది శాంత

"చూడండి. ఎవరూ రావద్దు. మేం ఓ మూడు నాలుగు గంటల్లో వచ్చేస్తాం. మీ నాన్న కూడా హుషారుగా లేచి నాతో వస్తాడు. నాదీ గ్యారంటీ. ఎవన్నా అవసరమయితే నేనే మీకు ఫోన్ చేస్తా. పోనీ డ్రైవర్" అంటూ అంబులెన్స్ డోర్ మూసేశాడు విశ్వనాథం .

అంబులెన్స్ దూసుకు పోయింది.

★★★

రాత్రి పదవుతోంది. అందరిలోనూ టెన్షన్. బయట అంబులెన్స్ ఆగిన శబ్దం. అందరూ గబా గబా బయటికి వెళ్లి చూసారు. రాఘవ రావు విశ్వనాథం భుజం మీద చెయ్యి వేసుకుని సంతోషంగా దిగాడు. అందరూ ఆశ్చర్య పోయారు.

"కంగ్రాట్స్, మీ డాడీ ఆరోగ్యం పూర్తిగా నయమయింది." అన్నాడు డాక్టర్ నూకరాజు.

"థాంక్ యు డాక్టర్" అన్నాడు సుధాకర్.

"థాంక్స్ నాకు కాదు. విశ్వనాథం గారికి చెప్పాలి. ఇదంతా ఆయన ట్రీట్‌మెంటు." అన్నాడు నూకరాజు.

"ముందు రాఘవని లోపలి తీసుకెళ్ళి పడుకోబెట్టండి. బాగా అలిసిపోయాడు." అన్నాడు విశ్వనాథం.

అంబులెన్స్, డాక్టర్ నూకరాజు, కామేష్ లు వెళ్లి పోయారు.

సుధాకర్, వంశీ లు రాఘవ రావుని ఇంట్లోకి తీసుకెళ్ళి మంచం మీద పడుకోబెట్టారు..

"థాంక్స్ రా విశ్వం. ఈ జన్మలో తీరదనుకున్న నా కోరిక నీ వల్ల తీరింది. ఇంకా ఇప్పుడు నేను హాయిగా పోవచ్చు." అన్నాడు రాఘవ రావు.

"నోర్మ్ముయ్యిరా. అలాంటి మాటలు మాట్లాడకు. నా ట్రీట్‌మెంటుతో నీ ఆయుష్షు ఇంకో యాభై సంవత్సరాలు పెరిగింది." అన్నాడు. విశ్వనాథం.

ఇంకా ఏదో అనబోతున్న రాఘవ రావు తో "ఇంకా ఎక్కువగా మాట్లాడకుండా రెస్టు తీసుకో .. రేపు వస్తా గా .. అప్పుడు మాట్లాడుకుందాం" అన్నాడు విశ్వనాథం.

"ముందు మీరు పడుకోండి." అంది శాంత

రాఘవరావు అలిసిపోయి వుండటంతో మాట్లాడకుండా పడుకున్నాడు. అందరూ బయటకి వచ్చారు.

వంశీ "ఏం ట్రీట్‌మెంటు ఇచ్చారు అంకుల్" అంటూ అడిగాడు విశ్వనాథాన్ని.

"రేపు వస్తాగా. అప్పుడు చెబుతా. "అన్నాడు విశ్వనాథం

"చెప్తే గాని ఇంటికి వెళ్ళనీయం." అంటూ పట్టు పట్టడంతో చెప్పడం మొదలు పెట్టాడు విశ్వనాథం.

"మీ నాన్నకి జాలీగా తిరగటం, సరదాగా అందరితో కలిసి వుండటం అంటే ఇష్టం. కానీ మీ తాతగారు క్రమ శిక్షణ అంటూ బయటికి వెళ్ళ నిచ్చేవారు కాదు. ఆ రోజు ఊర్లో జాతర ఉంటే మీ నాన్న ఇంట్లో చెప్పకుండా నాతో జాతరకి వచ్చాడు. అక్కడ కొందరు డప్పులు కొడుతుంటే అందరితో పాటూ మేం కూడా డాన్సులు చేస్తూ ఎగరటం మొదలు పెట్టాం. అది మీ తాత గారి కంట బడింది. అంతే ఆయన ఇద్దర్నీ అక్కడే వుతికేసారు. ఆ తర్వాత మా నాన్న కూడా ఎగస్త్రాగా నన్ను ఇంకో రెండు పీకాడు. మీ నాన్నకి అలా డప్పులకి డాన్సు చెయ్యడమంటే ఇష్టం. మీ తాత గారి భయం వల్ల చెయ్య లేక పోయాడు. ఆ కోరిక అలా వుండి పోయింది. తర్వాత స్కూళ్ళు, కాలేజీలు, పెళ్లి, పిల్లలు, మనవలు. కాలం మారింది కానీ ఆ కోరిక మాత్రం తీరకుండా ఉండిపోయింది. తీర్చు కోవాలంటే సిగ్గు, స్టేటస్ అడ్డొచ్చి తీర్చు కొలేని పరిస్థితులు." ఆగాడు విశ్వనాథం

"మరి ఇప్పుడెలా తీరింది" అడిగాడు వంశీ.

"ఇందాక మీ నాన్న చొక్కా జేబులో ఈ జాతకం కాగితం దొరికింది. ఇందులో మీ నాన్న జాతకం 22-9-2022 వరకు రాసి వుంది. ఈ సంఘటన పంతొమ్మిదో తారీఖున జరిగింది. ఇంకా రెండు మూడు రోజుల్లో పోతాననుకుని, తన కోరిక ఇంక తీరదని ఆలోచించుకుంటూ అలాగే ట్రాన్స్ లోకి వెళ్లి పోయాడు. మొన్ననే మేం మా చిన్న తనం రోజులు గుర్తు చేసుకుంటూ నా ఈ కోరిక చచ్చే లోపలయినా తీరుతుందా అని అన్నాడు. అప్పుడు అసలు విషయం గుర్తుకు వచ్చింది." అన్నాడు విశ్వనాథం.

"జాతకం ప్రకారం అన్నీ జరిగాయా." అడిగింది సుజాత

"ఆ... ఇరవయ్యవ నాలుగో ఏట పెళ్లి, ఇరవయ్యవ ఆరో ఏట పిల్లలూ తప్ప ఏం జరగలేదు." అన్నాడు విశ్వనాథం.

"అంకుల్ ... ఇంతకీ మీరిచ్చిన ట్రీట్‌మెంటు ఏంటో చెప్ప లేదు".

"ఏంటంటే" అంటూ చెప్పడం మొదలు పెట్టాడు.

★★★

అంబులెన్సు ఊరవతల వున్న ఓ గుడిసె ముందు ఆగింది. విశ్వనాథం గబా గబా కిందికి దిగి గుడిసె పక్కనే వున్న చెట్టు కింద మంచం వేసాడు. రాఘవ రావుని తీసుకొచ్చి మంచం మీద పడుకో పెట్టి అందరూ పక్కకి వెళ్లి పోయారు.

"మీరేం చేస్తున్నారో నాకు అర్థం కావటం లేదు" అన్నాడు నూకరాజు

"చూస్తూ ఉండండి" అంటూ విజిల్ వేసాడు విశ్వనాథం.

చేతిలో డప్పుతో మందు మీదున్నాడప్పు సాయిగాడు వచ్చాడు. వీరలెవల్లో డప్పు వాయించడం మొదలు పెట్టాడు. డప్పు శబ్దం హోరెత్తి పోతూంది. రాఘవ రావులో కదలిక వచ్చింది. మెల్లిగా కళ్ళు తెరిచి చూసాడు. ఎదురుగా డప్పు సాయిగాడు వాయిస్తున్నాడు.

రాఘవరావు చుట్టూ చూసాడు. ఎవ్వరూ కనపడలేదు. సాయిగాడు తప్ప.

వెయ్యి ఏనుగుల బలం వచ్చినట్టు రాఘవరావు లేచి డప్పు శబ్దానికి అనుగుణంగా స్టెప్పులు వేస్తున్నాడు. ఇద్దరూ రెచ్చిపోయారు. ఇంతలో విశ్వనాథం కూడా స్టెప్పులు వేస్తూ వచ్చాడు.

డాక్టర్ నూకరాజుకి కూడా స్టెప్పులు వెయ్యాలనిపించింది. కానీ స్టేటస్ అడ్డొచ్చి ఆగాడు.

"ఫర్వాలేదు అందరూ మనోళ్ళే. కానివ్వండి." అన్నాడు విశ్వనాథం. అందరూ స్టెప్స్ వేసా రు.

"అదే డాక్టరు గారు డప్పులో వున్న మహిమ" అన్నాడు విశ్వనాథం.

అందరూ ఎగరలేక మంచం మీద కూల బడ్డారు. సాయిగాడు వాయిస్తూనే వున్నాడు. విశ్వనాథం సాయిగాడిని పిలిచి ఐదు వందల నోటు చేతిలో పెట్టాడు. సాయిగాడు ఆనందంగా వెళ్లి పోయాడు.

"చాలురా...ఈ జన్మకిది చాలు. నా కోరిక తీరిపోయింది. ఇప్పుడు ఇంకపోయినా ఫర్వాలేదురా విస్సీ." అన్నాడు రాఘవ రావు. .

★★★

"అదీ నా ట్రీట్‌మెంట్." అన్నాడు విశ్వనాథం చెప్పటం ముగిస్తూ.

"అవునంకుల్ ... ఇదీ విషయమని మీకు ఎలా తెలిసింది." అడిగింది సుజాత

"మనింటి పక్కన ఫంక్షన్ డప్పు వాయించారు గుర్తుందా." అడిగాడు విశ్వనాథం

"అ సౌండ్ వస్తోందని నేను కిటికీ తలుపు కూడా వేసేసాను" అన్నాడు సుధాకర్.

"ఆ డప్పు శబ్దానికి మీ నాన్న కాలి వేళ్ళు కదిపాడు. అది మీరెవ్వరూ చూడలేదు. నేను చూసాను. అంతే అదే కోరికని తెలిసిపోయింది." అన్నాడు విశ్వనాథం.

అందరూ విశ్వనాథా నికి థాంక్స్ చెప్పారు.

★★★

ఆ రోజు రాఘవ రావు పుట్టిన రోజు . రాఘవ రావు కేక్ కట్ చేసాడు.

"ఏరా ప్రతీ పుట్టిన రోజుకి స్పెషల్ గిఫ్ట్ ఇచ్చే వాడివి. ఈసారి ఏంటి నీ స్పెషల్ గిఫ్ట్." అడిగాడు రాఘవరావు విశ్వనాధాన్ని. "తీసుకో" అంటూ ఒక సి.డి. ఇచ్చాడు.

"ఏంటి జోల పాటలా?" అన్నాడు రాఘవ రావు .

"పెట్టి చూడు తెలుస్తుంది." అన్నాడు విశ్వనాథం.

వంశీ డెక్ లో పెట్టి ఆన్ చేసాడు.

అంతే డప్పు సాయిగాడి డప్పు శబ్దం తో హాలు హోరెత్తిపోయింది. విశ్వనాథం విజిల్ వేసాడు.

రాఘవరావు ఆనందం తో డాన్స్ మొదలు పెట్టాడు.

అందరూ రాఘవరావుతో పాటూ స్టెప్స్ వేసారు.

రాఘవ రావు కోరిక మరోసారి తీరింది.

----★★----

పరిచయం

గోవిందరాజుల నాగేశ్వర రావు
సెల్ నం: 9849315771. /8074847311.
ఈ మెయిల్:nagesh.writer@gmail.com

తల్లి / తండ్రులు : జి. వీర వెంకట శేషా రత్నం. /జి.సి.ఆర్. ఎల్.కే. శర్మ,

ప్రస్తుత చిరునామా: ప్లాట్ నం: 11. ఫ్లాట్ నం: 5 B, శ్రేయాస్ అపార్ట్ మెంట్, NRSA కాలని, హైదర్ నగర్, కుకట్ పల్లి, హైదరాబాద్ –500072.

పుట్టిన తేది: 28-01-1958

అవార్డులు: శ్రీమతి శ్రీ సుబ్రహ్మణ్యం, ఈ టివి సీరియల్ కి (2009) ఉత్తమ మాటల రచయితగా "నంది" అవార్డు---నాటికలలో, ఉత్తమ నటుడు, ఉత్తమ హాస్య నటుడు, ఉత్తమ రచన, మలిసంధ్య నాటికకి ఆకెళ్ళ నాటిక పోటీలలో కన్సొలేషన్.

అనుభవం : రచయితగా, నటుడిగా, దర్శకుడిగా నాటికలు, టివి.సీరియల్స్ , సినిమాలు. కధలు

టివి లో: చంద్రముఖి,దూప్స్,శ్రీమతి శ్రీ సుబ్రహ్మణ్యం. పండు మిరపకాయి, పాపం పద్మనాభం. సంబరాల రాంబాబు, ఆలస్యం అమృతం విషం, మొగుడ్స్ పెళ్లామ్స్ మిష్టర్ రోమియో , ఆంధ్రా అందగాళ్ళు, భాగ్యరేఖ, సంసారం సాగరం,సీతారాం చిటపటలు, అందమైన జీవితం, చంటి గాడి స్వయంవరం, నాల్గోముడి.

సినిమాల్లో: మొగుడ్స్ పెళ్లామ్స్ (సినిమాకి మాటల రచయితగా, నటుడిగా.)

నాటికలు: తస్మాత్ జాగ్రత్త, అదే నేనయితే, పాశం, నారీమేధం, గమనం, పక్కింటి మొగుడు, పాప దొరికింది, గుణపాఠం, మృగతృష్ణ, మలిసంధ్య (మర్చెంట్ అఫ్ వేన్నిస్ తెలుగులో) కండిషన్స్ అప్లై ---. ఇంకా ఎన్నో.

నిశ్శబ్ద గానం

❖ శ్రీ కొలూరి ప్రసాదరావు

ప్రతీరోజూ పడమటి దిక్కున ప్రకృతి ఆవిష్కరించే వర్ణ చిత్రాన్ని ఆ వృద్ధుడు తదేకంగా చూస్తుండి పోతాడు. ఎన్ని మార్లు చూసినా మొదటి సారే అన్నట్టు తన్మయత్వం చెందుతాడు. ఎత్తయిన పర్వత శిఖరం, పక్కన పొడవైన వృక్షపు శీర్షం, వాటి మధ్యన, అవి చెప్పుకునే ఊసులను జోలపాటలా వింటూ క్రమంగా నిద్రలోకి జారుకునే అలసిన సూరీడు. విన్సెంట్ వాంగో గీసిన చిత్ర రాజాన్ని తలదన్నేలా ఉంటుంది ఆ మనోహరమైన దృశ్యం. భారమైన గుండెకు తేలికైన అనుభూతి కలుగుతుంది. నిస్తేజమైన గాజు కళ్ళలో అస్తమయ కిరణాలు ప్రతిఫలించి,కొత్త వెలుగు ప్రసరిస్తుంది. సర్వం మరచి ఒకానొక అలౌకిక స్థితిలో విహరిస్తుంటాడు. అయితే అతడికి తీరని కోరిక ఒకటుంది.

కొండ, చెట్టు ముచ్చటించే విషయాల్లో భాగస్వామి కావాలనేది అతడి ప్రగాఢమైన వాంఛ. అందుకు శరీరం సహకరించదు. చూడటానికి రివటలా ఉండి, స్థూలకాయుల ఈర్ష్యకి గురవుతాడు. పొట్ట మీద పనస తొనల్లాంటి కండరాలు,సిక్స్ ప్యాక్ వ్యాయామం చేసేవారిని చిన్నబుచ్చుతాయి. అదంతా కేవలం శరీరం శుష్కించటం వల్ల జరిగిందని,దేహ దారుఢ్యం కాదని చూడగానే అర్థమై పోతుంది. ఇంచుమించు ఎనభై ఏళ్ళ వయసు ఉంటుంది. కొండ శిఖరం ఎక్కలేడు. చిటారు కొమ్మకి ఎగబాకటమూ వల్లకాదు. అందువల్ల పర్వత పాదం దగ్గరో, చెట్టు బోదె మొదట్లోనో కాసేపు విశ్రమించి రావాలని అభిలాష.

నిజానికి మనిషి ప్రాథమికంగా ఆటవికుడే. పరిణామ క్రమంలో నాగరికుడయ్యాడు. అందుకే మూలాలని మరచిపోలేడు. కాంక్రీటు జంగిల్ లో ఇమడలేక అడవికి నమూనాగా పార్కులు ఏర్పాటు చేసుకుని సేదదీరుతాడు. పచ్చని చెట్ల మధ్య, పరిమళ భరిత పుష్పాల నడుమ పరవశించి పోతాడు. నదిలో కదిలే చేపకి,అక్వేరియంలో మెదిలే చేపకి ఉన్న వ్యత్యాసమది. ముసలివాడు రకరకాల కూరగాయలు పండిస్తాడు. ఆకుకూరలు పెంచుతాడు. రంగు రంగుల పూల మొక్కల అంట్లు కడతాడు. పక్కనే జల జలా ప్రవహించే వాగు నుండి కుండతో నీళ్ళు తెచ్చి పోస్తాడు. కష్టించి పనిచేయటంలోనూ,సమయాన్ని సద్వినియోగం చేయటంలోనూ చీమకి పాఠాలు చెప్పగలడు.

గూడెం పిల్లల చేత హోంవర్క్ చేయిస్తాడు. ఇంగ్లీషు,హిందీ అనర్గళంగా మాట్లాడగలడు. ముఖ్యంగా లెక్కలంటే మక్కువ ఎక్కువ. ఓ సారి విద్యార్థుల్ని ప్రశ్నించాడు.'ఒక అంకెని, సున్నాతో హెచ్చవేస్తే ఎంత వస్తుంది?" అని. వారంతా ముక్తకంఠంతో 'సున్నా' అన్నారు.

"మరి సున్నాతో భాగిస్తే ?" అడిగాడు. కుర్రాళ్ళు అతడిని వెర్రివాడిని చూసినట్టు ముఖాలు పెట్టారు. " అది కూడా అంతే. సున్నాయే మిగులుతుంది" అన్నారు.వృద్ధుడు అడ్డంగా తలూపాడు. పిల్లలు గజిబిజి అయ్యారు." మరెంత?" అంటూ బుర్రలు గోక్కున్నారు. కాసేపు వారిని ఊరించి" దాని విలువ ఇన్ఫినిటీ" అన్నాడు చిలిపిగా చూస్తూ. వారికి నమ్మశక్యం కాలేదు." సరే! రేపు స్కూల్లో మీ లెక్కల టీచరుని అడగండి" అంటూ నవ్వేసాడు.వారు వాకబు చేసి విస్మయ పడ్డారు.

వాగులో స్నానం చేసేటపుడు పిల్లలతో " ఇది ఇప్పుడే పుట్టింది. ఆ మాటకొస్తే ఎప్పటికప్పుడు పుడుతూనే ఉంటుంది" అన్నాడు. వారు విస్తుపోయారు.'పిల్లలం కదా ఏది చెపితే అది నమ్మేస్తారనుకుంటున్నాడు ముసలాడు' అనుకున్న గడుగ్గాయి ఒకడు వాదనకి దిగాడు." నేను పుట్టినప్పటినుండీ దీన్ని చూస్తున్నాను. మా తాతల కాలంనాటి నుండి ఇది ఉంది" అన్నాడు నిరసనగా.వృద్ధుడు చిద్విలాసంగా చూసాడు. పారుతున్న జలాన్ని చూపించాడు. "నీరు నిలకడగా లేదు. ప్రవహిస్తూనే ఉంది. అంటే పాతది పోయి కొత్తది వస్తోంది. అప్పుడు ప్రతిక్షణం ఇది కొత్త సెలయేరే కదా! మనం కూడా అలాగే ఉండాలి" పిల్లలు దిగ్భ్రమకి లోనయ్యారు. ముసలివాడిపై భక్తి ప్రపత్తులు పెరిగాయి.

"ఈ వయసులో ఎందుకంత తాపత్రయం అతగాడికి? కాటికి కాళ్ళు చాపుకోక?" విసుక్కుంది పర్వతం లేదా కొండ. "అందరూ నీలా బద్ధకస్తులు కారులే! ఉన్నచోటనే తిష్టవేసి కూర్చోవటానికి?" కిసుక్కుమంది వృక్షం. ఆ మాటతో కొండకి తిక్కరేగింది. " అక్కడికి నువ్వేదో లోక సంచారం చేస్తున్నట్టు?" ప్రతి దాడి చేసింది. చెట్టు నాలుక కరుచుకుని మౌనం వహించింది. అంతలో రివ్వున దూసుకొచ్చింది గాలి. తమ మధ్య ఉన్న చర్చని వదిలి కొండా,చెట్టు ఒకేసారి అడిగాయి ఆత్రంగా " ఏమిటి విశేషాలు?" అని,అవి అడిగేది వృద్ధుడి గురించే. ముసలివాడు వాటి గురించి, ఆలోచిస్తున్నట్టే, అవి కూడా అతడి గురించి యోచిస్తున్నాయి.అతడి ప్రతి కదలికని గమనిస్తున్నాయి. వృద్ధుడితో ఒకసారి మాట్లాడాలని తాపత్రయ పడుతున్నాయి. వాటిని ఓ సారి తేరిపార చూసిన గాలి " అతగాడు 'జెట్టిసన్ ' ప్రక్రియలో ఉన్నాడు" అంది నిట్టూర్పు విడుస్తూ. " అంటే ఏమిటీ?" ఆత్రంగా అడిగాయి కొండా,చెట్టూ ఒకేసారి. " నన్ను

సమయం,సందర్భాన్ని బట్టి రకరకాల పేర్లతో పిలుస్తారు. చల్లగాలి, పిల్లగాలి, పైరగాలి, చలిగాలి, సుడిగాలి" అంది గాలి. కొండ కాస్త చిరాకుగా " వృద్ధుడి గురించి చెప్పమంటే నీ గురించి చెపుతావేంటి? ఇటువంటి మాటలనే 'గాలి కబుర్లు' అంటారు " అంది. గాలి ఆ మాటకి నొచ్చుకోలేదు. తన ఉద్దేశాన్ని కొనసాగించింది. " ఇవన్నీ నా సాధు రూపాలు. నాకు మరో కోణం ఉంది. అది ఉగ్రరూపం. అప్పుడు నన్ను 'తుఫాను గాలి' అంటారు. దయా దాక్షిణ్యాలు లేకుండా చెట్లూ, ఇళ్ళూ ఒకటేమిటి అన్నిటినీ ధ్వంసం చేసేస్తాను. సముద్రంలోని ఓడల్ని ముంచేస్తాను" అంది." అయినా సరే నా జోలికి రాలేవు బడాయి ఆపి,అసలు సంగతి చెప్పు " అంది కొండ విసుగ్గా. చెట్టు మాత్రం ఆ మాటలకి వణికింది. కొమ్మలు విరిగి పోవటమే కాక ఒక్కోసారి కూకటి వేళ్ళతో పెకలించబడతానని తనకి తెలుసు.

"మునిగిపోయే ప్రమాదం ఉందని అర్థం కాగానే సారంగు వెంటనే నౌక బరువు తగ్గించే పని చేస్తాడు. పనికిరాని వస్తువుల్ని సముద్రంలో పారవేయిస్తాడు. అయినా చాలకపోతే గుండె నిబ్బరం చేసుకుని విలువైన వస్తువుల్ని కూడా నీటిలో వదిలేస్తాడు. ప్రాణం కంటే ఈ ప్రపంచంలో మరి విలువైనదేదీ లేదు కదా?" అంది గాలి. చెట్టుకి ఏదో అవగతమవుతున్నట్టు ఆకులు కదిల్చింది. కొండ మాత్రం ఏమీ అర్థం కాలేదని గంభీరంగా చూసింది. వాటిని మరోసారి పరికించి" ఇప్పుడు వృద్ధుడు అదే పనిలో ఉన్నాడు. ఎక్కడి నుండి ఇక్కడికి వచ్చాడో తెలియదు.'నా' అన్న వారు ఉన్నారో లేదో ఎవరికీ తెలియదు. అయినా ఇన్ని ఏళ్ళుగా ఇక్కడ ఒంటరిగా జీవిస్తున్నాడంటే, సంసార బంధాన్ని, బాధ్యతల్ని విడిపించుకున్నట్టేగా. ఇక భూమి మీద జీవన పయనాన్ని వదిలించు కుంటున్నాడు" క్షణం ఆగింది గాలి. చెట్టూ,కొండా మొహ మొహాలు చూసుకున్నాయి.

తిరిగి కొనసాగించింది గాలి. "మనిషి పుట్టినపుడు నగ్నంగా ఉంటాడు. చివరిలో వస్త్ర హీనుడిగానే వెళ్ళిపోతాడు. అందుకే ఒకాయన "నడుమ బట్ట కట్ట నగుబాటు కాదొకొ" అంటాడు. అలా వంటి మీదకి బట్టలు, నగలూ మనసులోకి బరువు బాధ్యతలు ఎగుమతి అవుతాయి. వాటిని మోసుకుంటూ కొంత జీవన ప్రయాణం చేసాక దించేసి, ఎలా వచ్చాడో అలా వెళ్ళవలసిన స్థితి కలుగుతుంది. భూమ్మీద ఏదీ శాశ్వతం కాదు. ఏదో నాటికి నిష్క్రమించాల్సిందే. ఈ వాస్తవాన్ని అంగీకరించగలిగితే ప్రాణభయం పోతుంది. మరణాన్ని మనస్ఫూర్తిగా ఆహ్వానించగల పరిణితి కలుగుతుంది. ఆ పరిస్థితి వచ్చినట్టు అతడికి తెలిసిపోయిందనుకుంటా. దిగుమతి ప్రారంభించాడు అంది గాలి.

ఆ మాట నెమ్మదిగానే ఉన్నా చెట్టుని కదిలించింది. కొమ్మల్ని,రెమ్మల్ని ఊగిస్తూ చలించింది. కొండకీ దుఃఖం కలిగినా పైకి వ్యక్తం చేయటం చేతకాలేదు. కాసేపటికి తేరుకుని "సమయం మించకముందే అతడిని ఓ సారి పిలుచుకు రా. తనివితీరా మాట్లాడదాం. తర్వాత మనకి అవకాశం రాకపోవచ్చు" అన్నాయి కొండా,చెట్టూ యుగళంగా. గాలి అంగీకరించి వెంటనే వృద్ధుడి పాకని చేరింది. అప్పటికి అతడు పువ్వులతో మాట్లాడుతున్నాడు. కాయల్ని ఆప్యాయంగా స్పర్శిస్తున్నాడు. అన్నిటికీ దాహం తీరిందో లేదో వాకబు చేస్తున్నాడు. బలహీనంగా ఉన్నవాటికి పెంటమట్టి ఆహారం వేయాలని భావిస్తున్నాడు. ఆకులో ఆకులా,కాయల్లో కాయలా,కదిలే చెట్టులా మమేకమైన అతడిని చూసి ముచ్చటపడింది గాలి. అతడితో పాటు కాసేపు ఆ ఉద్యానవన సౌందర్యాన్ని తనివితీరా ఆస్వాదించింది. తరువాత అతడిని ఆప్యాయంగా

పలకరించింది.

"నమస్కారం తాతగారు!" అంటూ వినమ్రంగా నమస్కరించింది. అతడోసారి గాలిని ఎగాదిగా చూసాడు. ఆ మరుక్షణమే ఫక్కున నవ్వాడు. పగలబడి నవ్వాడు. పడీపడీ నవ్వాడు. కడుపు పట్టుకుని నవ్వాడు. చివరిగా కళ్ళ వెంట నీళ్ళు తిరిగేలా నవ్వాడు. అతడలా ఎందుకు నవ్వుతున్నాడో గాలికి అర్థంకాలేదు. కానీ మనసు మాత్రం చివుక్కుమంది. కోపాన్ని దిగమింగుకుని " అంత నవ్వు కలిగించే విచిత్రమేదో చెపితే నేనూ నవ్వుతానుగా?" అని మాత్రం అనగలిగింది. ముసలివాడు బలవంతాన నవ్వుని అపుకుంటూ " నువ్వా? నేనా? "అని మళ్ళీ పెద్ద పెట్టున నవ్వ సాగాడు. గాలి ముఖం మాడ్చుకుని తటాలున వెనుదిరిగింది. కొంతదూరం పోయి తిరిగి చూస్తే ఇంకా నవ్వుతూనే ఉన్నాడు.

“అప్పుడే వచ్చేసావేంటి? వృద్దుడు లేడా?” ఆతృతగా అడిగాయి కొండా,చెట్టూ. కాసేపు గాలి ఏమీ మాట్లాడకుండా ఊరుకుంది. మిత్రులు గుచ్చి గుచ్చి అడగటంతో నోరు విప్పింది. " అతగాడికి పొగరు ఎక్కువనుకుంటా. అందుకే కుటుంబం తరిమేసి ఉంటుంది. లేకపోతే ఎందుకీ అనాథ బతుకు?" అక్కసులో ఆరోపణ కలగలిపి కసిగా పలికింది గాలి. మిత్రులు తెల్ల బోయి చూసాయి. అయినా వాటికి ముసలివాడి మీది గౌరవం తగ్గలేదు." నా దగ్గరకి వచ్చే కుందేళ్ళ వేటగాళ్ల వలన నాకు కొంత తెలిసింది. అతడు కోటీశ్వరుడట. ఆస్తి లాక్కుని, వృద్ధాశ్రమంలో పడేస్తే,అక్కడ ఇమడలేక ఇక్కడకి వచ్చాడట. అతడు ఉంటున్న ఎకరం భూమి తన దగ్గరున్న ఆఖరి సొమ్ముతో కొన్నదేనట " చెప్పింది కొండ.

వెంటనే చెట్టు సమర్ధించింది. “ఇంచుమించు యాభై గడపలు ఉన్న ఈ గూడెం అతడిని దేవుడిలా చూస్తుంది. తాను పండించిన కూరగాయలు, ఆకుకూరలు, గ్రామస్థులకి ఉచితంగా పంచి పెడతాడు. పువ్వులని మహిళలకి బహూకరిస్తాడు. జటిల సమస్యలకి పరిష్కారాలు చూపుతాడు. చిట్కా వైద్యం చేస్తాడు. “ఎందుకు ఇవన్నీ? హాయిగా విశ్రాంతి తీసుకో. భోజనం మేము పెడతాం” అని ఊరి వాళ్ళు అంటే “పని చేయకుండా, ఖాళీగా ఉండాలంటే నాకు కష్టంగా ఉంటుంది” అంటూ నవ్వేస్తాడు. కట్టెలు కొట్టే వారి ద్వారా అందిన భోగట్టా ఇది అంది చెట్టు. అతడి నుదుటి మీద ఉన్న మూడు ముడతలు ఒక్కోటి ఒక్కో గ్రంథంతో సమానం. వాటిలో నిక్షిప్తమైన లిపిని చదవగలిగితే, అతడి యథార్థ జీవిత చరిత్ర వెల్లడవుతుందని సంయుక్తంగా ప్రకటించాయి. మిత్రుల మాటలు విన్న గాలి పునరాలోచనలో పడింది. దాని క్షణికావేశం నెమ్మదిగా చల్లబడింది.

" అసలు నువ్వేమంటే అతడు నవ్వాడో నిజం చెప్పు " అని మిత్రులు నిలదీయటంతో జరిగింది చెప్పింది గాలి. అది విన్న వెంటనే అచ్చంగా వృద్ధుడి మాదిరిగానే కొండ పకపకా నవ్వింది. " నువ్వు కూడానా" అంటూ గాలి మొహం గంటు పెట్టుకుంటుంటే, కొండ సంభాళించుకుని" కంగారు పడకు, నిదానంగా ఆలోచించు. నీ మాట ఎందుకు నవ్వు తెప్పించిందో బోధపడుతుంది" అంది కొండ. చెట్టు కూడా ఉత్సుకతతో బుర్రకి పదును పెట్టింది. కాసేపటికి మురికి వదిలిన పద్మంలా గాలి మోము ప్రకాశించింది. అది విశ్వావిర్భావాన్ని కళ్ళ ముందు సాక్షాత్కరింప చేసింది. తన బాల్య దినాల గురించి,కఠోర వాస్తవాన్ని విప్పి చెప్పింది. తేలిక పడిన మనసుతో, నిష్కల్మషంగా ఇలా అంది.

" ఈ భూమి మీద సీనియర్ సిటిజన్ ని నేనే. నాది యుగాల వయసు. ఇంచుమించు భూమికి సమకాలీనత నాది. తర్వాత కొండది తరాల నాటి ప్రాయం. అటుపై చెట్టుది దశాబ్దాల వయసు. మనతో పోలిస్తే అతడు చాలా చిన్నవాడు. నేడే జన్మించిన పసికూన లెక్క. అతడి జ్ఞానానికి విభ్రమ చెందుతూ, క్షమాపణలు వేడుకుంటున్నాను. నిజానికి నేనే మీ అందరికీ పెద్ద తాతని. "అంది గాలి మనస్ఫూర్తిగా. కొండా, చెట్టూ తృప్తిగా తలాడించాయి. అంతలోనే విషాదంగా చూసింది గాలి." ఇందాక అతడు నవ్వుతున్నపుడు గమనించాను. తీవ్రంగా ఆయాసపడుతున్నాడు. గుండె జబ్బు కూడా ఉన్నట్టు అనిపించింది. ఇక రోజులే అని తోస్తున్నది" అంది.

ఆ మాటలకు ఉలిక్కిపడ్డాయి కొండా, చెట్టూ." నీకు అమరత్వం ఉంది. కాబట్టి ఎటువంటి ఆందోళనా నిన్ను అంటదు" అంది చెట్టు. గాలి 'నిజమే కావచ్చు. కానీ నేనూ కలుషితమై పోతున్నాను" అంటూ దిగులు పడింది. ' ఆ మాటకొస్తే నాకూ మరణం లేదు " అంది కొండ ధీమాగా. గాలి దాని వైపు జాలిగా చూసింది. చెప్పనా వద్దా? అనే సంశయంలో పడింది.' నువ్వేదో దాస్తున్నట్టున్నావు అంది కొండ కూపీ లాగుతూ. కాసేపు ఊగిసలాడి నెమ్మదిగా గొంతు విప్పింది గాలి." త్వరలో నీకూ చావు రాబోతోంది" అంది చిన్నగా." నాకు చావా? అసాధ్యం కదా?" అరిచినంత పని చేసింది కొండ. గాలి మరింత సానుభూతిగా చూసింది." నీలో ఖనిజాలు ఉన్నాయని పరీక్షల్లో తేలింది. త్వరలో నిన్ను తవ్వేయటం ఖాయం" బాధగా చెప్పింది గాలి. అప్పుడు గుర్తొచ్చింది కొండకి ఓ సంగతి. మొన్నా మధ్య కొంతమంది వ్యక్తులు వచ్చి, తనని తవ్వి కొన్ని శిలల్ని పట్టుకుపోయారు. కొన్ని కొలతలు తీసుకున్నారు. ఏవో లెక్కలు కూడా కట్టారు. ఆ వెంటనే కొండ బావురుమంది. అయితే నేను త్వరలో నేలమట్టం కాబోతున్నానా?" రాతి గుండె కరిగింది." అంతేకాదు! ఎంత ఎత్తు ఉన్నావో అంత లోతుకి తవ్వేసి, క్వారీగా మార్చేస్తారు. ప్రతీ రోజూ గునపాలతో గుండెని గుచ్చి, పారలతో దేవేస్తారు" బెంగగా పలికింది గాలి. ఎన్నడూ ఏడుపు ఎరగని కొండ చలించింది.

కొండని ఓదార్చుతూ చెట్టుకి సైగ చేసి,తను కూడా ఓ చేయి వేసి సముదాయించమంది. కానీ అప్పటికే చెట్టు నిశ్శబ్దంగా ఏడుస్తోంది. గాలి పలకరించగానే వెక్కసాగింది. తన బాధని తాత్కాలికంగా మరచిపోయిన కొండ, విస్మయానికి గురైంది. తన గురించి చెట్టు బాధ పడుతుందనే భావన దాని హృదయాన్ని సంతోషంలో ముంచి ఓలలాడించింది. కానీ చెట్టు విప్పిన గుట్టు విని గాలితో పాటు కుంగిపోయింది." నాకు చివరి రోజులు దాపురించాయి. కొన్ని దినాలుగా నా వేళ్ళు నీటిని పీల్చటం మానేశాయి. ఆకులు కిరణ జన్య సంయోగ క్రియని పూర్తిగా వదిలేశాయి. తిండీ, నీరూ లేక అల్లాడి పోతున్నాను. మరికొంత కాలానికి మోడు వారి, నిర్జీవమై పోతాను" అంటూ భోరుమంది. విస్తుపోయిన గాలి తన మిత్రులకి ఎలా ఊరట కలిగించాలో తెలియక స్తంభించిపోయింది.

"పుట్టాక ఏడుపు/పోతున్నా ఏడుపే/నడుమ నవ్వే ప్రయత్నమే / జీవితం "అంటాడు ఒక నానీ కవి. ఇక నవ్వులాట ముగిసింది. గాలి మానసిక సంఘర్షణ వర్ణనాతీతం. సమీప భవిష్యత్తులో మూడు మరణాలని చూడబోతోంది. వాటి అంతిమ యాత్రకి సాక్షీభూతంగా నిలవనుంది. ఆత్మీయులను కోల్పోయి అనాథలా మిగలనుంది. అప్పుడే శ్మశాన వైరాగ్యం గాలిని ఆవరించింది. అయితే కాలానికి ఎటువంటి భావోద్వేగాలు

ఉండవు. అది ఉత్ప్రేరకం లాంటిది. నేరుగా మూలకాల చర్యలో పాల్గొనదు. కానీ చర్య వేగవంతమయేలా చేస్తుంది. కాలం కూడా అంతే! జరిగే వాటిని నిర్లిప్తంగా చూస్తుంది తప్ప తాను వేలు పెట్టి జోక్యం చేసుకోదు. నిర్వికార స్థితిలో ఉంటుంది. అది సహజం కూడా.

సెలయేరు పారుతూనే ఉంది. గాలి వీస్తూనే ఉంది. పువ్వులు పూస్తునే ఉన్నాయి. పాదులు కాస్తూనే ఉన్నాయి. కాలం కదులుతూనే ఉంది. కానీ వృద్ధుడి శ్వాస మాత్రం వాటితో పోటీ పడి పరుగెత్తలేక కూలబడి ఆగిపోయింది. అప్పటికే కొండ గ్రానైట్ నిమిత్తం తవ్వబడింది. చెట్టు కట్టెల కోసం నరకబడింది. గ్రామస్థులు ముసలివాడి అంత్యక్రియలు ఘనంగా చేసారు. పాకని తొలగించి,దాని స్థానంలో గొయ్యి తవ్వి అతడిని పూడ్చి పెట్టారు. దానిపై రాళ్లతో సమాధి కట్టారు. కలప తెచ్చి, చుట్టూ దడి కట్టారు. అప్పుడు వారందరూ ఒక్క చోట కలుసుకున్నారు. చివరాఖరికి వారి కోర్కెలు ఈ విధంగా నెరవేరాయి. బండగా మారిన కొండ, కట్టెలయిన చెట్టు వృద్ధుని చేరి, సంబరానికి గురయ్యాయి.

అప్పుడు గాలికి కొన్నాళ్ళ క్రితం ఓ విద్యార్థి చదువుతుండగా విన్న ద్రవ్య నిత్యత్వ నియమం గుర్తొచ్చింది. "పదార్థం కొత్తగా సృష్టించబడదు. నాశనం చేయబడదు. కేవలం రూపాంతరం చెందుతుంది". నిజమే కదా! అనుకుంది. మిత్రుల చెవిలో గుసగుసలాడింది. ఇప్పుడు అతడి కథ చెప్పమని, వృద్ధుడు సంతోషంగా అంగీకరించాడు,వాటిని కలవాలనే తన చిరకాల వాంఛ నెరవేరినందుకు బ్రహ్మానంద భరితుడయ్యాడు. నొసటి మీది మొదటి మడత నుండి ఒక పుస్తకాన్ని తీసి,చదవటం ప్రారంభించాడు. మిత్రులు అతడు చెప్పే విశేషాలను వినటానికి ఉత్కంఠగా చెవులు రిక్కించటంతో వృద్ధుడు ఉత్సాహంగా చెప్పసాగాడు. ఉపోద్ఘాతం పూర్తవుతుండగా, అక్కడికి ఓ ఖరీదైన కారు వచ్చి ఆగింది. అందులోంచి సూటూ బూటూ వేసుకున్న వ్యక్తి కిందకి దిగాడు. ప్రశ్నార్థకంగా చూస్తున్న గ్రామస్థులను ఉద్దేశించి సూటిగా మాట్లాడాడు." నేను చనిపోయిన వృద్ధుడి కొడుకుని. ఈ ఆస్తి మీద సర్వ హక్కులు ఉన్నవాడిని. దస్తావేజు ఇచ్చి, స్థలాన్ని నాకు స్వాధీనం చేయండి. మీకు కూరగాయలు, ఆకుకూరలు పండించి, అమ్మటానికి మనుషులను తీసుకొచ్చాను". ఆ మాటలు విని దిగ్భ్రాంతికి గురైన సూర్యుడు జోలపాట లేకుండానే నిశ్శబ్దంగా కుంగిపోయాడు.

----★★----

పరిచయం

శ్రీ కౌలూరి ప్రసాదరావు

సెల్ : 9346700089

వాట్సప్ : 7382907677

మెయిల్ : prasadaraokowluri77@gmail.com

విద్యార్హత : బి.ఎ

పుట్టిన తేది : 8/7/1973

వృత్తి : ఆర్టీసీ కండక్టర్

ప్రవృత్తి : రచనా వ్యాసంగం, చదరంగం, పాటలు రాయటం, పాడటం

బిరుదులు : కవి మిత్ర, కథా భారతి, ఎలో రేటెడ్ చెస్ ప్లేయర్

పుస్తకాలు : నానీల ప్రసాదం (నానీలు), ఏదో చెప్పాలని (కవితా సంపుటి)

అనగనగా...(పిల్లల కథలు) తమసోమా జ్యోతిర్గమయ (కథాసంపుటి) జుగ్ జ్వాంగ్ (చెస్), పడి లేచిన కెరటం (లేఖ) మై బెస్ట్ చెస్ గేమ్స్ (చెస్)

అముద్రితాలు : ఆర్టీసీ కథలు, దళిత బహుజన కథలు, కండక్టరు (దీర్ఘ కావ్యం), కౌలూరి రూబాయిలు, కొందరే మహానుభావులు (కవితా సంపుటి), బాల గేయాలు, మహానాగ పర్వతం (జానపద నవల)

KASTURI VIJAYAM

 00-91 95150 54998

KASTURIVIJAYAM@GMAIL.COM

SUPPORTS

- PUBLISH YOUR BOOK AS YOUR OWN PUBLISHER.

- PAPERBACK & E-BOOK SELF-PUBLISHING

- SUPPORT PRINT ON-DEMAND.

- YOUR PRINTED BOOKS AVAILABLE AROUND THE WORLD.

- EASY TO MANAGE YOUR BOOK'S LOGISTICS AND TRACK YOUR REPORTING.

www.ingramcontent.com/pod-product-compliance
Lightning Source LLC
LaVergne TN
LVHW031622210825
819277LV00043B/762